தீண்டத்தகாதவர்கள் யார், அவர்கள் எப்படி தீண்டத்தகாதவர்களாக ஆனார்கள்?

டாக்டர் பீம்ராவ் அம்பேத்கர்

வைர புத்தகங்கள்
www.diamondbooks.in

வெளியீட்டில் உள்ளது

வெளியீட்டாளர்	:	டயமண்ட் பாக்கெட் புக்ஸ் (பி) லிமிடெட். X-30 ஓக்லா தொழில்துறை பகுதி, கட்டம்-II புது தில்லி - 110020
தொலைபேசி	:	011-40712200
மின்னஞ்சல்	:	wecare@diamondbooks.in
இணையதளம்	:	www.diamondbooks.in
பதிப்பு	:	2025
அச்சுப்பொறி	:	ரெப்ரோ (இந்தியா)

தீண்டத்தகாதவர்கள் யார், அவர்கள் எப்படி தீண்டத்தகாதவர்களாக ஆனார்கள்? (Who were the Untouchables? And How They Became Untouchables?-Tamil)

By : Dr. B. R. Ambedkar

பங்கு

இந்தப் புத்தகம், ஒருவகையில், என்னுடைய இரண்டாவது புத்தகம், "சூத்திரர்கள் யார், அவர்கள் எப்படி இந்தி ஆர்ய சமாஜத்தின் நான்காவது வர்ணமாக மாறினார்கள்?" (அதாவது சூத்திரர்களுக்கான தேடல்) மீதமுள்ள பகுதி. இது 1946 இல் வெளியிடப்பட்டது. இன்று இந்து நாகரீகம் மேலும் மூன்று சமூக வகுப்புகளை பெற்றெடுத்துள்ளது, அவைகளுக்கு உரிய கவனம் செலுத்தப்படவில்லை. அந்த மூன்று சமூக வர்க்கங்கள்.

1. ஜராயம்- இரண்டு கோடி மக்கள் தொகை கொண்ட குற்றப் பழங்குடியினர்; 2.சுமார் இரண்டு கோடி மக்கள்தொகை கொண்ட பழங்குடியினர்; 3. சுமார் ஐந்து கோடி மக்கள்தொகை கொண்ட தீண்டத்தகாதவர்கள்.

இன்றும் இந்த சாதி பிரிவுகள் நிலைத்து ஒரு களங்கமாக இருப்பது கேலிக்கூத்து. இந்து நாகரிகமே இந்த வகுப்புகளின் தோற்றுவாய் என்று பார்த்தால், அதை 'நாகரிகம்' என்று சொல்லவே முடியாது. அதுவே மனிதகுலத்தை அடக்கி அடிமையாக வைத்திருக்கும் சாத்தானின் சதி. அதன் சரியான பெயர் 'சதானியத்' என்று இருக்க வேண்டும். திருடிச் சம்பாதிப்பதே சரியான 'ஸ்வதர்மம்' என்று போதிக்கப்பட்ட இப்படிப்பட்ட மனிதர்களைப் பெற்றெடுத்த அந்த நாகரீகத்திற்கு வேறு என்ன பெயர் வைக்க வேண்டும். இரண்டாவது பெரிய எண்ணிக்கையானது, நாகரீகத்தின் மத்தியில் தங்கள் ஆரம்ப காட்டுமிராண்டித்தனமான நிலையைத் தக்க வைத்துக் கொள்ள சுதந்திரமாக விடப்பட்டது, மேலும் மூன்றாவது பெரிய எண்ணிக்கையானது, சமூக நடத்தைக்கு அப்பாற்பட்டதாகக் கருதப்படுகிறது.

இதுபோன்ற வகுப்புகள் வேறு எந்த நாட்டிலும் இருந்திருந்தால், அங்குள்ள மக்கள் தங்கள் இதயங்களை ஆராய்ந்து அதன் மூல காரணங்களைக் கண்டறிய முயற்சித்திருப்பார்கள். ஆனால் இந்துக்களால் இரண்டில் ஒன்றைக் கூட நினைத்துப் பார்க்க முடியவில்லை. காரணம் தெளிவாக உள்ளது;

இந்துக்கள் வெட்கப்படுவதற்கு அல்லது வெட்கப்படுவதற்கு இந்த வகுப்புகளின் இருப்பு ஒரு காரணம் என்று உணரவில்லை. இந்த விஷயத்தைப் பற்றி வருத்தப்படுவதோ அல்லது அதன் தோற்றம் மற்றும் வளர்ச்சியை ஆராய்வதோ தனது பொறுப்பாக அவர் கருதுகிறார். மறுபுறம், ஒவ்வொரு இந்துவும் தனது நாகரிகம் மிகவும் பழமையானது மட்டுமல்ல, பல விஷயங்களில்

தனித்துவமானது மற்றும் உயர்ந்தது என்று நம்ப வைக்கப்படுகிறது. ஒரு இந்து பெருமையுடன் இவற்றைத் திரும்பத் திரும்பச் சொல்வதில் சோர்வடைவதில்லை. இந்து நாகரீகம் மிகவும் பழமையானது என்பது புரியும். மற்றும் ஒப்புக்கொண்டார்

கூட செல்லலாம், ஆனால் இந்துக்கள் எந்த உரிமையின் அடிப்படையில் தங்கள் நாகரிகத்தை தனித்துவமானவர்கள் என்று அழைக்கிறார்கள் என்பது புரியவில்லையா? இந்துக்கள் விரும்பாமல் இருக்கலாம், ஆனால் இந்துக்கள் அல்லாதவர்களைப் பொறுத்த வரையில் இந்த வகையான நம்பிக்கைக்கு ஒரே ஒரு அடிப்படை மட்டுமே இருக்க முடியும். இந்த அடிப்படையே இந்து நாகரிகத்தின் மீது பொறுப்பாக இருக்கும் இந்த வர்க்கங்களின் இருப்பு. இந்து நாகரிகம் ஒரு தனித்துவமான விஷயம் என்று எந்த இந்துவும் மீண்டும் சொல்ல வேண்டிய அவசியமில்லை, ஏனென்றால் அதை யாரும் மறுக்கவில்லை. இருந்தால் மட்டும்! இது பெருமைக்குரிய விஷயம் அல்ல, வெட்கப்பட வேண்டிய விஷயம் என்பதை இந்துக்கள் புரிந்துகொள்கிறார்கள்.

இந்து நாகரீகத்தின் சாந்தம், மேன்மை, தூய்மை போன்றவற்றின் மீது மக்கள் கொண்டுள்ள தவறான நம்பிக்கைக்கு அடிப்படைக் காரணம், இந்து அறிஞர்களின் விசித்திரமான சமூக மனோபாவமே.

இன்று பிராமணர்களிடையே எல்லாப் புலமையும் மட்டுப்படுத்தப்பட்டுள்ளது, ஆனால் துரதிஷ்டவசமாக இது வரை ஒரு பிராமண அறிஞர் கூட முன் வந்து வால்டேரைப் போல் வேலை செய்யவில்லை. வால்டேருக்கு ஒரு அறிவுசார் ஒருமைப்பாடு இருந்தது, அது அவர் வளர்க்கப்பட்ட கத்தோலிக்க திருச்சபையின் கோட்பாடுகளுக்கு எதிராக நிற்க வழிவகுத்தது. எதிர்காலத்தில் யாரும் வால்டேர் ஆக வாய்ப்பே இல்லை. பிராமணர்கள் ஒரு வால்டேரைக் கூட உருவாக்கவில்லை என்பது அவர்களின் புலமைக்கு ஒரு பலமான சவால். பிராமண பண்டிதர்கள் வெறும் கற்றறிந்த மனிதர்களே அன்றி முனிவர்கள் அல்ல என்பதை நாம் நினைவில் வைத்துக் கொண்டால் இதில் ஆச்சரியம் ஏதுமில்லை. அதேசமயம் இரண்டிற்கும் வித்தியாசமான உலகம் உள்ளது. முதல் வகுப்பு வர்க்க உணர்வுடன் உள்ளது, அது தனது வர்க்கத்தின் நலன்களைப் பற்றி கவலைப்படாமல் சுதந்திரமாக நடந்து கொள்ள முடியும். பிராமணர்கள் எந்த வால்டேரையும் உருவாக்காததற்குக் காரணம், பிராமணர்கள் பண்டிதர்களாக மட்டுமே மாறியதால்தான்.

பிராமணர்கள் ஏன் எந்த வால்டேரையும் தயாரிக்கவில்லை? இந்தக் கேள்விக்கு இன்னொரு கேள்வியின் மூலமும் பதிலளிக்கலாம். துர்க்கியே சுல்தான் ஏன் இஸ்லாமிய உலகின்

மதத்தை அழிக்கவில்லை? ஒரு போப் ஏன் கத்தோலிக்க மதத்தை கண்டிக்கவில்லை? அனைத்து நீலக்கண் குழந்தைகளையும் கொல்ல பிரிட்டிஷ் பாராளுமன்றம் ஏன் சட்டம் இயற்றவில்லை? பிராமணர்களால் எந்த வால்டேரையும் தயாரிக்க முடியவில்லையோ அதே காரணத்திற்காக சுல்தானோ, போப் அல்லது பிரிட்டிஷ் பாராளுமன்றத்தால் இதையெல்லாம் செய்ய முடியவில்லை. ஒரு நபரின் நடத்தை அவரது வர்க்கத்தின் சுயநலத்தால் உள்நாட்டில் பிணைக்கப்பட்டுள்ளது என்பதை ஏற்றுக்கொள்ள வேண்டும், மேலும் அவரது புத்திசாலித்தனமும் அதற்கேற்ப செயல்படுகிறது. இந்து சமுதாயத்தில் இன்று பிராமணனுக்குக் கிடைத்துள்ள அதிகாரமும், பதவியும் முழுக்க முழுக்க இந்த இந்து நாகரீகத்தால் தான், அவனை ஒரு சூப்பர் மனிதனாக ஏற்று, தாழ்த்தப்பட்ட மக்கள் மீது பலவிதமான கட்டுப்பாடுகளை விதித்து, அதனால் அவர்கள் ஒருபோதும் மேன்மையைக் கிளர்ச்சி செய்ய மாட்டார்கள் பிராமணர்களின். இது இயற்கையானது. ஒவ்வொரு பிராமணரைப் பற்றியும், அவர் மரபுவழிக் கருத்தைக் கொண்டவரா, அல்லது

முற்போக்கு உடையவர் புரோகிதராக இருந்தாலும் சரி, இல்லத்தரசியாக இருந்தாலும் சரி, பண்டிதராக இருந்தாலும் சரி, பண்டிதராக இருந்தாலும் சரி, பிராமணர் பதவி உயர்வாக இருக்க வேண்டும் என்பதில்தான் அவரது சுயநலம் உள்ளது. வால்டேர் எப்படிப்பட்ட பிராமணராக இருக்க முடியும்? பிராமணர்களிடையே எந்த வால்டேர் பிறந்தாலும், பிராமணர்களை உயர்வாகவோ அல்லது மேன்மையாகவோ வைத்திருக்க உருவாக்கப்பட்ட நாகரீகத்திற்கு அவர் ஒரு திட்டவட்டமான அச்சுறுத்தலாக இருப்பார். ஒரு பிராமணனின் திறமை எப்போதும் தனது நலன்கள் பாதுகாக்கப்படுவதை உறுதி செய்வதில் அக்கறை கொண்டுள்ளது. அவருக்குள் ஒரு உள் கட்டுப்பாடு விதிக்கப்பட்டுள்ளது, அதன் காரணமாக அவரது நேர்மை மற்றும் உண்மைத்தன்மையால் அது மலர வேண்டிய அளவிற்கு அவரது திறமை மலரவில்லை. இது தனது வர்க்கத்திற்கும் தனது சொந்த நலன்களுக்கும் தீங்கு விளைவிக்கும் என்று அவர் அஞ்சுகிறார்.

ஆனால் பிராமண இலக்கியங்களை அம்பலப்படுத்தும் எந்த முயற்சிக்கும் பிராமண

பண்டிதர்களின் சகிப்புத்தன்மையின்மைதான் பிராமணர்களை எரிச்சலூட்டுகிறது. தேவையான இடங்களில் கூட அவரே சின்னத்திரையாக செயல்படமாட்டார்.

இந்தத் தொழிலைச் செய்யத் திறமையும் தைரியமும் உள்ள பிராமணரல்லாதவர்களைக் கூட அவர் அனுமதிக்க மாட்டார். பிராமணர் அல்லாத ஒருவர் அத்தகைய முயற்சியை

மேற்கொண்டால், அனைத்து பிராமண பண்டிதர்களும் சதி செய்து மௌனம் காப்பார்கள், அவருடைய அறிக்கையை கவனிக்க மாட்டார்கள். ஏதேனும் ஒரு சிறு பிரச்சினையில் அவரை முற்றிலுமாக எதிர்ப்பார்கள் அல்லது அவருடைய படைப்பையோ அல்லது படைப்பையோ பயனற்றது என்று முற்றிலுமாக நிராகரிப்பார்கள். பிராமண இலக்கியங்களை அம்பலப்படுத்துவதில் ஈடுபட்டுள்ள ஒரு எழுத்தாளன் என்ற முறையில், இந்த வகையான இழிவான நடத்தைக்கு நான் பலியாகிவிட்டேன்.

பிராமண பண்டிதர்களின் இத்தகைய நடத்தை இருந்தபோதிலும், நான் பொறுப்பேற்றுள்ள பணியைத் தொடர்ந்து செய்ய வேண்டும். இந்த வகுப்புகள் எப்படி உருவானது என்பது ஆராயப்பட வேண்டிய பாடம். இந்த துரதிர்ஷ்டவசமான வகுப்புகளில் ஒன்று இந்த புத்தகத்தில் கருதப்படுகிறது. மூவரில், தீண்டத்தகாதவர்கள் அதிக எண்ணிக்கையில் உள்ளனர் மற்றும் அவர்களின் இருப்பு மனித குலத்திற்கும் இயற்கைக்கும் எதிரானது. இருந்தபோதிலும், அவர்களின் 'தோற்றம்' அல்லது தோற்றம் ஆகியவற்றைக் கண்டறிய இதுவரை எந்த முயற்சியும் எடுக்கப்படவில்லை. இந்துக்கள் அத்தகைய முயற்சியைத் தொடங்கியிருக்கக் கூடாது என்பது புரிகிறது. பழைய ஆச்சாரமான இந்துவை 'தீண்டத்தகாதவர்' என்று கருதுவதில் தவறில்லை. இது அவருக்கு இயல்பான மற்றும் இயல்பான விஷயம். எனவே, இந்த விஷயத்தில் அவர் மனந்திரும்ப வேண்டிய அவசியமோ காரணங்களை விளக்கவோ தேவையில்லை. நவீன புதிய சிந்தனையுள்ள இந்து இதில் தவறு காண்கிறான், ஆனால் அதை பகிரங்கமாக விவாதிக்க வெட்கப்படுகிறான். இந்து நாகரீகம் என்பது கண்டிக்கத்தக்க விஷம் நிறைந்த அமைப்பு அல்லது தீண்டாமை போன்ற மனிதாபிமானமற்ற மனநிலையின் பிறப்பிடமாக இருக்கும் சமூக அமைப்பு என்பதை வெளிநாட்டினர் உணர்ந்து விடுவார்களோ என்று அவர் பயப்படுகிறார். ஆனால், ஆச்சரியப்படும் விதமாக, 'தீண்டாமை' சமூக நிறுவனங்களின் ஐரோப்பிய மாணவர்களின் கவனத்தையும் ஈர்த்துள்ளது.

ஈர்க்கவில்லை. இது ஏன் நடந்தது? இதை புரிந்துகொள்வது கடினமா? ஆனால் அது அப்படித்தான். எனவே இந்தப் புத்தகம் அனைவரும் எதிர்பார்த்ததுதான். இது ஒரு வழிகாட்டும் முயற்சியாகக் கருதலாம். இந்த புத்தகம் தான் கருத்தில் கொள்ள விரும்பும் முக்கிய கேள்வியின் ஒவ்வொரு அம்சத்தையும் மட்டுமல்ல, 'தீண்டாமை'யின் தோற்றம் மற்றும் இது தொடர்பான அனைத்து கேள்விகளையும் கருத்தில் கொண்டுள்ளது என்று நான் கூறினால். சில கேள்விகள் சிலருக்கு அறிவு இருக்கிறது, அறிவு உள்ளவர்கள் திகைக்கிறார்கள். இந்தக் கேள்விகளுக்கு எப்படிப்

பதில் சொல்வது என்று அவர்களுக்குப் புரியவில்லையா? இந்த புத்தகத்தில் கேட்கப்பட்ட சில கேள்விகள் இவை. (1) தீண்டத்தகாதவர்கள் ஏன் கிராமத்திற்கு வெளியே வாழ்கிறார்கள்? (2) அசைவம்

தீண்டாமைக்கான காரணம் ஏன் கைவிடப்பட்டது? (5) பிராமணர்கள் ஏன் சைவம் முதலியன ஆனார்கள்? இந்த புத்தகத்தில், இந்த ஒவ்வொரு கேள்விக்கும் பதில்கள் பரிந்துரைக்கப்படுகின்றன. இந்நூலில் கொடுக்கப்பட்டுள்ள பதில்கள் எல்லாக் கோணங்களிலும் முழுமையடையாமல் போகலாம், ஆனால் இந்தப் புத்தகம் நிச்சயமாகப் பழைய விஷயங்களைப் பல கோணங்களில் பரிசீலிக்கும் முயற்சி என்பதை ஏற்றுக் கொள்ள வேண்டும்.

இது 'தீண்டாமை'யின் தோற்றம் பற்றி புத்தகத்தில் கொடுக்கப்பட்டுள்ள எண்ணங்களின் அட்டவணை முற்றிலும் உள்ளது இவைதான் அதன் புதிய முக்கிய புள்ளிகள்.

1. இந்துக்கள் மற்றும் தீண்டத்தகாதவர்கள் இடையே இன வேறுபாடு இல்லை.
2. 'தீண்டாமை' தோன்றுவதற்கு முன்பு, அதன் அசல் வடிவத்தில் 'இந்துக்கள்' மற்றும் 'தீண்டத்தகாதவர்கள்' என்ற வேறுபாடு ஒரு குழு (பழங்குடியினர்) மற்றும் அன்னிய பழங்குடியினரின் உடைந்த மனிதர்களுக்கு இடையேயான வேறுபாடு ஆகும். இப்படிப் பிரிந்த மக்கள் பின்னாளில் 'தீண்டத்தகாதவர்கள்' என்று அறியப்பட்டனர்.
3. 'இனம்' என்ற வேறுபாடு 'தீண்டாமைக்கு' அடிப்படையல்ல, அதேபோல் தொழில் வேறுபாடும் 'தீண்டாமைக்கு' அடிப்படை அல்ல.
4. தீண்டாமையின் தோற்றத்திற்கு இரண்டு முக்கிய காரணங்கள் உள்ளன.

   ப: பிராமணர்களாலும், பௌத்தர்களாலும் ஒதுக்கப்பட்ட மக்கள் மீது வெறுப்பையும், வெறுப்பையும் காட்டுவது.

   ஆ: பிரிந்தவர்கள் மாட்டிறைச்சியை மற்றவர்கள் சாப்பிடுவதை நிறுத்திய பிறகும் தொடர்ந்து சாப்பிடுகிறார்கள்.

5. 'தீண்டாமை'யின் மூலத்தைக் கண்டறியும் முயற்சியில், 'தீண்டத்தகாதவர்' மற்றும் 'தூய்மையற்றது' என்று ஒன்றிணைக்காமல் கவனமாக இருக்க வேண்டும். பழமைவாத எழுத்தாளர்கள் அனைவரும் 'தீண்டத்தகாதவர்களையும்' 'தூய்மையற்றவர்களையும்' ஒன்றிணைத்துள்ளனர். இது ஒரு தவறு. 'தீண்டத்தகாதவர்'

மற்றும் 'தூய்மையற்றவர்' என்பது ஒன்றுக்கொன்று வேறுபட்டவை.

6. அசுத்தத்தின் இருப்பு தர்மசூத்திரங்களின் காலத்திலிருந்தே தொடங்குகிறது, ஆனால் தீண்டாமை கி.பி 400 இல் வந்தது. இருந்து நடைமுறைக்கு வந்தது.

இந்த கண்டுபிடிப்புகள் வரலாற்று கண்டுபிடிப்புகளின் முடிவுகள். ஒரு வரலாற்றாசிரியர் தனக்கு முன் வைக்க வேண்டிய இலக்கு

கோதே தகுந்த வார்த்தைகளில் சொல்லியிருக்கிறார். அவர் கூறுகிறார்: "பொய்யிலிருந்து உண்மையையும், நிச்சயமற்றதை நிச்சயமற்றதையும், சந்தேகத்திற்குரியதை ஏற்றுக்கொள்ள முடியாததையும் பிரிப்பது வரலாற்றாசிரியரின் கடமை. ஒவ்வொரு விசாரணையாளரும் எல்லாவற்றிற்கும் மேலாக ஒரு வழக்கைத் தீர்ப்பதற்கு உட்கார்ந்திருப்பதைப் போல தன்னைப் பற்றி நினைக்க வேண்டும். சாட்சியங்களின்படி வழக்கின் முழுமையான மற்றும் தெளிவான வடிவம் என்ன என்பதை அவர் பரிசீலிக்க வேண்டும், பின்னர் அவர் தனது முடிவை எடுக்க வேண்டும், மேலும் அவர் தனது கருத்தை (தீர்ப்பு) கொடுக்க வேண்டும், அவருடைய முடிவு அவருக்கு முன்னால் உள்ளவர்களின் முடிவுகளுடன் ஒத்துப்போகிறதா இல்லையா ." தொடர்புடைய முக்கியமான நிகழ்வுகள் தெரிந்திருக்க வேண்டும்.

இந்த போதனைகள் அனைத்தும் மிகவும் மதிப்புமிக்கவை மற்றும் அவசியமானவை. ஆனால் வரலாற்றாசிரியர் எந்த இடைநிலை இணைப்பையும் காணாதபோது, முக்கியமான நிகழ்வுகளுக்கு இடையேயான பரஸ்பர உறவின் நேரடி ஆதாரம் எதுவும் கிடைக்காதபோது என்ன செய்ய வேண்டும் என்று கோதே நமக்குச் சொல்லவில்லையா? 'தீண்டாமை'யின் வேர்களைக் கண்டறிவதற்கும், அது தொடர்பான பிற பிரச்சனைகளைத் தீர்ப்பதற்கும் நான் மேற்கொண்ட முயற்சியில், விடுபட்ட பல இணைப்புகளைக் கண்டுபிடித்ததால் இதைச் சொல்கிறேன். இந்த விஷயத்தில் நான் தனியாக இல்லை. பண்டைய இந்திய வரலாற்றின் அனைத்து மாணவர்களும் அவர்களுடன் போராட வேண்டியிருந்தது. மவுண்ட் ஸ்டுவர்ட் எரிஃப்ஸ்டன் இந்திய வரலாற்றைப் பற்றி எழுதினார்: "அலெக்சாண்டரின் வருகைக்கு முன்னர் எந்தவொரு பொது நிகழ்வையும் தேதியிடுவது கடினம், மேலும் இஸ்லாத்தின் வெற்றிக்கு முன் இயற்கையான மாற்றங்களில் எந்தவொரு காரணத்தையும்-விளைவு உறவையும் கண்டுபிடிப்பது கடினம்." இது ஒரு வருந்தத்தக்க சேர்க்கை, ஆனால் இது எங்களுக்கு உதவாது: "வரலாறு மாணவர் என்ன செய்ய வேண்டும்? காணாமல் போன இணைப்பைக் கண்டுபிடிக்கும் வரை அவர் தன்னைக் கட்டுப்படுத்திக் கொள்ள வேண்டுமா?" நான்

அப்படி நினைக்கவில்லை. அத்தகைய சூழ்நிலையில் அவர் தனது கற்பனை மற்றும் நுண்ணறிவைப் பயன்படுத்தவும், நிகழ்வுகளை விளக்கவும் சுதந்திரம் இருப்பதாக நான் நம்புகிறேன். விடுபட்ட இணைப்புகளை நிரப்ப முயற்சிக்க வேண்டும். புதிய அறியப்படாத இணைப்புகளுடன் இணைக்கப்பட்டு, முன்னோக்கி எடுத்துச் செல்லக்கூடிய ஒரு கோட்பாட்டை முன்வைத்து, அறியப்பட்ட நிகழ்வுகளால் எந்த வகையிலும் விளக்கப்படாத நிகழ்வுகளை பரிந்துரைக்கிறேன், வேலையை நிறுத்துவதற்குப் பதிலாக, நான் இந்த முறையைப் பின்பற்றினேன் இணைப்புகள் இணைவதால் தோன்றிய நிகழ்வுகளின் இழப்பில் எனக்கு ஏற்பட்ட சிரமத்தை இந்த வழியில் கடக்க முயற்சித்தேன்.

சாத்தியமான விமர்சகர்கள் என்னுடைய இந்தக் குறையைப் பயன்படுத்தி எனது அனைத்து வரலாற்று ஆய்வுகளையும் குப்பைக் கூடையில் எறிந்துவிட்டு, அது எப்போதும் வரலாற்று ஆய்வுக் கொள்கைகளுக்கு எதிரானது என்று கூறலாம். விமர்சகர்களும் இதே கருத்தைக் கொண்டிருந்தால், வரலாற்றுக் கண்டுபிடிப்புகளை நிர்வகிப்பதற்கான ஒரு விதி இருந்தால், அது எதையும் கூறுகிறது என்பதை அவர்களுக்கு நினைவூட்ட விரும்புகிறேன்

ஒரு யோசனைக்கு நேரடி ஆதாரம் இல்லை என்பதற்காக நீங்கள் அதை நிராகரித்தால், அந்த விதி ஒரு மோசமான விதி.

(அ) நேரடி ஆதாரம் மற்றும் யூக ஆதாரம், (ஆ) யூக ஆதாரம் மற்றும் கற்பனை எது என்ற விவாதத்தில் இறங்குவதற்குப் பதிலாக, விமர்சகர் செய்ய வேண்டியது, எந்த யோசனையும் ஊகத்தை மட்டுமே சார்ந்திருக்கிறதா? (இ) அந்த யோசனை சாத்தியமா, அது எனது யோசனையை விட தெரிந்தவற்றுடன் ஒத்துப்போகிறதா?

அதில் ஏதோ 'கற்பனை' இருப்பதால்தான் முதலில் சொல்ல முடியும். வேலை செய்யப்பட்டுள்ளது, எந்த யோசனையும் அடிப்படையற்றதாக கருத முடியாது. என் விமர்சகர்களை நினைவில் வையுங்கள் கடந்த காலத்தின் கருவறையில் வேர்கள் இருக்கும் ஒரு நிறுவனத்தை நாம் கருத்தில் கொள்ளப் போகிறோம் என்பதை நினைவில் கொள்ள வேண்டும். இணைந்து விட்டது. 'தீண்டாமை'யின் தோற்றத்தை விளக்க இந்த முயற்சி எப்படியோ எல்லாமே திட்டவட்டமான மொழியில் கொடுக்கப்பட்டுள்ள வரலாற்று நூல்களால் இது சாத்தியமில்லை. இது எங்கே

வரலாற்று அடிப்படை இல்லாதது, வரலாற்றை மறுகட்டமைப்பதில் ஒரு கேள்வி உள்ளது; ஏனெனில் அவர் எங்கே இருக்கிறார் அங்கும் கூட இந்தப் பிரச்சனையில் நேரடி வெளிச்சம் இல்லை. அத்தகைய சூழ்நிலையில் நூல்கள் நாம் அவற்றில் மூழ்கி, அந்த நூல்கள் என்ன கூறுகின்றன என்பதைக் கண்டுபிடிக்க முயற்சிக்க வேண்டும்.

சில விஷயங்களைப் பரிந்துரைத்து மறைக்கவும். என்ன கிடைத்தது என்பதை முழுமையாக உறுதி செய்யாமல் அது உண்மையோ இல்லையோ, கடந்த காலத்தின் எச்சங்களைச் சேகரித்து, ஒருவருக்கொருவர் நெருக்கமாக வைப்பது அவர்களின் தோற்றத்தின் கதையை அவர்களிடமிருந்து கேட்பது - அதுதான் வேலை. இந்த வேலையின் உருவகம்

இடிபாடுகளிலிருந்து நகரத்தை உருவாக்கும் தொல்பொருள் ஆய்வாளரின் பணியால் அல்லது ஒரு விலங்கின் சிதறிய எலும்புகள் மற்றும் பற்களிலிருந்து தகவல்களை சேகரிக்கும் ஒரு விலங்கியல் நிபுணரின் பணி மூலம் ஒரு உயிரினத்தை கற்பனை செய்கிறது, அல்லது ஒரு காட்சியை உருவாக்கும் ஓவியரின் வேலையிலிருந்து

அடிவானத்தின் கோடுகள் மற்றும் மலையின் சிறிய கால்தடங்களைப் படிக்கிறது. இந்த பார்வை இது வரலாற்றுப் புத்தகம் என்பதை விட ஒரு கலைப்பொருள். 'தீண்டாமை'யின் தோற்றம் அந்தக் கருத்துதான் கடந்த காலத்தின் கருவறையில் இணைக்கப்பட்டது, இது யாருக்கும் தெரியாது. அவரை உயிர்ப்பிக்க முயற்சி செய்யுங்கள் பழங்காலத்திலிருந்தே தொலைந்து போன ஒரு நகரத்தை வரலாற்றில் மீட்டெடுப்பது போன்றது.

இது அழியும் அபாயத்தில் உள்ளது மற்றும் அதன் அசல் வடிவத்தை மீட்டெடுக்க வேண்டும். அத்தகைய வேலையில் 'கற்பனை' மேலும் 'ஊகம்' அதன் பெரும் பங்கை எடுத்துக்கொள்ள வேண்டும். இது இல்லாமல் இந்த வேலை செய்ய முடியாது ஏனென்றால், 'அடிவான கற்பனை' இல்லாமல் எந்த அறிவியல் கண்டுபிடிப்பும் வெற்றியடையாது என்பது ஏற்றுக்கொள்ளப்பட்ட உண்மை.

இது சாத்தியம், மேலும் 'அனுமானம் என்பது அறிவியலின் ஆன்மா. மாக்சிம் கார்க்கி கூறுகிறார்: "அறிவியலும் இலக்கியமும் நிறைய பொதுவானவை. இரண்டிலும் கவனமான கவனிப்பு, ஒப்பீடு மற்றும் ஆய்வுக்கு ஒரு சிறப்பு முக்கியத்துவம் உள்ளது; இன்னும் அறியப்படாத நிகழ்வுகளின் சங்கிலியில் காணாமல் போன இணைப்புகளை நிரப்ப விஞ்ஞானியின் கற்பனையும் நுண்ணறிவும் கலைஞருக்குத் தேவை. செய்து கொண்டே இருந்தார் உள்ளது. இயற்கையின் வடிவம் மற்றும் செயல்முறை பற்றிய ஆய்வில் ஈடுபட்டுள்ளவர்களின் மனதை அதிகமாகவோ அல்லது குறைவாகவோ திருத்தும் கலையில், இதுபோன்ற யூகங்களைச் செய்ய விஞ்ஞானிகளுக்கு இது அறிவுறுத்துகிறது, மேலும் ஒருவரின் மனதில் ஒரு எதிர்பார்ப்பு உள்ளது. பொருட்களை உருவாக்க முடியும். , எனவே, இணைப்புகள் தொலைந்து போன இடங்களை மறுகட்டமைக்க முயற்சித்ததற்காக நான் மன்னிப்பு கேட்க வேண்டியதில்லை, மேலும் இந்த காரணத்திற்காக மட்டுமே எனது

கருத்துக்கள் 'அசுத்தமானதாக' கருத முடியாது. பெரும்பாலும், எனது அனைத்து சித்தாந்தங்களின் அடிப்படையும் உண்மை நிகழ்வுகளும் அவற்றிலிருந்து பெறப்பட்ட அனுமானங்களும்தான். உண்மை நிகழ்வுகள் அல்லது அவற்றிலிருந்து பெறப்பட்ட அனுமானங்கள் அடிப்படையாக எடுத்துக் கொள்ளப்படாவிட்டாலும், போதுமான அளவு நிகழ்தகவை அடிப்படையாகக் கொண்ட சூழ்நிலை சாட்சியமே அடிப்படையாகும். எனது அறிக்கைக்கு ஆதரவாக நான் கூறிய எந்த ஒரு விஷயமும் இல்லை, எந்த ஆதாரமும் இல்லாமல் வெறும் 'நம்பிக்கை' அடிப்படையில் என் வாசகர்கள் ஏற்றுக்கொள்ள வேண்டும் என்று எதிர்பார்க்கிறேன். நான் சொன்னதற்கு சாதகமாக ஒரு பெரிய நிகழ்தகவு இருப்பதை நான் குறைந்தபட்சம் காட்டினேன். அதிக அளவு நிகழ்தகவு ஆதாரத்துடன் முடிவெடுப்பதற்கு போதுமான அடிப்படை என்று சொல்வது முடியை இழுப்பதாகும்.

எனது ஆய்வில் இரண்டாவது விஷயம் என்னவென்றால், எனது அறிக்கையை 'இறுதி உண்மை' என்று ஏற்றுக்கொள்பவர் நான் அல்ல என்பதை எனது விமர்சகர்கள் கவனிக்க வேண்டும். இதை 'கடைசி வார்த்தை'யாகக் கருதும்படி நான் யாரையும் வற்புறுத்தவில்லை. விமர்சகர்களின் தனிப்பட்ட கருத்துக்கள் மற்றும் முடிவுகளை நான் பாதிக்க விரும்பவில்லை. அவர்கள் தங்கள் சொந்த முடிவுகளை எடுக்க சுதந்திரமாக உள்ளனர். நான் அவர்களிடம் கேட்டுக் கொள்ள விரும்புவது என்னவென்றால், என்னுடைய இந்த யோசனை முன்னோக்கி கொண்டு செல்லக்கூடிய ஒன்றல்லவா என்பதை அவர்கள் கருத்தில் கொள்ள வேண்டும் என்பதுதான். எந்தவொரு சிந்தனையின் நம்பகத்தன்மையும் அதைச் சுற்றியுள்ள அனைத்தையும் பொருத்தி, அவற்றை விளக்கி, ஒரு பொருளைக் கொடுக்கிறது, அந்த எண்ணம் இல்லாத நிலையில் உருவாக்க முடியாத ஒரு பொருளைக் கொடுக்கிறது, எனவே நாம் நிச்சயமாக அதை முன்னெடுத்துச் செல்ல முடியும். ஆனால் விமர்சகர்களிடமிருந்து ஒரு பக்கச்சார்பற்ற மதிப்பீட்டைத் தவிர வேறு எதையும் நான் விரும்பவில்லை.

பீம்ராவ் ம்பேத்கர்

1 ஹார்டிங் அவென்யூ, புது தில்லி
ஜனவரி 1, 1948

— shamat

வரிசை

பகுதி-6
தீண்டாமை மற்றும் அதன் தோற்றம்

1.
இந்துக்கள் அல்லாதவர்களிடையே தீண்டாமை

"தீண்டத்தகாதவர் யார், தீண்டாமை எப்படி உருவானது?" இந்த புத்தகத்தில் பதிலளிக்க முயற்சிக்கும் முக்கிய கேள்வி இதுதான்.

தலைப்பின் ஆழத்திற்குச் செல்வதற்கு முன், சில கேள்விகளுக்கு பதிலளிக்க வேண்டியது அவசியம். முதல் கேள்வி, உலகில் இந்துக்கள் மட்டும்தான் தீண்டாமையை நம்புகிறார்களா? இந்துக்கள் அல்லாதவர்களிடமும் தீண்டாமை இருக்கிறது என்றால், இந்துக்களின் தீண்டாமைக்கும் இந்து அல்லாதவர்களின் தீண்டாமைக்கும் என்ன வித்தியாசம்? துரதிர்ஷ்டவசமாக, அத்தகைய ஒப்பீட்டு ஆய்வை இதுவரை யாரும் செய்யவில்லை. இதன் விளைவு, இந்துக்களிடையே தீண்டாமை இருப்பது பலருக்குத் தெரியும், ஆனால் அதன் தனித்தன்மை என்னவென்று தெரியவில்லையா? அதன் தனித்துவத்தையும் அதன் குணாதிசயங்களையும் உண்மையாகப் புரிந்து கொண்டால் மட்டுமே தீண்டத்தகாதவர்களின் உண்மையான நிலையைப் புரிந்து கொள்ள முடியும், அதிலிருந்து தீண்டாமையின் தோற்றத்தையும் அறிய முடியும்.

முதலில் ஆரம்பகால மற்றும் பண்டைய சமூகத்தின் நிலைமை என்ன என்பதை ஆராய்வோம்? அவர்கள் தீண்டாமையை ஏற்றுக் கொண்டார்களா? முதலில் அவர் தீண்டாமையால் என்ன புரிந்து கொண்டார் என்பது தெளிவாக இருக்க வேண்டும்? இதைப் பற்றி அனைவருக்கும் ஒரே மாதிரியான எண்ணம் இருக்கும், தீண்டாமையின் அடிப்படை அசுத்தம், தூய்மையற்ற தன்மை மற்றும் நோய்த்தொற்றுக்கான கற்பனை மற்றும் அதிலிருந்து விடுபடுவதற்கான வழிகள் மற்றும் வழிமுறைகள் என்பதை அனைவரும் ஏற்றுக்கொள்வார்கள்.

மேற்சொன்ன பொருளில் தீண்டாமையை அவர்கள் அறிந்திருந்தார்களா இல்லையா என்பதைக் கண்டறியும் நோக்கில் ஆரம்பகாலச் சமூகத்தின் சமூக வாழ்க்கையை ஆராயும்போது, ஆரம்பகாலச் சமூகம் 'தூய்மை' என்ற கருத்தை மட்டும் அறிந்திருக்கவில்லை என்பதில் சந்தேகமில்லை. ஆனால் இந்த நம்பிக்கையின் காரணமாக அவரது மத சடங்குகள்,

பழக்கவழக்கங்கள் மற்றும் பிற நடவடிக்கைகள் ஒரு வாழ்க்கை முறையாக மாறியது.

ஆரம்பகால மனிதன் இதை நம்பினான்:

1. சில சிறப்பு நிகழ்வுகள் நிகழ்வதால்,
2. சில பொருட்களை தொடுவதன் மூலம், மற்றும்
3. குறிப்பிட்ட நபர்களைத் தொடுவது தூய்மையற்ற தன்மையை ஏற்படுத்துகிறது.

'தீமை' ஒருவரிடமிருந்து மற்றவர்களுக்குப் பரவுகிறது என்றும் ஆரம்பகால மனிதன் நம்பினான். இந்த 'அசுத்தம்' ஒருவருக்கொருவர் கடந்து செல்வது குறிப்பாக சிறப்பு சூழ்நிலைகளில், அதாவது இயற்கையான உணவு மற்றும் குடிப்பழக்கம் போன்றவற்றில் நிகழ்கிறது என்பதை அவர் புரிந்துகொண்டார். ஆரம்பகால மனிதன் 'அசுத்தத்திற்கு' காரணம் என்று கருதிய வாழ்க்கை நிகழ்வுகளில், பின்வருபவை முக்கியமானவை -

1. பிறப்பு, 2. தீட்சை, 3. வயதுக்கு வருவது, 4. திருமணம், 5. உடலுறவு, 6. இறப்பு

குழந்தை பிறக்கவிருக்கும் தாய்மார்கள் 'தூய்மையற்றவர்களாக' கருதப்பட்டு மற்றவர்களுக்கு அசுத்தத்தைப் பரப்புகிறார்கள். தாய்மார்களின் 'அசுத்தம்' குழந்தைகளுக்கும் பரவியது.

சன்ஸ்கர் மற்றும் வயது வந்தவராக மாறுதல் ஆகியவை வாழ்க்கையின் அந்த நிலைகளாகும், இது ஆண்களும் பெண்களும் முழுமையான சிற்றின்ப மற்றும் சமூக வாழ்க்கையில் நுழைவதைக் குறிக்கிறது. அவர்கள் தனிமையில் வாழ வேண்டும், சிறப்பு உணவுகளை உண்ண வேண்டும், அடிக்கடி குளிக்க வேண்டும், உடலில் தைலம் பூச வேண்டும், விருத்தசேதனம் போன்ற உடல் குத்துதல்களையும் செய்ய வேண்டியிருந்தது. அமெரிக்க ஜாதிகளில், சடங்குகளைக் கொண்ட மக்கள், சிறப்பு உணவுகளை உட்கொள்வது மட்டுமல்லாமல், அவ்வப்போது அத்தகைய மருந்துகளை உட்கொண்டனர்.

அவர்கள் வாந்தி எடுக்கலாம்.

திருமணத்துடன் இருந்த பழக்கவழக்கங்களிலிருந்து, ஆரம்பகால மனிதர் திருமணத்தை புனிதமாகக் கருதினார் என்று தெரிகிறது. சில சமயங்களில் திருமணமான பெண், ஆஸ்திரேலியாவைப் போல, தன் சொந்த சாதியினருடன் உடலுறவை பொறுத்துக்கொள்ள வேண்டியிருந்தது; அல்லது அமெரிக்காவில் இருப்பது போல் சாதி அல்லது மருத்துவரின் தலைவருடன்; அல்லது கணவரின் நண்பர்களால், கிழக்கு

ஆப்பிரிக்காவின் பழங்குடியினர் மத்தியில்; சில சமயங்களில் கணவன் தன் மனைவியை வாளால் கீறிவிடுவார், சில சமயங்களில் மனைவி தன் கணவனை மணக்கும் முன் முண்டா சாதியைப் போல ஒரு மரத்தைத் திருமணம் செய்து கொள்ள வேண்டும். இந்த அனைத்து சடங்குகளின் நோக்கம் திருமணத்தை 'அசுத்தத்திலிருந்து' பாதுகாப்பதாகும்.

முற்கால மனிதனுக்கு, 'மரணமே' பெரும்பாலான 'அசுத்தத்திற்கு' காரணமாக இருந்தது, இறந்தவரின் பொருட்களை எடுத்துக்கொள்வதும் 'அசுத்தமாக' இருந்தது இறந்த நபரின் உடலுடன் கல்லறைக்கு அர்த்தம் இருந்தது, ஏனென்றால் மக்கள் அந்த விஷயங்களைப் பயன்படுத்துவது ஆபத்தானது மற்றும் துரதிர்ஷ்டவசமானது.

பொருட்களைத் தொடுவதால் ஏற்படும் அசுத்தத்தைப் பற்றிப் பேசுகையில், ஆரம்பகால மனிதன் சில பொருள்கள் புனிதமானவை என்றும், மற்றவை தூய்மையற்றவை என்றும் அறிந்திருந்தான். ஒருவர் புனிதமான பொருளைத் தொட்டால், அது தூய்மையற்றது என்று கருதப்பட்டது. புனிதமான மற்றும் சாதாரணமான விஷயங்களை ஒருவருக்கொருவர் பிரிப்பதற்கு மிகவும் தெளிவான உதாரணம் தோடா மக்கள், அவர்களின் விரிவான பழக்கவழக்கங்கள் மற்றும் சமூக நிறுவனங்கள் தங்கள் புனிதமான கால்நடைகள், அவர்களின் புனித விலங்கு பண்ணைகள், புனித பாத்திரங்கள், புனிதமானவை ஆகியவற்றைப் பாதுகாக்க அவர்கள் எடுக்கும் முயற்சிகளை அடிப்படையாகக் கொண்டவை. பால்

சடங்குகளைச் செய்வதையே பணியாகக் கொண்டவர்களை தூய்மையாக வைத்திருக்க வேண்டும். பால் பண்ணைகளில் பயன்படுத்தப்படும் புனிதமான பாத்திரங்கள் எப்போதும் ஒரு தனி அறையில் வைக்கப்படுகின்றன, அதை முதலில் மற்றொரு பாத்திரத்தில் ஊற்றினால் மட்டுமே அந்த பாத்திரங்களில் இருந்து பால் எடுக்க முடியாது. அர்ச்சகராக இருக்கும் மாடு மேய்ப்பவர் நீண்ட சடங்குகளுக்குப் பிறகுதான் தனது வேலையைத் தொடங்க முடியும். இந்த வழியில் அவர் சாதாரண மனிதனின் அந்தஸ்தை விட உயர்ந்து அந்த 'புனித செயலை' செய்யக்கூடியவராகிறார். விசேஷ சந்தர்ப்பங்களில் மட்டுமே அவர் கிராமத்தில் தூங்க அனுமதிக்கப்படுகிறார், மேலும் அவரது அன்றாட வழக்கமும் இதே போன்ற விதிகளால் பின்பற்றப்படுகிறது. அந்த 'புனித மாடு மேய்ப்பவன்' ஒருவனுடைய மண்ணோடு போய்விட்டால், அவன் தன் புனிதமான செயல்களைச் செய்யத் தகுதியற்றவனாகிறான். இவை அனைத்திலிருந்தும், இந்த பழக்கவழக்கங்களில் பெரும்பாலானவை ஒரே ஒரு நோக்கத்தை மட்டுமே கொண்டுள்ளன - உலக ஆபத்துகளிலிருந்து பாதுகாக்கவும், புனிதமான பொருளைத்

தாங்களே புனிதமாக இருப்பவர்களின் நுகர்வுக்கு ஏற்றதாக மாற்றவும்.

இந்த 'தூய்மை' உணர்வு விஷயங்களுடன் மட்டும் தொடர்புடையது அல்ல. புனிதமாக கருதப்பட்ட சில சிறப்பு வகுப்பு மக்களும் இருந்தனர். யாராவது அவர்களைத் தொட்டால், அது அவர்களுக்கு 'அசுத்தத்தை' ஏற்படுத்தும். பாலினேசியர்களிடையே தலைவரின் புனிதம் ஒரு தாழ்ந்தவரின் தொடுதலால் அழிக்கப்பட்டது; இருப்பினும், இது தாழ்ந்த நபருக்கு மட்டுமே தீங்கு விளைவிக்கும். மறுபுறம், இல், சடங்கு அசுத்தத்துடன் தொடர்புடைய புனித மக்களின் புனிதத்தன்மை அழிக்கப்பட்டது. 'உகாண்டா'வில் கோவில் கட்டுவதற்கு முன், மக்கள் தங்களைத் தூய்மைப்படுத்திக்கொள்ள நான்கு நாட்கள் மட்டுமே அவகாசம் அளிக்கப்பட்டது. மறுபுறம், தலைவனும் அவனுடைய பொருள்களும் மிகவும் புனிதமானவையாகக் கருதப்படுகின்றன, குறைந்த அந்தஸ்தில் யாராவது அவற்றைப் பயன்படுத்தினால், அது அவருக்கு நல்லதல்ல. டோங்கா தீவில், மக்கள் ஒரு தலைவரைத் தொடுவது தடைசெய்யப்படும். திருமகளின் பாதங்களை தொட்டால் இக்குறை நீங்கும். 'மலாயா' குடாநாட்டின் முதல்வரின் 'புனிதம்' அரச சின்னத்தில் பொதிந்திருந்தது, யாராவது அதைத் தொட்டால், அது கடுமையான நோயையோ அல்லது மரணத்தையோ அழைக்கும்.

ஆரம்பகால மனிதர்கள் வெளிநாட்டவர்களைச் சந்தித்த பிறகும் 'தீண்டத்தகாதவர்களாக' ஆனார்கள். தென்னாப்பிரிக்காவில் உள்ள பழங்குடியினரான தீபா மக்கள், தங்கள் நாட்டை விட்டு வெளியேறும் மக்கள் வெளிப்புற ஆவிகளால் பாதிக்கப்படலாம் என்று நம்புகிறார்கள். அந்நிய தெய்வங்களை வழிபடுவது மோசமான விளைவுகளை ஏற்படுத்தியதால் வெளிநாட்டவர்கள் தடை செய்யப்பட்டனர். எனவே அவை 'புகைக்கப்பட்டன' அல்லது வேறு வழியில் புனிதமாக்கப்பட்டன. 'தீரி' மற்றும் அவர்களது அண்டை சாதியினரிடையே, ஒரு பழங்குடியினர் வெளியில் இருந்து திரும்பி வந்தாலும், அவர் ஒரு வெளிநாட்டவரைப் போலவே நடத்தப்பட்டார், அவர் உட்காரும் வரை அவரை கவனிக்கவில்லை.

தெரியாத நாட்டிலிருந்து வருபவர்களுக்கு தெரியாத நாட்டிற்கு செல்வதில் எவ்வளவு ஆபத்து இருந்ததோ அதே அளவு ஆபத்து இருந்தது.

அது ஆபத்தானது. ஆஸ்திரேலியாவில், ஒரு ஜாதி மற்றொரு சாதியைச் சந்திக்க வேண்டியிருக்கும் போது, அவர்கள் காற்றை சுத்தப்படுத்த எரியும் தீப்பந்தங்களை முன்னோக்கி எடுத்துச் செல்வார்கள், அதே வழியில், ஸ்பார்டா மன்னர்கள் போருக்குச் செல்லும்போது, அவர்கள் முன் பலிபீடத்தின் புனித நெருப்பை எடுத்துச் சென்றனர்.

அதேபோல, வெளியில் இருந்து வீட்டிற்குள் நுழைபவர்கள், காலணிகளைக் கழற்றினாலும், சில சடங்குகளை கடைபிடிக்க வேண்டும், இல்லாவிட்டால், வெளியில் தொட்டு வீட்டில் உள்ளவர்களை 'அசுத்தம்' ஆக்கிவிடுவார்களோ என்ற அச்சம் இருந்தது செய்ய. வீட்டில் யாரேனும் ஒருவரைத் தொட்டு 'தூய்மையற்றவர்' ஆக்கும் நிலை ஏற்படும் போதெல்லாம், வாசலில் ரத்தம் பூசி, கதவுச் சட்டமோ அல்லது தண்ணீரோ தெளிக்கப்படும். சில நேரங்களில் தீய தாக்கங்களிலிருந்து பாதுகாக்கவும், வீட்டிற்கு நல்ல அதிர்ஷ்டத்தை கொண்டு வரவும் வீட்டின் வாசலில் குதிரைவாலி தொங்கவிடப்பட்டது.

பிறப்பு, இறப்பு மற்றும் திருமணம் ஆகியவற்றுடன் தொடர்புடைய அனைத்து சடங்குகளும் உள்ளார்ந்த தூய்மையின் ஆதாரங்கள் என்ற ஒரே பொருளைக் கொண்டிருக்கவில்லை; ஆனால், எப்பொழுது, எங்கு தனிமை இருக்கிறதோ, அதுவும் மற்ற விஷயங்களுடன் அசுத்தத்தின் அடையாளம் என்பதை அதிலிருந்து ஏற்றுக்கொள்ள வேண்டும். பிறப்பு, துவக்கம், திருமணம் மற்றும் இறப்பு ஆகியவை பிரிவின் வடிவங்கள் மற்றும் 'தூய்மை' அல்லது 'வெளிப்புறம்' ஆகியவற்றுடன் எந்த வகையான தொடர்பும் தனிமைப்படுத்தலுக்கு வழிவகுக்கிறது.

குழந்தை பிறந்த பிறகு தாய் பிரிந்து செல்கிறார். வயது முதிர்ந்த பிறகும், தீட்சை பெற்றாலும் சில காலம் பிரிந்து வாழ வேண்டும். திருமணத்தில், நிச்சயதார்த்தம் முதல் திருமணம் நடக்கும் வரை, கணவனும் மனைவியும் ஒருவரையொருவர் விட்டு விலகி இருப்பார்கள்.

ஒரு பெண்ணுக்கு மாதவிடாய் ஏற்பட்டால், அவள் தனியாக வாழ வேண்டும். பிரிவினை பொதுவாக மரணம் ஏற்படும் போது நிகழ்கிறது. இறந்தவரின் உடல் மட்டுமல்ல, அவரது உறவினர்கள் கூட மற்றவர்களிடமிருந்து விலகி இருக்க வேண்டும். இந்த தனிமை அவர்களின் முடி, நகங்கள் மற்றும் பழைய ஆடைகளை அணிவதில் தெளிவாகத் தெரிகிறது. சமுதாயத்தின் முடிதிருத்துவோர், சலவை செய்பவர்கள் முதலியோர் அவற்றைப் புறக்கணித்துள்ளனர் என்பது இதன் பொருள். பிரிக்கும் நேரமும் அதன் தீவிரமும் ஒன்றல்ல, ஆனால் பிரித்தல் நிகழ்கிறது. புனிதமானது சில சாதாரண உலக மனிதர்களால் தூய்மையற்றதாகிவிட்டாலோ, அல்லது அசுத்தம் சொந்த சாதியிலிருந்தே தோன்றியிருந்தாலோ, அல்லது சொந்த ஜாதிக்கு அப்பாற்பட்ட சில உறவுகளால் அசுத்தம் ஏற்பட்டாலோ, கண்டிப்பாகப் பிரிவினை நிகழும். ஒரு சாதாரண உலக மனிதர் புனிதர்களிடமிருந்து விலகி இருக்க வேண்டும். ஒருவருடைய உறவினர்கள் உறவினர் அல்லாதவர்களிடமிருந்து விலகி இருக்க வேண்டும். இதிலிருந்து ஆரம்பகாலச் சமூகத்தில்

தூய்மைக்கேடுக்கான காரணங்கள் பிரிக்கப்பட்டன என்பது தெளிவாகிறது.

தூய்மையற்ற சிந்தனையுடன், ஆரம்பகால சமூகம் ஒருவரை புனிதமானதாக மாற்றக்கூடிய சடங்குகளையும் கற்பனை செய்தது, இது தூய்மையற்ற தன்மையை விரட்டும். அசுத்தத்தை அகற்றுவதற்கான வழிமுறைகள் 'நீர்' மற்றும் 'இரத்தம்' ஆகும். தூய்மையற்ற ஒருவன் தண்ணீரையும் இரத்தத்தையும் தெளித்தால், அவன்

தூய்மையாகிறது. சுத்திகரிப்பு சடங்குகளில் ஆடைகளை மாற்றுதல், முடி மற்றும் நகங்களை வெட்டுதல், வியர்த்தல், நெருப்பால் சூடுபடுத்துதல், புகைபிடித்தல், நறுமணப் பொருட்களை எரித்தல் மற்றும் கிளையால் பேயோட்டுதல் ஆகியவை அடங்கும்.

இவை அசுத்தத்தை விரட்டுவதற்கான வழிமுறைகளாக இருந்தன. ஆனால் ஆரம்பகால சமூகம் தூய்மையற்றதைத் தவிர்ப்பதற்கான மற்றொரு வழியையும் அறிந்திருந்தது. அதாவது ஒன்றின் அசுத்தத்தை மற்றவர் மீது சுமத்துவது. இது ஏற்கனவே தடைசெய்யப்பட்ட அல்லது ஒதுக்கிவைக்கப்பட்ட வேறொருவர் மீது சுமத்தப்பட்டது.

நியூசிலாந்தில், ஒருவர் மற்றொருவரின் தலையைத் தொட்டால், அது தடை செய்யப்பட்டதாகக் கருதப்படுகிறது, ஏனெனில் தலை உடலின் புனிதமான பகுதியாகும். பின்னர் அவர் ஒரு சிறப்பு வகை வேரைக் கைகளால் தேய்த்து தன்னைத் தூய்மைப்படுத்த வேண்டும். அந்த வேர் அம்மாவின் பக்கத்தில் உள்ள குடும்பத்தலைவருக்கு உணவு தயாரித்து வந்தது. 'டோங்கா'வில், 'தடை' உணவுகளை யாராவது உட்கொண்டால், அதன் 'கெட்ட தாக்கத்தில்' இருந்து தப்பிக்க ஒரே வழி, குடும்பத்தலைவரின் பாதங்களை வயிற்றில் வைப்பதுதான்.

ஒன்றின் தூய்மை மற்றொன்றுக்கு மாற்றப்படும் என்ற எண்ணம் 'தியாகக் கன்று' வடிவில் வெளிப்படுகிறது. 'பிஜியில், தடை செய்யப்பட்டவர்களில் யாராவது பன்றியைத் தொட்டால், அது தலைவருக்குப் புனிதமாகிவிடும். 'உகாண்டா'வில் மன்னரின் துக்க நேரம் முடிந்ததும், 'பலி கன்று' ஒன்று மாடு, ஆடு, நாய், கோழி மற்றும் அரசன் வீட்டிலிருந்து சிறிது மண் மற்றும் நெருப்புடன் எரிக்கப்படும். நகரம்' வழங்கப்பட்டது. அங்கே அந்த விலங்குகள் முடமாக்கப்பட்டு இறக்க விடப்பட்டன. இதன் மூலம் ராஜா மற்றும் ராணியின் அனைத்து அசுத்தங்களும் நீங்கும் என்று நம்பப்பட்டது.

இவை அனைத்தும் ஆரம்பகால சமுதாயத்தில் தூய்மையற்ற எண்ணம் இருந்ததை நிரூபிக்கும் விஷயங்கள். ஆரம்பகால சமுதாயத்திற்குப் பிறகு பண்டைய சமூகத்தை நாம் கருத்தில்

கொண்டால், பண்டைய சமுதாயத்தில் தூய்மையற்றது என்ற எண்ணம் ஆரம்பகால சமுதாயத்தில் தூய்மையற்றது என்ற எண்ணத்திலிருந்து மிகவும் வேறுபட்டதாக இல்லை. தூய்மையின்மைக்கான ஆதாரங்கள் அல்லது காரணங்களில் வேறுபாடு உள்ளது. அதை புனிதமாக்கும் சடங்குகளும் வேறுபட்டிருக்கலாம். ஆனால் இந்த வேறுபாடுகளைத் தவிர, ஆரம்பகால சமூகத்திலும் பண்டைய சமூகத்திலும் தூய்மையின்மை மற்றும் தூய்மையின் வடிவம் ஒன்றுதான்.

நட்பு நாட்டின் தூய்மையற்ற முறையை ஆரம்பகால சமுதாயத்தின் தூய்மையற்ற அமைப்புடன் ஒப்பிட்டுப் பார்த்தால், இரண்டிற்கும் உள்ள ஒரே வித்தியாசம் அது எகிப்தில் மிகவும் பரவலாகிவிட்டது.

கிரேக்கர்களிடையே, இரத்தப்போக்கு, பேய்களின் தாக்கம், இறப்பு, உடலுறவு, குழந்தை பிறப்பு, மலம் கழித்தல், தடை செய்யப்பட்ட உணவுகளான குழம்புகள், வெண்ணெய் மற்றும் பூண்டு போன்றவற்றை உண்பது, புனித ஸ்தலங்களுக்குள் அனுமதியின்றி நுழைவது மற்றும் சில நேரங்களில் சத்தியம் செய்வது மற்றும் சண்டையிடுவது தூய்மையற்றது

மற்றும் தூய்மைக்கான வழிமுறைகள், கிரேக்கர்கள் கூட்டாக 'கோபோயா' என்று அழைத்தனர். பிரதிஷ்டை செய்யப்பட்ட நீர், கந்தகம், வெங்காயம், தூபம், நெருப்பு, சில மரங்களின் கிளைகள், பிற தாவரங்கள், பிடுமன், கம்பளி, சில கற்கள் மற்றும் தாயத்துக்கள், சூரிய வெப்பம், தங்கம் போன்ற பளபளப்பான பொருட்கள், பலியிடும் விலங்குகள், குறிப்பாக பன்றிகள் மற்றும் அவற்றில் அவை உள்ளன. இரத்தமும் சதையும், சில பண்டிகைகள் மற்றும் சடங்குகள் அந்த சந்தர்ப்பங்களில் நிகழ்த்தப்பட்டன, குறிப்பாக சபித்தல் மற்றும் 'பலியிடும் கன்று'. தூய்மையற்றவர்களின் தலை முடியை வெட்டுவதும், தெய்வத்துடனான தொடர்பை ஏற்படுத்துவதும் புனிதப்படுத்துவதற்கான ஒரு அசாதாரண வழி.

தூய்மை மற்றும் தூய்மை பற்றிய ரோமானியர்களின் கற்பனையின் சிறப்பு, பிராந்திய (கால) மற்றும் சாதி அடிப்படையிலான தூய்மையற்ற மற்றும் தூய்மையின் கற்பனை ஆகும். வீடு புனிதப்படுத்தப்பட்டதைப் போலவே, முழு பிராந்தியத்தையும் தூய்மைப்படுத்த இதேபோன்ற சடங்கு செய்யப்பட்டது. பிராந்திய தூய்மை சடங்கு முழு எல்லையையும் சுற்றி வருதல் மற்றும் பலியிடுதல் ஆகியவற்றைக் கொண்டிருந்தது. பழங்காலத்தில், நகரச் சுவரைச் சுற்றிலும் இதே மாதிரியான சுற்றுவட்டம் நடந்து வந்தது. வரலாற்று சகாப்தத்தில், இரண்டாம் பியூனிக் போரால் ஏற்பட்ட பெரும் அழிவுக்குப் பிறகு, எந்தவொரு பெரிய பேரழிவிற்குப் பிறகும் நகரத்தின் சிறப்புப் பிரதிஷ்டை ஏற்பாடு செய்யப்பட்டது. இந்த தவங்களின் முக்கிய நோக்கம்

தெய்வங்களின் தயவைப் பெறுவதாகும். எந்த காலனியின் தொடக்கத்திலும், சுத்திகரிப்பு சடங்குகள் செய்யப்பட்டன. எல்லைகள் மற்றும் சந்தைகளின் பாதுகாப்பு அதன் அசல் வடிவத்தில் அவர்களின் 'புனிதமாக்கலாக' இருந்திருக்கும். சமீப காலம் வரை, ஒரு சிறப்பு வகுப்பு பாதிரியார்கள் பண்டைய ரோமின் எல்லைகளில் ரோந்து சென்றனர் - பெலரினேட் குடியேற்றம். அதற்கு முன், ஆரம்பகால நகரத்தின் பண்டைய எல்லைகளை ஆண்டுதோறும் சுற்றிவருவது வழக்கம். இதில், 'அர்பல்' என்ற பாதிரியார் தலைமை வகித்து வந்தார். இந்தச் சுற்றில் 'அம்பர்பலியா' என்று அழைக்கப்பட்டது. ரோமானிய அரசின் பரப்பளவு அதிகரித்தபோது, 'புனிதப்படுத்துதல்' என்ற புனிதமும் விகிதத்தில் அதிகரித்ததாகத் தெரியவில்லை. இந்த சுற்றிவளைப்புகள் இத்தாலிக்கு உள்ளேயும் வெளியேயும் மற்ற இடங்களிலும் கிரேக்கத்திலும் நடந்தன. மந்திரங்களைக் கொண்ட பிரார்த்தனைகளின் தூய உச்சரிப்பு ஒரு மந்திர விளைவைக் கொண்டிருப்பதாகத் தெரிகிறது. அவர்களின் உச்சரிப்பில் ஏதேனும் தவறு இருந்தால், அதற்கு வருத்தம் தெரிவிக்க வேண்டும். உதாரணமாக, பண்டைய ரோமின் நீதித்துறை அமைப்பில், உலோக வடிவத்தின் உச்சரிப்பில் ஏதேனும் தவறு இருந்தால், வாதி தனது குற்றச்சாட்டையும் வழக்கையும் இழந்திருப்பார்.

தனித்துவமான பண்டைய சடங்குகளின் வேறு சில வடிவங்களும் தெய்வங்களை மகிழ்விக்கும் யோசனையுடன் இணைக்கப்பட்டுள்ளன. சாலி என்ற பழங்காலப் பாதிரியார் விசேஷ சமயங்களில் நகரின் பல்வேறு இடங்களில் சுற்றித் திரிந்தார். அவர்கள் தங்கள் ஆயுதங்களையும் இசைக்கருவிகளையும் சுத்திகரித்தனர், இது இராணுவ ஆயுதங்களை வெற்றிகரமாகப் பயன்படுத்துவதற்கு, அவர்கள் புனிதமாக இருக்க வேண்டியது அவசியம் என்ற ஆரம்பகால மக்களின் நம்பிக்கையை ஆதரிக்கிறது. புனிதப்படுத்துதலுடன் முடிவடையும் அரசாங்க கணக்கீடுகள்

இது உண்மையில் ஒரு இராணுவ செயல்முறையாக இருந்தது, ஏனெனில் இது பொதுவான உடையில் இராணுவமாக இருக்கும் மத்திய குழுவுடன் தொடர்புடையது. இராணுவத்தில் சில சமயங்களில் நிலவிய போலி அச்சத்தை நீக்க இராணுவம் போர்க்களத்தை அடைந்த அதே நேரத்தில் இந்த இராணுவ புனிதமும் இடம்பெற்றது. மற்ற சந்தர்ப்பங்களில் இது நோயைத் தடுக்க மட்டுமே. கடற்படைகளும் சுத்திகரிக்கப்பட்டன.

எபிரேயர்களும், அனைத்து ஆரம்பகால மக்களைப் போலவே, தூய்மையற்ற கருத்தை நம்பினர். தூய்மையற்ற விலங்குகளின் எலும்புக்கூடுகளைத் தொட்டதாலோ அல்லது இறந்த இறைச்சியை

உண்பதாலோ அல்லது எப்போதும் அசுத்தமாக இருக்கும் ஊர்ந்து செல்லும் விலங்குகள் மற்றும் விலங்குகளின் தொடுதலாலோ அசுத்தம் ஏற்படுகிறது என்பது அவர்களின் தூய்மையற்ற சிந்தனையின் சிறப்பியல்பு. பிளவுபட்ட குளம்புகளை உடைய, ஒன்றோடொன்று சேராத, அழுகாத, கால்களால் நடக்கிற, நான்கு கால்களில் நடக்கும் அனைத்து வகையான விலங்குகளும் தூய்மைக்கேட்டை உருவாக்குகின்றன. அசுத்தமான ஒருவரைத் தொடுவது கூட எபிரேய மக்களுக்கு அசுத்தமாக இருந்தது. எபிரேய மக்களின் தூய்மையற்ற தன்மையின் மேலும் இரண்டு பண்புகளையும் குறிப்பிடலாம். சிலை வழிபாடு தூய்மையின்மைக்கு காரணமாக இருக்கலாம் என்றும், மக்களின் பாலியல் தூய்மையற்ற தன்மை இப்பகுதியை தூய்மையற்றதாக மாற்றியது என்றும் அவர்கள் நம்பினர்.

இந்த விரிவான விளக்கத்திற்குப் பிறகு, ஆரம்பகால சமுதாயத்திலோ அல்லது பண்டைய சமுதாயத்திலோ தூய்மையற்ற கருத்தை நம்பாதவர்கள் யாரும் இல்லை என்று சாராம்சத்தில் கூறலாம்.

2.
இந்துக்களிடையே தீண்டாமை

தூய்மையற்ற தன்மையைப் பொறுத்த வரையில், இந்துக்களுக்கும் முற்கால அல்லது பண்டைய சமூகங்களின் மக்களுக்கும் இடையே வேறுபாடு இல்லை. தூய்மையற்ற கருத்து இந்துக்களால் ஏற்றுக்கொள்ளப்பட்டது, இது மனுஸ்மிருதியிலிருந்து தெளிவாகிறது. மனு உடல் அசுத்தத்தையும் மன அசுத்தத்தையும் ஏற்றுக்கொண்டது.

மனு பிறப்பு, இறப்பு மற்றும் மாதவிடாய் ஆகியவை தூய்மையின்மைக்குக் காரணங்களாக ஏற்றுக்கொண்டுள்ளன. மரணத்தின் விளைவாக ஏற்படும் தூய்மையின் தாக்கம் வெகு தொலைவில் இருந்தது. இது இரத்த உறவைப் பின்பற்றியது. மரணம் காரணமாக, சபிந்தக மற்றும் சமனோதக எனப்படும் இறந்தவரின் குடும்ப உறுப்பினர்கள் அனைவரும் தூய்மையற்றவர்கள். இதில் தாய்வழி உறவினர்கள், தாய்வழி மாமன்கள் போன்றவர்கள் மட்டுமல்ல, தொலைதூர உறவினர்களும் அடங்குவர். (1) ஆச்சார்யா, (2) ஆச்சார்யா - மகன், (3) ஆச்சார்யா - மனைவி, (4) சீடன், (5) வகுப்புத் தோழன், (6) ஷ்ரோத்ரியா, (7) அரசன், (8) போன்ற தொடர்பில்லாதவர்களைக் கூட அது தொட்டது. நண்பர்கள், (9) குடும்ப உறுப்பினர்கள், (10) இறந்த உடலைச் சுமந்தவர்கள், (11) இறந்த உடலைத் தொடுபவர்கள்.

அசுத்தத்தின் செல்வாக்கின் கீழ் வந்தவர் அதிலிருந்து தப்பிக்க முடியாது. அதில் ஒரு சிலர் மட்டும் விதிவிலக்காக இருந்தனர். பின்வரும் வசனங்களில், மனு அந்த விதிவிலக்குகளை பெயரிட்டுள்ளதுடன், அவற்றின் காரணங்களையும் கூறியுள்ளார். (பொருள்-மந்திரத்தைப் படியுங்கள்.)

"அரசனும், எந்த விரதத்தை அல்லது யாகம் செய்வதிலும் ஈடுபடுபவர்கள், தூய்மையற்றவர்களாக இருப்பார்கள், ஏனென்றால் அரசன் இந்திரனின் இருக்கையில் அமர்ந்திருப்பதால், மற்ற இருவரும் எப்போதும் பிராமணர்களைப் போல தூய்மையானவர்கள்." (5, 93)

"பிரமாண்டமான சிம்மாசனத்தில் அமர்ந்திருக்கும் அரசனுக்கு உடனடிப் புனிதத்திற்கான ஏற்பாடு உள்ளது; இதற்குக் காரணம், அவர் தனது மக்களைப் பாதுகாக்க சிம்மாசனத்தில் இருக்கிறார். " (5,94)

“எந்தப் போரிலோ, போரிலோ பணியாற்றியோ, மின்னல் தாக்கி அரசனால் இறந்தோ, பசு அல்லது பிராமணன் பாதுகாப்பில் இறந்தால், அரசன் தன் உறவினர்களுக்கும் அவர்களுக்கும் அதையே வழங்குவான். அவர்களின் தூய்மையற்ற தன்மை. (5,95)

"சந்திரன், அக்னி, சூரியன், வாயு, இந்திரன், குபேரன், வருணன் மற்றும் யமன் ஆகிய எட்டுக் காவல் தெய்வங்களின் அவதாரம் என்பதால் அரசன் புனிதமானவன்." (5,96)

"அரசன் உலகத்தின் காவல் தெய்வங்களால் ஈர்க்கப்பட்டிருப்பதால், அவன் எதற்கும் உட்பட்டவன் அல்ல. இந்த வகையான தூய்மையற்றது பொருந்தாது, ஏனென்றால் உலகின் இந்த எஜமானர்கள் தூய்மை மற்றும் தூய்மையின்மைக்கு காரணமானவர்கள்." (5, 97)

மதப் போர்களில் இறந்தவர்களின் ராஜாவும் உறவினர்களும் தூய்மையற்றவர்களுக்கு விதிவிலக்காக வைத்திருக்க விரும்பும் மக்களும் தூய்மையற்ற பொது விதிகளுக்கு உட்பட்டவர்கள் அல்ல என்பது இதிலிருந்து தெளிவாகிறது. "பிராமணன் எப்பொழுதும் தூய்மையானவன்" என்பது மனுவின் கூற்று. அது பிராமணரையே முதன்மையாக வைத்துக்கொண்டு அதன் பொது அர்த்தத்தில் மட்டுமே ஏற்றுக்கொள்ளப்பட வேண்டும். பிராமணன் தூய்மையற்றவன் என்று பொருள் கொள்ளக் கூடாது. ஏனென்றால் அவர் அப்படி இல்லை. பிறப்பு மற்றும் இறப்பு தவிர, பிராமணர்களுக்குப் பொருந்தக்கூடிய தூய்மையற்ற பல காரணங்கள் இருந்தன, அவை பிராமணர் அல்லாதவர்களுக்கு பொருந்தாது. மனுஸ்மிருதி பிராமணர்களுக்கு மட்டுமே பொருந்தும் மற்றும் அவர்கள் பின்பற்ற வேண்டிய தடைகள் நிறைந்தது. அவர் அவற்றைப் பின்பற்றவில்லை என்றால், அவர் தூய்மையற்றவராகிறார். அசுத்தம் பற்றிய மனுவின் கருத்து உண்மையானது, கற்பனை அல்ல.

இல்லை ஏனெனில் தூய்மையற்றவர்கள் கொடுக்கும் உணவை ஏற்றுக்கொள்ள முடியாததாக அவர் கருதுகிறார். மனு இந்த விஷயத்தில் மூன்று வழிகளில் தூய்மையின் நோக்கத்தை எடுத்துள்ளார் - (1) உடல் தூய்மையற்ற தன்மை,

(2) உளவியல் தூய்மையின்மை, (3) நெறிமுறை தூய்மையற்ற தன்மை. மனதில் தீய எண்ணங்களுக்கு இடம் கொடுப்பதால் ஒழுக்க மாசு ஏற்படுகிறது. அதன் சுத்திகரிப்புக்கான விதிகள் ஆலோசனை அல்லது கட்டளைகள் மட்டுமே. ஆனால் மன மற்றும் உடல் அசுத்தங்களை நீக்கும் 'சன்ஸ்காரங்கள்' ஒன்றே. நீர், மண், பசு மூத்திரம், குசா, பஸ்மம் ஆகியவை அவற்றில் பயன்படுத்தப்படுகின்றன. மண், மாட்டு சிறுநீர், குஷா மற்றும் பஸ்மம் ஆகியவை உயிரற்ற பொருட்களுடன் தொடர்பு

கொள்வதால் ஏற்படும் உடல் அசுத்தங்களை அகற்ற பயன்படுகிறது. மன அசுத்தத்தை அகற்ற தண்ணீர் மிகவும் பயனுள்ளதாக இருக்கும். இது மூன்று வழிகளில் பயன்படுத்தப்படுகிறது - குளித்தல், குளித்தல் மற்றும் தெளித்தல். பின்னாளில், 'பஞ்சகவ்யா' மன அசுத்தத்தை நீக்கும் முக்கிய இடமாக மாறியது. இது பசுவின் ஐந்து பொருட்களிலிருந்து தயாரிக்கப்படுகிறது: பால், மாட்டு சிறுநீர், பசுவின் சாணம், தயிர் மற்றும் நெய். ஒருவன் தன் அசுத்தத்தைப் பிறர் மீது சுமத்தி, உதாரணமாக பசுவைத் தொட்டு, ஆச்சுநீர் அளித்து, சூரியனை நோக்கிப் பார்ப்பதன் மூலமும் ஒருவன் தன் அசுத்தத்தைப் போக்கலாம் என்ற விதியையும் மனு செய்திருக்கிறான். தனிப்பட்ட தூய்மையற்ற தன்மையுடன், பண்டைய ரோமானியர்களைப் போலவே, பிராந்திய மற்றும் வகுப்புவாத தூய்மையற்ற தன்மையையும் இந்துக்கள் நம்பினர். ஒவ்வொரு கிராமத்திற்கும் ஆண்டுதோறும் வருகை உண்டு. ஒரு விலங்கு, பொதுவாக ஒரு எருமை, கிராமத்தில் இருந்து வாங்கப்படுகிறது. கிராமத்தை சுற்றி வந்த பிறகு விலங்கு பலியிடப்படுகிறது. அவரது இரத்தம் கிராமம் முழுவதும் தெளிக்கப்படுகிறது. ஒவ்வொரு இந்துவும், ஒவ்வொரு பிராமணனும், அவன் மாட்டிறைச்சி உண்பவன் இல்லையென்றாலும், அவனுடைய இறைச்சியை கண்டிப்பாக எடுத்துக்கொள்கிறான். இது எந்த நினைவகத்திலும் எழுதப்படவில்லை, ஆனால் இது வழக்கத்தால் அனுமதிக்கப்படுகிறது. இந்துக்கள் மத்தியில், 'வழக்கம்' சட்டத்தைக் கூட அடக்குகிறது.

இது மட்டுப்படுத்தப்பட்டிருந்தால், இந்துக்களிடையே உள்ள தூய்மையற்ற கருத்து, ஆரம்ப மற்றும் பண்டைய சமூகத்தில் இருந்த தூய்மையற்ற கருத்தாக்கத்திலிருந்து எந்த வகையிலும் வேறுபட்டதல்ல என்று எளிதாகக் கூறலாம். ஆனால் நாம் இங்கே நிறுத்த முடியாது, ஏனென்றால் இந்துக்கள் தீண்டாமையின் மற்றொரு வடிவத்தை நம்புகிறார்கள், அது இதுவரை குறிப்பிடப்படவில்லை. இது சில சாதியினரின் பரம்பரை தீண்டாமை. இந்த ஜாதிகளின் எண்ணிக்கை மிகப் பெரியது, எந்த ஒரு சிறப்பு உதவியும் இல்லாமல் ஒரு சாதாரண நபர் ஒரு முழுமையான பட்டியலை உருவாக்குவது எளிதானது அல்ல. அதிர்ஷ்டவசமாக, 1935 இல், இந்திய அரசு அத்தகைய பட்டியலைத் தயாரித்தது. இது 1935 ஆம் ஆண்டின் 'இந்திய அரசாங்கச் சட்டத்தின்' கீழ் வெளியிடப்பட்ட 'ஆர்டர் இன் கவுன்சில்' உடன் உள்ளது. இந்த நீண்ட பட்டியல் 9 பகுதிகளாக பிரிக்கப்பட்டுள்ளது. ஒரு பகுதி மாகாணத்துடன் தொடர்புடையது, அதில் அந்த மாகாணத்தின் சாதிகள், இனங்கள், சாதிகள் அல்லது குழுக்கள், முழு மாகாணத்திலோ அல்லது அதன் ஒரு பகுதியிலோ

'தீண்டத்தகாதவர்கள்' எனக் கருதப்படும், இந்த பட்டியல் விரிவானது என்று கூறலாம். மற்றும் சான்றளிக்கப்பட்டது. இந்துக்கள் எவ்வளவு பெரிய சாதிகளை பரம்பரையாக 'தீண்டத்தகாதவர்கள்' என்று கருதுகிறார்கள் என்பதைத் தெளிவுபடுத்துவதற்காக, அந்த பட்டியலை இங்கே 'ஆர்டர் இன் கவுன்சிலில்' தருகிறேன்.

1. பகுதி-மெட்ராஸ்

(1) முழு மாகாணத்திலும் இருக்கும் பட்டியல் சாதிகளின் பட்டியல்

Aadi Andhra	Chachati	Haddi	Aadi Dravid	Chakkiliyan	Hasal
Aadi Karnataka	Chalwa	Holeya	Ajil	Chamar	Jaggli
Arundhatiya	Chandal	Jambuvulu	Baira	Cheruman	Kalladi
Kankkan	Bandi	Devendra	Kultan	Kodalo	Bariki
Kusa	Bakud	Dandasi	Ghasi	Mala	Mogar
Batad	Godgali	Kodag	Bori	Godari	Kudumban
Bellar	Godda	Kurvan	Vyagari	Gosangi	Madari
Madiga	Panda	Raneyar	Maila	Paki	Relli
Pallan	Samgar	Maladasu	Pambad	Samban	Matangi
Pamidi	Sapari	Pancham	Segman	Mucchi	Paniyan
Toti	Mandal	Paniyanndi	Tiruvallur	Nalkev	Paryan
Valluvan	Nayadi	Parvan	Valmiki	Pagdai	Pulyan
Buttuvan	Paidi	Putiryavnnan			

(2) மாகாணத்தின் சட்டப் பேரவையில் பிற்படுத்தப்பட்ட பகுதிகள் மற்றும் பிற்படுத்தப்பட்ட சாதிகளின் ஒரு பிரதிநிதியைத் தேர்ந்தெடுப்பதற்காக அனைத்து மாகாணங்களிலும் உள்ள கணக்கிடப்பட்ட சாதிகளின் பட்டியல். 1935 ஆம் ஆண்டின் இந்திய அரசாங்கச் சட்டத்தின்படி, ஏதேனும் சிறப்புத் தொகுதிகள் இருந்தால், அவை இந்த விதிக்கு விதிவிலக்காக இருக்கும்

Arnadan	Kattu Nayakan	Kurukan	Dombo	Kudiya	Malasar
Kadan	Kuduvi	Mavilan	Karimpalan	Kurichchhan	Pano

2. பகுதி - பம்பாய்

(2) முழு மாகாணத்திலும் உள்ள பட்டியல் சாதியினர்

Aasodi	Dhor	Maghwal-Meghwar	Bakad
Garode	Mini-Madig	Bhambi	Hallir
Halsar or Halsar	Mukri	Bhangi	Nadiya
Chakrabad or Dasar	Hulsavar	Shenva or Shindhwa	Chalvadi
Holaya	Shingdav or Shingdaya	Chambhar or Mochi	Khalpa
Sochi Samgar	Kolcha or Kolgha	Timali	Chen Dasaru
Koli-Dhor	Turi	Chuhad or Chuhada	Lingader
Vankar	Dakleru	Madig or Mang	Bitholiya
Dhed	Mahar	Dhetru-Megu	Mang Garudi

(2) **மோச்சி** - அகமதாபாத், கெடா, பருச், பஞ்சமஹால் மற்றும் சூரத் மாவட்டங்களைத் தவிர மற்ற மாகாணங்களில்.

(3) கோட்கர்- கனடா மாவட்டத்தில். ஆக்ரியா பாகித் வேல்தார் பருவா பாதியா புய் மாலி புய்யன் பூமிஜ்

3. பகுதி - வங்காளம்

மாகாணம் முழுவதும் பட்டியல் சாதியினர்

Aagariya	Baheliya	Bavari	Bagadi
Baiti	Badiya	Veldar	Kadar
Mallah	Baruva	Kala Pahadiya	Maachh
Bhatiya	Kaan	Mehtar	Bhuin Maali
Kaandh	Muaahi	Bhuinya	Kandara
Minda	Bhumij	Kavra	Musavar
Bind	Kapuriya	Nagasaya	Bijhiya
Karega	Naamshudra	Chamar	Kastha
Nat	Dhenuwar	Kaur	Nuniya
Dhoba	Khaira	Aaravm	Doaayi
Khatik	Paaliya	Dom	Kosh
Paan	Dusadh	Konai	Paasi
Paasi	Garo	Konavar	Patani
Ghaasi	Kor	Pod	Gohari
Kotal	Rabha	Haadi	Lalbegi
Rajbanshi	Hajang	Lodha	Rajvar
Halalkhor	Lahor	Santal	Haadi
Mahali	Sunari	Ho	Maal
Tiyaar	Jaliyan Kaivart	Mahar	Turi
Jhalomalo or Malo			

4. பகுதி - ஐக்கிய மாகாணங்கள்

மாகாணம் முழுவதும் பட்டியல் சாதியினர்

Agariya	Aheriya Bajaniya	Badi	Badhik
Baheliya	Bajaniya	Bajgi	Chamaar
Chero	Dabgar	Dhangad	Dhanuk
Dharkaar	Dhobi	Dom	Domar
Gharami	Balhaar	Balmiki	Banmanus
Bansfod	Barvar	Basor	Bavariya
Kapadiya	Karwal	Kharot	Kharvar
Khatik	Kol	Korva	Lalbegi
Majhvar	Nat	Beldar	Bangali
Bediya	Bhantu	Bhudya	Bhuinyaar
Voriya	Turaihya	Haadi	Hela
Kairha	Kalabaaj	Kanjar	Shilpkaar
Patari	Raut	Sahariya	Ghasiya
Pankha	Sanhaudiya	Uwal	Parahiya
Sansiya	Habuda	Paasi	Tharu

Except Agra, Meerut and Rohelkhand Commissionaries have Kori.

5. பகுதி - பஞ்சாப்

மாகாணம் முழுவதும் பட்டியல் சாதியினர்

Adi Dharmi	Marija	Khatik	Bavariya
Bangali	Kori	Chamar	Barar
Nat	Chuhada or Balmiki	Baajigar	Paasi
Baagi and Koli	Bhanjara	Damna	Chanal
Sanpela	Od	Dhanak	Sirkiband
Saansi	Gagad	Megh	Saradhe
Gandhil	Ramdasi		

6. பகுதி - பீகார்

(1) மாகாணம் முழுவதும் உள்ள பட்டியல் சாதியினர்

Chamar	Dhobi	Dom	Chaupal
Dusadh	Halalkhor	Hadi	Lalbegi
Nat	Kanjar	Mochi	Paasi
Kurariyar	Mushar		

2) பாட்னா மற்றும் திருஹட் கமிஷனரேட் மற்றும் பாகல்பூர், முங்கர், பலமாவ் மற்றும் பூர்னியா மாவட்டங்களில்.

போவரி. புல்வெள. பூமிஜ். துர்ரி

ராஜ்வர். புனைன்யா. பாதிக்கப்படுகிறது. பான்

(3) மன்பூமி மாவட்டத்தின் தன்பாத் தாலுகா, மத்திய மன்பூமி மற்றும் பருலியாவின் பொது ஊரகத் தொகுதி.மற்றும் ரகுநாத் நகராட்சியில்

பௌரி. பான். புல்வெளி. துரி மற்றும் புயின்யா

ராஜ்வர். பாதிக்கப்படுகிறது

7. பகுதி- மத்திய மாகாணம் மற்றும் பெரார்

1 மாகாணம் முழுவதும் உள்ள பட்டியலிடப்பட்ட சாதியினர்

Basor or Barud	Dom	Mehtar or Bhangi	Chamar
Ganda	Mochi	Maang	Sanatani

(2) குறிப்பிட்ட இடங்களில் பட்டியல் சாதியினர்

ஓதெலியா பிலாஸ்பூர் மாவட்டத்தில்.
ஓட்டம். அமராவதி மாவட்டத்தில்.
பலாஹி அல்லது பலாய். பெரார் கமிஷனரேட்டிலும், பாலகாட், பண்டாரா, பெதுல், சந்தா, சிந்த்வாரா, ஹோஷங்காபாத், ஜபல்பூர், மண்டலா, நாக்பூர், நிமாத், சாகர் மற்றும் வார்தா மாவட்டங்களிலும்.
பெஹார். அகோலா, அமராவதி மற்றும் புல்தானா மாவட்டங்களில்
தாள். பண்டாரா மற்றும் சாகர் மாவட்டங்களில்
சௌஹான். துர்க் மாவட்டத்தில்.
உலகில். சாகர் மாவட்டத்தின் தாமோஹ் தாலுகாவில்
தேவ். பிலாஸ்பூர், துர்க் மற்றும் ராய்பூர் மாவட்டங்களில்.
தனுக். தாமோஹ் தாலுகாவைத் தவிர சாகர் மாவட்டத்தில் ஓய்வெடுக்கவும்.
தோமர். பண்டாரா மாவட்டத்தில்.
வாஷர்மேன். பண்டாரா, பிலாஸ்பூர், ராய்பூர் மற்றும் சாகர் மாவட்டங்களிலும், ஹோஷங்காபாத் மாவட்டத்தில் சியோனியிலும். மால்வா தெஹ்சில்களில்.
தோஹார். பெரார் கமிஷனரேட் மற்றும் பாலகாட், பண்டாரா, சந்தா, நாக்பூர் மற்றும் வார்தா மாவட்டங்களில்.
காசியா ப்ரார். கமிஷனரேட் மற்றும் பாலகாட், பண்டாரா, பிலாஸ்பூர், சந்தா, துர்க், ராய்பூர் மற்றும் வார்தா மாவட்டங்களில்
ஹோலியா. பாலகாட் மற்றும் பண்டாரா மாவட்டங்களில்.

அசையும். பண்டாரா மாவட்டங்களில்.

கக்காரி. பெரார் கமிஷனரேட்டிலும் பண்டாரா, சந்தா, பெரார் மற்றும் வார்தா மாவட்டங்களிலும்.

கத்யா. பெரார் கமிஷனரேட்டில், பாலகாட், பெதுல், பண்டாரா, பிலாஸ்பூர், சந்தா, துர்க், நாக்பூர், நிமாத், ராய்பூர் மற்றும் வார்தா மாவட்டங்களில். ஹோஷங்காபாத் மாவட்டத்தின் ஹோஷங்காபாத் மற்றும் சியோனி மால்வா தாலுகாக்களில். சியோனி தாலுகாவைத் தவிர சிந்த்வாரா மாவட்டத்தில் ஓய்வெடுக்கவும். தாமோஹ் தாலுகாவைத் தவிர சாகர் மாவட்டத்தில் ஓய்வெடுக்கவும்.

ஸ்கிராப். பண்டாரா, புல்தானா, சாகர் மாவட்டங்கள் மற்றும் ஹோஷங்காபாத் மாவட்டம் மற்றும் சியோனி-மாவ்லா தெஹ்சில்

காடிக. பெரார் கமிஷனரேட்டில், பாலகாட், பண்டாரா, சந்தா, நாக்பூர் மற்றும் வார்தா மாவட்டங்களில்.

கோலி. பண்டாரா மற்றும் சந்தா மாவட்டங்களில்.

வெற்று. அமராவதி, பாலகாட், பெதுல், பண்டாரா, புல்தானா, சிந்த்வாரா, பால்பூர், மாண்ட்லா, நிமாத், ராய்பூர் மற்றும் சாகர் மாவட்டங்களிலும் ஹர்தா மற்றும் சோஹாக்பூர் தாலுகாக்களைத் தவிர ஹோஷங்காபாத் மாவட்டத்தின் மற்ற பகுதிகளிலும்.

குல்ஹர். பண்டாரா மற்றும் சாகர் மாவட்டங்களிலும், ஹோஷங்காபாத் மாவட்டத்தின் சியோனி மால்வா தாலுகாவிலும்.

மதுகி. பெரார் கமிஷனரேட்டில், பாலகாட், பண்டாரா, சந்தா, நாக்பூர் மற்றும் வார்தா.

மாலை. பாலகாட், பெதுல், சிந்த்வாரா, ஹோஷங்காபாத், ஜபல்பூர், மாண்ட்லா, நிமார் மற்றும் சாகர் மாவட்டங்களில்.

மெஹ்ரா மற்றும் மஹர். ஹோஷங்காபாத் மாவட்டத்தின் ஹர்தா மற்றும் சோஹாக்பூர் தாலுகாக்கள் தவிர மற்ற மாகாணங்களில்.

டிரம்மர். பாலகாட், பண்டாரா, சிந்த்வாரா, மாண்ட்லா, நாக்பூர் மற்றும் ராய்ப்பூர் மாவட்டங்களில்.

பேயோட்டுபவர். பாலகாட், பண்டாரா, மண்டலா மாவட்டங்கள் மற்றும் ஹோஷங்காபாத் மாவட்டத்தின் ஹோஷங்காபாத் தெஹ்சில்

பங்க. பெரார் கமிஷனரேட்டில், பாலகாட், பண்டாரா, பிலாஸ்பூர், சந்தா துர்க், நாக்பூர், ராய்பூர், சாகர் மற்றும் வார்தா மாவட்டங்களிலும், சியோனி தெஹ்சில் தவிர மீதமுள்ள சிந்த்வாரா மாவட்டங்களிலும்.

பார்தி. ஹோஷங்காபாத் மாவட்டங்களின் நரசிங்பூர் தாலுகாவில்.

பிரதம.	பெரார் கமிஷனரேட்டில், பண்டாரா, சந்தா, நாக்பூர், நிமர், ராய்பூர் மற்றும் வார்தா மாவட்டங்களிலும், சியோனி தெஹ்சில் தவிர சிந்த்வாரா மாவட்டத்தின் மற்ற பகுதிகளிலும்.
ரஸார்.	ஹோஷங்காபாத் மாவட்டத்தின் சோஹாக்பூர் தாலுகாவில்

8. பகுதி-அஸ்ஸாம்

1அசாம் பள்ளத்தாக்கில்

Namah Shudra	Baniya or Vrittiyal Mehtar Bhangi Kaivart Baniya
Heera	Baansfod

(2) Surma Valley

Maali or Bhai-Maali	Sutradhar	Kaivart or Jaliya
Dhuvi or Dhobi	Muchi	Lalbegi
Dagla or Dholi	Patni	Mehtar or Bhangi
Jhalo and Maalo	Naamshudra	Bansfod
Mehra		

9. பகுதி-ஒரிசா

(1) மாகாணம் முழுவதும் உள்ள பட்டியல் சாதியினர்

Aadi Andhra	Devar	Irika
Audheliya	Dhoba or Dhobi	Jaggli
Baarik	Gandha	Kandra
Basor	Burud	Ghusuriya
Katiya	Badri	Godgali
Chachati	Godri	Kodalo
Chamaar	Godas	Madari
Chandal	Gokha	Maadig
Dandasi	Haddi or Hadi	Mahuriya
Mala	Pancham	Paidi
Maang	Panka	Painda
Mangan	Relli	Pamidi
Mehra, Mahar	Supri	Balmiki
Mehtar, Bhangi	Satnami	Siyar
Moochi, Muchi		

(2) பான் அல்லது பானோ: கெத்மால் மாவட்டத்தைத் தவிர மற்ற மாகாணங்களில், சம்பல்பூர் மாவட்டத்தில், மெட்ராஸ் பிரசிடென்சியின் விசாகப்பட்டினம் மற்றும் கஞ்சம் ஏஜென்சிகளிடமிருந்து 1936 இல் ஒரிசாவுக்கு வழங்கப்பட்ட நிலப் பகுதியில்.

(3) டோம் அல்லது இம்போ: கோட்மால் மாவட்டம் தவிர முழு மாகாணமும், ஒரிசாவிற்கு வழங்கப்பட்ட நிலத்தின் பகுதியும்.

(4) புய்யா துரி: சம்பல்பூர் மாவட்டத்தைத் தவிர அனைத்து மாகாணங்களிலும். புய்யன், பூமிஜ், காசி, காசியா, துரி புய்யான்

(5) கோரி: சம்பல்பூர் மாவட்டத்தின் நவ்பாடா தாலுகாவில். இது ஒரு பயங்கரமான பட்டியல். இதில் 429 (நானூற்று இருபத்தி ஒன்பது) சாதிகள் அடங்கும். அவர்களின் என்றால்

எண்களைக் கூட்டினால், இன்று 5-6 கோடி மக்கள் நாட்டில் உள்ளனர் என்று அர்த்தம், அவர்களின் தொடுதல் மட்டுமே இந்துக்களை தூய்மையற்றதாக மாற்றுகிறது. நிச்சயமாக, இந்தியா முழுவதும் உள்ள கோடிக்கணக்கான மக்களின் பரம்பரை தீண்டாமையுடன் ஒப்பிடுகையில், ஆரம்பகால மற்றும் பண்டைய சமுதாயத்தில் இருந்த தீண்டாமை மிகக் குறைவு. இந்துக்களின் இந்த தீண்டாமை ஒரு அதிசயம். உலக வரலாற்றில் இதற்கு எந்த ஒப்பீடும் இல்லை. ஆசியா மற்றும் ஐரோப்பாவில் உள்ள பல சாதிகளை விட அதிகமான மக்கள்தொகையில் 'தீண்டாமை' பரவுவது சில காரணங்களுக்காக ஒப்பிடமுடியாது, ஆனால் மற்ற காரணங்களுக்காகவும் உள்ளது.

இந்த 429 சாதிகளையும் 'தீண்டத்தகாதவர்கள்' ஆக்கும் இந்துக்களின் தீண்டாமை முறை, இந்து அல்லாத சாதியினரின் தீண்டாமையில் இல்லாத பல அம்சங்களைக் கொண்டுள்ளது, அவை ஆரம்பமாக இருந்தாலும் சரி, பழமையானவையாக இருந்தாலும் சரி. அசுத்தத்தைத் தவிர்க்க இந்து அல்லாத சமூகம் ஏற்றுக்கொண்ட பிரிவினை விதிகள் தர்க்கரீதியாகக் கருதப்படாவிட்டாலும் புரிந்துகொள்ளக்கூடியவை. பிறப்பு, திருமணம், இறப்பு போன்ற விசேஷ சந்தர்ப்பங்களில் இந்தப் பிரிவு ஏற்படுகிறது. ஆனால் இந்து சமுதாயத்தின் இந்த பிரிவினை, அதாவது இந்த தீண்டாமை தெளிவாக ஆதாரமற்றது. ஆரம்பகால சமூகம் நம்பியிருந்த தூய்மைக்கேடு குறுகிய காலமாக இருந்தது மற்றும் பிறப்பு, இறப்பு, மாதவிடாய் போன்ற அசாதாரண நிகழ்வுகளில் மட்டுமே ஏற்பட்டது, உணவு மற்றும் குடித்தல் ஆகியவற்றின் இயல்பான செயல்பாடுகளைத் தவிர. தூய்மையற்ற காலம் கடந்து, மனிதனைத் தூய்மையாக்கும் சம்ஸ்காரம் நடந்தால், மக்களின் தூய்மையற்ற தன்மை அழிந்து, மீண்டும் தூய்மையாகி, சமுதாயத்தில் கலக்கக் கூடியவனாக மாறுவான். ஆனால் ஐந்தாறு கோடி மக்களின் இந்தத் தீண்டாமை பிறப்பு, இறப்பு போன்ற தீண்டாமையிலிருந்து வேறுபட்டது. அது நிரந்தரமானது. அவற்றைத் தொடும் இந்துக்கள்

குளித்தல் முதலியவற்றின் மூலம் தூய்மையாகலாம், ஆனால் தீண்டத்தகாதவனைத் தூய்மையாக்குவது எதுவுமில்லை. அவர்கள் தூய்மையற்றவர்கள், அவர்கள் வாழ்நாள் முழுவதும் தூய்மையற்றவர்கள். அவர்கள் தூய்மையற்றவர்களாக இருக்கும்போதே இறந்துவிடுகிறார்கள், அவர்கள் பெற்றெடுக்கும் குழந்தைகளும் அவர்களின் நெற்றியில் தூய்மையற்ற அடையாளத்துடன் பிறக்கின்றன. இது ஒரு நிரந்தர பரம்பரை களங்கம், இது எந்த வகையிலும் கழுவப்படாது. மூன்றாவது விஷயம் என்னவெனில், அசுத்தத்திலிருந்து எழும் பிரிவினையை நம்பிய இந்துக்கள் அல்லாதவர்கள், அந்த நபர்களையோ அல்லது அவர்களுடன் நெருங்கிய தொடர்பு கொண்டவர்களையோ மட்டுமே பிரித்து வந்தனர், ஆனால் இந்துக்களின் இந்த தீண்டாமை ஒரு வகுப்பினரின் முழுப் பிரிவையும் தீண்டத்தகாததாகவே வைத்திருக்கிறது ஐந்து முதல் ஆறு கோடி மக்கள் தொகை கொண்ட வகுப்பினர்.

நான்காவது விஷயம் என்னவென்றால், அசுத்தத்தால் பாதிக்கப்பட்டவர்களை இந்துக்கள் அல்லாதவர்கள் சில காலம் தனிமைப்படுத்தினார்கள். அவர்கள் அவற்றை முற்றிலும் தனித்தனியாக தீர்த்து வைக்கவில்லை. தீண்டத்தகாதவர்கள் அனைவரும் தனித்தனியாக வாழ வேண்டும் என்பதே இந்து சமுதாயத்தின் ஆணை. தீண்டத்தகாதவர்களின் சுற்றுப்புறங்களில் இந்துக்கள் வாழ மாட்டார்கள் மற்றும் தீண்டத்தகாதவர்கள் தங்கள் சுற்றுப்புறங்களில் வாழ அனுமதிக்க மாட்டார்கள். இந்துக்கள் நம்பும் தீண்டாமையின் முக்கியப் பகுதி இது. இது ஒரு குறுகிய காலத்திற்கு சமூக விலக்கு அல்லது சமூக நடத்தையை நிறுத்துதல்.

இல்லை, தீண்டத்தகாதவர்களை முள்வேலி அடைப்பில், கூண்டில் அடைத்து வைக்கும் பிராந்திய பிரிவினைக்கு இது ஒரு உதாரணம். ஒவ்வொரு இந்து கிராமத்திலும், யூத மக்களை தனித்தனியாக வைத்திருக்க ஒரு இடம் போன்ற இடம் உருவாக்கப்பட்டுள்ளது. இந்துக்கள் கிராமத்தில் வாழ்கிறார்கள், தீண்டத்தகாதவர்கள் கிராமத்திற்கு வெளியே ஒரே இடத்தில் வாழ்கின்றனர்.

'இந்து தீண்டாமை' முறையும் அப்படித்தான். அது எப்போதும் இந்துக்கள் அல்லாதவர்களிடையே காணப்படுவதிலிருந்து வேறுபட்டது என்பதை யார் மறுக்க முடியும்? இந்துக்களின் தீண்டாமை ஒரு விசித்திரமான மனிதாபிமானமற்ற அமைப்பு என்பதை மறுக்க முடியாது. இந்து அல்லாத சமூகத்தில் கூட, மக்கள் தூய்மையற்றவர்களாக கருதப்பட்டனர் மற்றும் அவர்களின் தூய்மையற்ற தன்மை குறுகிய காலமாக இருந்தது, அது சில 'செயல்களால்' அழிக்கப்பட்டது. 'ஒருமுறை தூய்மையற்றது', எப்போதும் 'தூய்மையற்றது' என்ற கொள்கையின் அடிப்படையில், இந்த வகையான நிரந்தர அசுத்தம் எங்கும் காணப்படவில்லை. இந்து அல்லாத சமூகத்தில், மக்கள் தூய்மையற்றவர்களாகக்

கருதப்பட்டனர் மற்றும் அவர்களின் சமூக நடத்தை நிறுத்தப்பட்டது. ஆனால் ஒரு வகுப்பை நிரந்தரமாக ஒதுக்கி வைத்தது நடக்கவே இல்லை. இந்துக்கள் அல்லாதவர்கள் ஒரு பெரிய சமூகத்தை தூய்மையற்றவர்களாகக் கருதுகிறார்கள், அவர்களை அப்படி நடத்துகிறார்கள், ஆனால் அவர்கள் அந்நியர்களைப் போல வெளியில், இரத்த உறவுகளின் வட்டத்திற்கு வெளியே இருக்கிறார்கள். சொந்த மக்களை தலைமுறை தலைமுறையாக, நிரந்தரமாக யாரும் தூய்மையற்றவர்களாக வைத்திருப்பது இதுவரை நடந்ததில்லை!

ஆக, இந்துக்களின் தீண்டாமை என்பது ஒரு விசித்திரமான அமைப்பு. உலகின் வேறு எந்தப் பகுதியிலும் மனிதகுலம் இதை அனுபவித்ததில்லை. வேறு எந்த சமூகத்திலும் இது போன்ற எதுவும் இல்லை - ஆரம்பகால சமூகத்திலோ அல்லது பண்டைய சமூகத்திலோ அல்லது தற்போதைய சமூகத்திலோ இல்லை. தீண்டாமையைப் படிப்பதால் பல பிரச்சனைகள் எழுகின்றன. மேலும் தீர்க்கப்பட வேண்டியவை இந்த இரண்டு கேள்விகளிலும் சேர்க்கப்பட்டுள்ளன.

(1) தீண்டத்தகாதவர்கள் ஏன் கிராமத்திற்கு வெளியே வாழ்கிறார்கள்? (2) அவர்களுடைய அசுத்தம் எப்படி நிரந்தரமாகவும், அழியாததாகவும் ஆனது? இந்த இரண்டு கேள்விகளுக்கும் பின்வரும் பக்கங்களில் பதிலளிக்க முயற்சி மேற்கொள்ளப்பட்டுள்ளது

3.
தீண்டத்தகாதவர்கள் ஏன் கிராமத்திற்கு வெளியே வாழ்கிறார்கள்?

தீண்டத்தகாதவர்கள் ஏன் கிராமத்திற்கு வெளியே வாழ்கிறார்கள்? அவரைப் பற்றி அதிகம் தெரியாதவர்களும் குறைந்தபட்சம் இந்த அளவுக்கு அறிந்திருப்பது கண்டிக்கத்தக்க உண்மை. இதையெல்லாம் மீறி, இது மிகவும் தீவிரமான கேள்வி என்று யாரும் நினைக்கவில்லை, இதற்கு திருப்திகரமான பதில் கண்டுபிடிக்கப்பட வேண்டும். தீண்டத்தகாதவர்கள் கிராமத்திற்கு வெளியே வாழ ஆரம்பித்தது எப்படி நடந்தது? அவர்கள் முதலில் 'தீண்டத்தகாதவர்கள்' என்று அறிவிக்கப்பட்டு, பின்னர் கிராமத்திற்கு வெளியே வாழும்படி கட்டாயப்படுத்தப்பட்டார்களா? அல்லது அவர்கள் ஏற்கனவே கிராமத்திற்கு வெளியே வாழ்ந்து 'தீண்டத்தகாதவர்கள்' என்று அறிவிக்கப்பட்டார்களா? அவர் ஏற்கனவே கிராமத்திற்கு வெளியே வாழ்ந்தார் என்பதே நமது பதில் என்றால், இதற்கு என்ன காரணம் என்பது அடுத்த கேள்வியாக எழுகிறது.

கிராமத்திற்கு வெளியே வாழும் தீண்டத்தகாதவர்கள் பற்றிய கேள்வியைப் பற்றி யாரும் சிந்தித்ததில்லை, எனவே இயற்கையாகவே யாருக்கும் அதைப் பற்றிய எந்தக் கோட்பாடும் இல்லை. ஆம், இந்து மத நூல்களின் பார்வை கண்டிப்பாக உள்ளது. யாராவது அதற்கு ஒரு கொள்கையின் அந்தஸ்தை கொடுக்க விரும்பினால், அவர் அவ்வாறு செய்யலாம். அந்தியஜாக்கள் கிராமத்திற்கு வெளியே வசிக்க வேண்டும், அவர்களின் குடியிருப்பு கிராமத்திற்கு வெளியே இருக்க வேண்டும் என்று சாஸ்திரங்கள் கூறுகின்றன. உதாரணமாக மனுவின் கூற்று-

சண்டாளரும் சப்பாச்சாக்களும் வெளியாட்களின் புகலிடம்.

அவர்களின் செல்வமும் கழுதையும் தகுதியற்றதாக ஆக்கப்பட வேண்டும் (10.51)

உடைகள், இறந்த சீடர்கள், வெவ்வேறு கொள்கலன்களில் உணவு.

கஷ்ணனுக்கும் பவ்ரிஜ்யாவுக்கும் தினசரி சம ஆபரணங்கள். (10, 52)

சன்மார்க்கத்தை கடைப்பிடிக்கும் ஒரு மனிதன் தங்கள் நேரத்தை தேடக்கூடாது அவர்கள் ஒருவரையொருவர் சமாளித்து, ஒத்த நபர்களுடன் திருமணம் செய்து கொண்டனர். (10, 53)

அவர்களின் உணவை வேறு பாத்திரத்தில் மற்றவர்களுக்குக் கொடுக்க வேண்டும். இரவில் கிராமங்கள் மற்றும் நகரங்களில் சுற்றித் திரியக்கூடாது (10,54)

அரச கட்டளைகளால் வேலைக்காகக் குறிக்கப்பட்ட பகலில் அவர்கள் அலைய வேண்டும். சம்பந்தமில்லாததையும் பிணத்தையும் அவர்கள் அகற்ற வேண்டும் என்பதே நிலை. (10.55)

அரசரின் கட்டளைப்படி அவர்கள் எப்போதும் கைதிகளைக் கொல்ல வேண்டும்

அவர்கள் குளியல் துணி படுக்கைகள் மற்றும் ஆபரணங்களை எடுக்க வேண்டும் (10, 56)

பொருள்: 'சண்டாலர்கள் மற்றும் கபச்சர்கள் வசிக்கும் இடம் கிராமத்திற்கு வெளியே இருக்கும். அவர்களை தகுதியற்றவர்களாக ஆக்க வேண்டும். அவர்களின் சொத்து நாய்களாகவும் கழுதைகளாகவும் இருக்க வேண்டும். ' (10, 51)

'இறந்தவர்களின் உடையை உடுத்த வேண்டும், உடைந்த பாத்திரங்களில் உணவு உண்ண வேண்டும், கருப்பு இரும்பினால் செய்யப்பட்ட நகைகள், எப்போதும் இடம் விட்டு இடம் அலைந்து கொண்டே இருக்க வேண்டும். ' (10, 52)

'எந்தவொரு மதச் செயலிலும் ஈடுபடும் எவருக்கும் அவர்களுடன் எந்தத் தொடர்பும் இருக்காது. அவர்கள் தங்களுக்குள்ளேயே தங்கள் எல்லாப் பரிவர்த்தனைகளையும் வைத்துக் கொள்வார்கள், மேலும் தங்களுக்குச் சமமான அந்தஸ்துள்ளவர்களை மணந்து கொள்வார்கள். (10, 53)

'அவர்களின் உணவு உடைந்த பாத்திரத்தில் சில வேலைக்காரன் முதலியவர்களால் அவர்களுக்குக் கொடுக்கப்படும். இரவில் கிராமத்திலோ நகரத்திலோ அலைய முடியாது. (10, 54)

'பகலில் அவர்கள் தங்கள் வேலையைச் செய்யலாம்; ஆனால் அவை அரச ஆணையால் அங்கீகரிக்கப்பட வேண்டும். ஆம், உறவினர்கள் இல்லாத நபர்களின் இறந்த உடல்களை அவர்கள் சுமக்க வேண்டும் என்பது இந்த விதி. ' (10, 55)

'அரசரின் உத்தரவுப்படி, தண்டனைக் கொள்கையின்படி அவர்கள் எப்போதும் குற்றவாளிகளைக் கொல்ல வேண்டும், மேலும்

அந்தக் குற்றவாளிகளின் ஆடைகள், படுக்கைகள் மற்றும் நகைகளை அவர்களால் எடுக்க முடியும். (10, 53)

ஆனால் வேதத்தின் இந்த அறிக்கைகளின் பொருள் என்னவாக இருக்க வேண்டும்? இவற்றுக்கு இரண்டு அர்த்தங்கள் இருக்கலாம். தீண்டத்தகாதவர்கள் கிராமத்திற்கு வெளியே வாழ வேண்டும் என்று சாஸ்திரங்கள் கூறும்போது, தீண்டத்தகாதவர்கள் கிராமத்திற்கு வெளியே அவர்கள் தங்கியிருக்கும் இடத்தில்தான் வாழ வேண்டும் என்று அர்த்தம், இது ஒரு பொருள். 'தீண்டத்தகாதவர்கள்' என்று அறிவிக்கப்பட்டவர்களை கிராமத்திற்குள் வாழ அனுமதிக்கக் கூடாது, மாறாக அவர்கள் கிராமத்திற்கு வெளியே சென்று கிராமத்திற்கு வெளியே வாழ வற்புறுத்த வேண்டும் என்பது மற்றொரு ஏற்பாடாக இருக்கலாம். வேதத்தின் இவ்விரு விளக்கங்களிலிருந்து இரண்டு சாத்தியங்கள் எழுகின்றன. தீண்டத்தகாதவர்கள் கிராமத்தை விட்டு வெளியேறுவதற்கும் அங்கு வாழ்வதற்கும் 'தீண்டாமைக்கும்' எந்த சம்பந்தமும் இல்லை என்பது ஒன்று. ஆரம்பத்திலிருந்தே அவர் கிராமத்திற்கு வெளியே வசித்து வருகிறார். இதற்குப் பிறகு, நெற்றியில் தீண்டாமை முத்திரை பதித்ததால், அவர் கிராமத்திற்கு வருவதை நிறுத்தினார். இரண்டாவது சாத்தியம் என்னவெனில், தீண்டத்தகாதவர்கள் கிராமத்தை விட்டு வெளியேறுவதற்கும் அங்கு வாழ்வதற்கும் 'தீண்டாமை'க்கு எல்லாமே தொடர்பு உள்ளது. சொல்லப்போனால் தீண்டத்தகாதவர்கள் முதலில் கிராமத்துக்குள்தான் வாழ்ந்தார்கள், பின்னாளில் 'தீண்டாமை' என்ற களங்கம் அவர்களின் நெற்றியில் பட்டபோது, கிராமத்தை விட்டு வெளியேறி கிராமத்திற்கு வெளியே வாழ வேண்டிய கட்டாயம் ஏற்பட்டது.

இந்த இரண்டு விஷயங்களில் எது சரியானது?

இந்த இரண்டாவது சாத்தியம் தெளிவாக அர்த்தமற்ற மற்றும் ஆதாரமற்ற ஊகமாகும். அதன் வெற்றுத்தன்மையைக் காட்ட ஒற்றை வாதம் போதும். நாங்கள் என்ன கருதுகிறோம்

ஆம், இது எந்த கிராமத்தையும் அல்லது எந்த பகுதியையும் பற்றியது அல்ல. இது இந்தியா முழுவதும் பரவலாக உள்ளது. தீண்டத்தகாதவர்களை கிராமத்திலிருந்து அகற்றி வெளியில் குடியமர்த்துவது பெரிய காரியம். இவ்வளவு பெரிய விஷயத்தை யார், எப்படி சொல்லியிருப்பார்கள்? ஒரு சக்கரவர்த்தி அரசனின் அனுமதி இல்லாமல் இது நடந்திருக்காது. அவர்களும் இப்படி ஒரு இடத்திலிருந்து இன்னொரு இடத்திற்கு இடம் பெயர்வது சாத்தியமில்லை. சாத்தியமோ முடியாதோ, இது ஒரு சக்கரவர்த்தி மன்னனின் வேலையாக மட்டுமே இருக்க முடியும். இந்தப் பணிக்காக எந்தச் சக்கரவர்த்தி மன்னருக்குக் கடன் வழங்கலாம்? இப்பணியைச் செய்த அரசன் இந்தியாவில் இல்லை என்பது தெளிவாகிறது. இந்தியாவில் அப்படி ஒரு ராஜா இல்லை என்றால், இந்த இரண்டாவது வாய்ப்பை விட்டுவிட வேண்டும்.

தீண்டத்தகாதவர்கள் என்று அழைக்கப்படும் மக்கள், 'தீண்டத்தகாதவர்கள்' என்று அழைக்கப்படுவதற்கு முன்பே, கிராமத்திற்கு வெளியே வாழ்ந்து வந்தனர், பின்னர் 'தீண்டத்தகாதவர்கள்' ஆக்கப்பட்ட பிறகு, அவர் தொடர்ந்து வெளியில் இருந்தார். ஆனால் இது மிகவும் கடினமான கேள்வியை எழுப்புகிறது. அவர்கள் ஏன் கிராமத்திற்கு வெளியே வாழ்ந்தார்கள்? இதை செய்ய அவர்களை வற்புறுத்தியது யார்? இதற்கான பதில் என்னவென்றால், உலகில் ஆரம்பகால சமூகத்தின் தற்போதைய வடிவம் உருவாவதைப் பற்றி ஒரு சமூகவியல் மாணவருக்குத் தெரிந்ததைக் கருத்தில் கொண்டு, 'தீண்டத்தகாதவர்கள்' ஆரம்பத்தில் இருந்தே கிராமங்களுக்கு வெளியே வாழ்கிறார்கள் என்று நம்புவது இயல்பானது.

ஆரம்பகால சமூகம் அதன் தற்போதைய வடிவத்தை எடுக்க வழிவகுத்த விஷயங்களைப் பற்றிய சில விளக்கங்களை வழங்காத வரை, மேலே உள்ள யோசனை ஏன் இயற்கையானது என்பதை பெரும்பாலான மக்கள் புரிந்து கொள்ள முடியாது. அந்த விஷயத்தை நன்றாகப் புரிந்து கொள்ள, இரண்டு விஷயங்களில் ஆரம்பத்திலிருந்து தற்போதைய சமூகம் வேறுபட்டது என்பதை நினைவில் கொள்வது அவசியம். ஆரம்பகால சமூகம் 'நாடோடிகளால்' ஆனது, தற்போதைய சமூகம் 'செட்-டெயில்' சாதிகளின் குழுவாகும், இரண்டாவது ஆரம்பகால சமூகம் இரத்த உறவுகளைச் சார்ந்த குடும்ப-சாதிகளின் குழுவாக இருந்தது, தற்போதைய சமூகம் பிராந்தியத்தின் ஒரு குழு உள்ளது. உள்ளூர் சாதிகள். வேறு வார்த்தைகளில் கூறுவதானால், ஆரம்பகால சமூகம் அதன் தற்போதைய வடிவத்தை அடைய இரண்டு வழிகளில் வளர்ந்துள்ளது. வளர்ச்சியின் நீரோட்டம் ஆரம்பகால சமுதாயத்தை (இரத்தம் சார்ந்த) குடும்ப-சாதி நிலையில் இருந்து பிராந்திய சாதி நிலைக்கு கொண்டு சென்றது. அப்படியொரு மாற்றம் நிகழ்ந்திருக்கிறது என்பதில் சந்தேகமில்லை. அரசர்களின் உத்தியோகபூர்வ பட்டங்களில் இத்தகைய மாற்றத்தின் தெளிவான அறிகுறிகள் காணப்படுகின்றன. ஆங்கிலேய மன்னர்களின் பட்டங்களை எடுத்துக் கொள்ளுங்கள், இங்கிலாந்தின் ராஜா என்று தன்னை அழைத்த முதல் மன்னர். அவரது முன்னோர்கள் சாமானியர்கள் மற்றும் தங்களை ஆங்கிலேயர்களின் மன்னர்கள் என்று அழைத்தனர். முதல் அறிக்கை ஒரு பிராந்திய சாதியை குறிக்கிறது, இரண்டாவது ஒரு குடும்ப-சாதி. இங்கிலாந்து ஒரு காலத்தில் ஒரு நாடாக இருந்தது. ஆங்கிலேயர்களும் வாழ்ந்த இடம். இப்போது ஆங்கிலேயர்கள் இங்கிலாந்தில் வாழ்பவர்கள். இதேபோன்ற மாற்றம் பிரெஞ்சு மன்னர்களின் தலைப்புகளிலும் ஏற்பட்டது.

மேலும் தெரியும். அவர் ஒரு காலத்தில் "பிரெஞ்சு மன்னர்" என்று அழைக்கப்பட்டார், ஆனால் பின்னர் "பிரான்ஸ் மன்னர்" என்று

அழைக்கப்பட்டார். வளர்ச்சியின் இரண்டாவது நீரோட்டமானது ஆரம்ப சமூகத்தை 'நாடோடி சமூகமாக' இருந்து 'குடியேறிய சமூகமாக' மாற்றியது. இங்கேயும் இந்த மாற்றம் மிகவும் திட்டவட்டமானது மற்றும் தாக்கத்தை ஏற்படுத்துகிறது, அதன் யதார்த்தத்தை நம்புவதற்கு எந்த உதாரணமும் தேவையில்லை.

இந்த நேரத்தில் வளர்ச்சியின் இரண்டாவது நீரோட்டத்தை நாம் கருத்தில் கொள்வது போதுமானது. ஆரம்பகால சமூகம் எப்படி 'நாடோடி சமூகமாக' இருந்து 'குடியேறிய சமூகமாக' மாறியது? முற்காலச் சமூகம் நாடோடிச் சமூகமாக இருந்துவிட்டு, செட்டில் செய்யப்பட்ட சமூகமாக மாறிய கதை, ஒரு அத்தியாயத்துக்குள்ளேயே அடங்காது நீண்டது. இரண்டு விஷயங்களில் மட்டும் கவனம் செலுத்தினால் போதும். முதலில் புரிந்து கொள்ள வேண்டியது என்னவென்றால், ஆரம்பகால சமூகத்தை அதன் நாடோடி வாழ்க்கையிலிருந்து விடுவித்தது எது? நாடோடி வாழ்க்கையிலிருந்து செட்டில் ஆன வாழ்க்கைக்கு அவர் செல்ல வேண்டிய நிலை என்ன?

சந்தேகத்திற்கு இடமின்றி ஆரம்பகால சமூகம் ஒரு 'நாடோடி சமூகம்'. ஆனால் அவர் அலைந்து திரிந்ததன் சிறப்பு காரணமாக அவர் நாடோடியாக இருக்கவில்லை. இதற்குக் காரணம் ஆரம்பகால சமுதாயத்தின் செல்வம் விலங்குகள், மற்றும் விலங்குகள் புதிய மேய்ச்சல் நிலங்களைத் தேடி அலைந்தன. ஆரம்பகால சமூகம், விலங்குகள் மீதான அதன் அன்பின் காரணமாக, அதன் விலங்குகளை எங்கு கொண்டு சென்றாலும் அவற்றைப் பின்தொடர்ந்து வந்தது. ஆரம்பகால சமுதாயத்தின் குடியிருப்பு நிலையாக மாறியபோது, அதாவது ஒரே இடத்தில் குடியேறியபோது, அது ஒரு புதிய வகை செல்வத்தைக் கண்டுபிடித்தது. இந்தப் புதிய வகைப் பணம் 'நிலம்'. ஆரம்பகால சமூகம் விவசாயம் மற்றும் வயல்களை உழுதல் ஆகியவற்றைக் கற்றுக்கொண்டபோது இது நடந்தது, அதன் செல்வம் விலங்குகளிலிருந்து 'நிலம்' ஆனது, அது ஒரே இடத்தில் நிலையானது. இந்த மாற்றத்துடன், ஆரம்பகால சமூகமும் நிலையானது மற்றும் ஒரே இடத்தில் குடியேறியது.

ஆரம்பகால சமூகம் ஏன் ஒரு நாடோடி சமூகமாக இருந்தது, பிறகு ஏன் ஒரே இடத்தில் நிலையாக வாழக் கற்றுக்கொண்டது என்பது இதிலிருந்து தெளிவாகிறது?

கவனிக்க வேண்டிய இரண்டாவது விஷயம் என்னவென்றால், ஆரம்பகால சமூகம் நாடோடி வாழ்க்கையை விட்டு வெளியேறுவதை நோக்கி நகர்ந்தபோது, அந்த நேரத்தில் என்ன நிகழ்வுகள் நடந்தன? நாடோடி வாழ்க்கையை விட்டுவிட்டு நிலையான வாழ்க்கையைத் தழுவியபோது, முக்கியமாக இரண்டு பிரச்சனைகள் ஆரம்பகால சமூகத்தை எதிர்கொண்டன. ஒன்று ஓரிடத்தில் குடியேறிய மக்களைக் குடியமர்த்துவது மற்றொன்று

சிதறிய தோற்கடிக்கப்பட்ட மக்களைக் குடியேற்றுவது. ஒரே இடத்தில் குடியேறிய பழங்குடியினர் எதிர்கொள்ளும் பிரச்சனை, மற்ற நாடோடி பழங்குடியினரிடம் இருந்து தங்களை எவ்வாறு பாதுகாத்துக் கொள்வது? மேலும் சிதைந்து போன தோற்கடிக்கப்பட்ட சாதிகளின் பிரச்சனை எங்காவது அல்லது வேறொரு இடத்தில் அடைக்கலம் தேடுவதுதான். இந்தப் பிரச்சனைகள் ஏன், எப்படி எழுந்தன என்பதை மேலும் விளக்குவது அவசியமாக இருக்கலாம்?

ஒரே இடத்தில் குடியேறிய சாதிகள் எதிர்கொள்ளும் பிரச்சனையைப் புரிந்து கொள்ள, பின்வரும் விஷயங்களைக் கவனிக்க வேண்டும். அனைத்து நாடோடி குழுக்களும் அல்லது சாதிகளும் ஒரே நேரத்தில் நிலையானதாக மாறவில்லை. சிலர் நிலைபெற்றனர், சிலர் நாடோடிகளாக இருந்தனர். நினைவில் கொள்ள வேண்டிய இரண்டாவது விஷயம் என்னவென்றால், இந்த குழுக்கள் அல்லது சாதிகள் தங்களுக்குள் நிம்மதியாக வாழ்ந்ததில்லை. எப்போதும் தங்களுக்குள் சண்டை நடந்து கொண்டிருந்தது. அனைத்து குழுக்களும் அல்லது சாதிகளும் நாடோடி நிலையில் இருந்தபோது, அவர்களின் பரஸ்பர போர்களுக்கான முக்கிய காரணங்கள் (1) விலங்குகள் திருடுதல், (2) பெண்கள் திருட்டு, (3) பிற குழுக்கள் அல்லது சாதிகளின் மேய்ச்சல் நிலங்களில் விலங்குகளை கட்டாயப்படுத்தி திருடுவது. சில குழுக்கள் அல்லது சாதிகள் நிலைபெற்று குடியேறியபோது, இன்னும் நாடோடி வாழ்க்கை நடத்திக் கொண்டிருக்கும் குழுக்கள் அல்லது சாதிகள் ஒரே இடத்தில் குடியேறிய மக்களுடன் சண்டையிடுவதும் மோதுவதும் எளிதாகிவிட்டது. இரண்டாவதாக, நாடோடி மக்களுடன் சண்டையிடுவதை விட இது லாபகரமானது. குடியேறிய சாதியினருக்கு இரட்டிப்புச் செல்வம் இருப்பதை நாடோடி சாதியினர் புரிந்து கொண்டனர். நாடோடி குழுக்களைப் போலவே, அவர்களிடமும் விலங்குகள் மட்டுமல்ல, விலங்குகளைத் தவிர அவர்களிடம் பணமும் இருந்தது, அதைக் கண்டு நாடோடி மக்கள் எச்சில் வடிந்தனர். நாடோடி குழுக்கள் குடியேறிய பழங்குடியினர் மீது தொடர்ச்சியான ஒழுங்கமைக்கப்பட்ட தாக்குதல்களை நடத்தினர், இதனால் அவர்கள் செல்வத்தை திருட முடியும். மூன்றாவது விஷயம் என்னவென்றால், குடியேறிய சாதிகள் இந்த நாடோடி குழுக்களிடமிருந்து தங்களைப் பாதுகாத்துக் கொள்வதில் பெரும் பின்னடைவைச் சந்தித்தனர், ஏனெனில் அவர்கள் அதிக லாபம் ஈட்டும் தொழிலில் ஈடுபட்டுள்ளனர், எனவே தங்கள் குழுக்களுக்கு எப்போதும் வாள்களை உருவாக்க முடியாது, அவர்கள் சொந்தமாக ஆயுதங்களை வைத்திருக்க முடியாது. . அவள் வீட்டை விட்டு வெளியேறி இந்த நாடோடி குழுக்களை மட்டுமே பின்பற்ற முடியும். இதில் ஆச்சரியப்பட ஒன்றுமில்லை. நாகரீகமாக இருந்தும் தம்மைப் பாதுகாத்துக் கொள்ள வழியில்லாத மக்கள்

மற்ற நாகரீகமற்ற மக்களுடன் போட்டியிட முடியாது என்பதை வரலாறு காட்டுகிறது. இதிலிருந்து புலனாகிறது நாடோடி சாதிகள் நிலைபெற்று ஒரே இடத்தில் குடியேறத் தொடங்கியபோது, அவர்கள் முன் ஏன், எப்படி தற்காப்புப் பிரச்சனை எழுந்தது?

தோற்கடிக்கப்பட்ட மற்றும் சிதறடிக்கப்பட்ட மனிதர்களின் பிரச்சினை எப்படி எழுந்தது? இதை புரிந்துகொள்வது கடினம் அல்ல. இது சமூகத்தின் ஆரம்ப கட்டத்தில் அந்தக் கட்சிகள் அல்லது சாதிகள் மத்தியில் பொதுவான விஷயமாக இருந்த தங்களுக்குள் தொடர்ந்து சண்டையிட்டதன் விளைவு. இந்தக் கட்சிப் போர்களில், கிட்டத்தட்ட எப்போதும் ஒரு கட்சி ஒழிக்கப்படவில்லை, ஆனால் அது தோற்கடிக்கப்பட்டு சிதைந்தது. பெரும்பாலும் தோற்கடிக்கப்பட்ட அணி துண்டு துண்டாக கிழிந்தது. இதனால், சமுதாய வளர்ச்சியின் ஆரம்ப கட்டத்தில், இவ்வாறு தோற்கடிக்கப்பட்டு சிதறிய ஏராளமான மக்கள், அங்கும் இங்கும் அலைந்து திரிந்தனர். சிதறடிக்கப்பட்ட மக்களின் பிரச்சினை ஏன் எழுந்தது என்பதைப் புரிந்து கொள்ள, ஆரம்பகால சமூக அமைப்பு பாகுபாடானது என்பது அவசியம். கட்சி சார்புடைய அமைப்பு என்பதற்கு இரண்டு அர்த்தங்கள் இருந்தன. முதலாவதாக, ஆரம்பகால சமுதாயத்தில் ஒவ்வொரு நபரும் ஏதோ ஒரு குழுவைச் சேர்ந்தவர்கள். இதுமட்டுமின்றி, அவர் ஏதாவது ஒரு கட்சியில் இருக்க வேண்டியிருந்தது.

குழுவிற்கு வெளியே எந்த நபரும் இல்லை, அது இருக்க முடியாது. மற்ற கட்சி அமைப்பின் அடிப்படை இரத்த உறவின் காரணமாக, ஒரு கட்சியில் பிறந்த எந்த ஒரு நபரும் மற்றொரு கட்சியில் சேர்ந்து அதன் உறுப்பினராக முடியாது. எனவே, இந்த சிதறிய மக்கள் தனித்தனியாக மட்டுமே வாழ வேண்டியிருந்தது. ஆனால் ஆரம்பகால சமூகத்தில், ஒரு குழு மற்றொரு குழுவுடன் போரில் ஈடுபட்டிருந்த நிலையில், இந்த ஒழுங்கற்ற மக்கள் குழுக்களும் தாக்கப்படலாம் என்ற அச்சம் எப்போதும் இருந்தது. அவர்களுக்கு எங்கு தங்குமிடம் என்று தெரியவில்லை. அவர்களை யார் தாக்குவார்கள், யார் பாதுகாப்பார்கள் என்று தெரியவில்லையா? எனவே, இந்த சிதறிய மக்களுக்கு தங்குமிடம் தேடுவதும் பாதுகாப்பாக இருப்பதும் சிக்கலாக இருந்தது.

ஆரம்பகால சமூகத்தின் வளர்ச்சியைப் பற்றி மேலே சாராம்சத்தில் என்ன கூறப்பட்டாலும், ஆரம்பகால சமூகத்தின் வாழ்க்கையில் அது இரண்டு குழுக்களாகப் பிரிக்கப்பட்ட ஒரு காலம் இருந்தது என்பது தெளிவாகிறது. ஒரே இடத்தில் நிரந்தரமாகக் குடியமர்த்தப்பட்ட மக்கள் கூட்டம் இருந்தது. நாடோடி படையெடுப்பாளர்களுக்கு எதிராக தங்கள் காவலர்களாக செயல்படக்கூடியவர்களைக் கண்டுபிடிப்பதே அவர்களின்

பிரச்சினையாக இருந்தது. இரண்டாவது குழு, சிதறிய தோற்கடிக்கப்பட்ட மக்கள், அவர்களுக்கு உணவு மற்றும் தங்குமிடம் வழங்கும் ஒரு புரவலரைக் கண்டுபிடிப்பதில் சிக்கலை எதிர்கொண்டனர்.

இரண்டாவது கேள்வி என்னவென்றால், இந்த இரண்டு குழுக்களும் தங்கள் பிரச்சினையை எவ்வாறு தீர்த்தார்கள்? இருவருக்குள்ளும் எந்த மாதிரியான ஒப்பந்தம் அல்லது உடன்படிக்கை செய்யப்பட்டது என்பதை உறுதியாகக் கூறக்கூடிய பழங்காலக் கணக்குகள் எதுவும் நம்மிடம் இல்லை என்றாலும், இருவரும் தங்களுக்குள் ஒரு ஒப்பந்தம் செய்துகொண்டனர் என்று நாம் கூறலாம். சிதறிய - பல்வேறு தோற்கடிக்கப்பட்ட மக்கள் நிரந்தரமாக குடியேறிய சாதிகளை ஒரு இடத்தில் பாதுகாக்க அல்லது பாதுகாக்க ஒப்புக்கொண்டனர், மறுபுறம், நிரந்தரமாக குடியேறிய சாதிகளுக்கு உணவு மற்றும் தங்குமிடம் வழங்க ஒப்புக்கொண்டனர். உண்மையில், இது போன்ற பரஸ்பர ஏற்பாடுகள் செய்யப்படவில்லை என்றால் அது மிகவும் இயற்கைக்கு மாறானதாக இருந்திருக்கும், ஏனென்றால் இருவரும் தங்கள் நலன்களை நிறைவேற்றுவதற்கு ஒருவருக்கொருவர் ஒத்துழைப்பு தேவை.

இந்த ஒப்பந்தத்தைத் தீர்ப்பதில் ஒரு சிரமம் எழுந்திருக்க வேண்டும். தங்குமிடம் கண்டுபிடிப்பதில் சிரமம். இந்த சிதறிய மக்கள் எங்கு வாழ வேண்டும்? குடியேறிய மக்கள் மத்தியில் அல்லது வெளியே? இந்தப் பிரச்சனையைத் தீர்மானிப்பதில் இரண்டு விஷயங்கள் தீர்க்கமானதாக இருந்திருக்கும் - ஒன்று இரத்த உறவு, மற்றொன்று போர்க் கொள்கை. ஆரம்பகால மக்களின் நம்பிக்கைகளின்படி, இரத்த உறவினர்கள் மட்டுமே ஒன்றாக வாழ முடியும். எந்தவொரு குறிப்பிட்ட கட்சிக்கும் அதிகாரம் உள்ள பகுதிக்குள் வெளியாட்கள் யாரும் நுழைய முடியாது. இந்த சிதறடிக்கப்பட்ட மக்கள் 'வெளியாட்கள்'. அவர்கள் நிரந்தரமாக குடியேறிய மக்கள் குழுவிலிருந்து வேறுபட்ட குழுவைச் சேர்ந்தவர்கள். அப்படி இருக்கும்போது, அவர்களால் குடியேறிய மக்களிடையே வாழ முடியவில்லை

கொடுத்திருக்கலாம். போர்க் கொள்கையின் பார்வையில், இந்த உடைந்த மனிதர்கள் கிராமத்தின் புறநகரில் இருக்க வேண்டும், அதனால் அவர்கள் படையெடுப்பாளர்களுடன் போராட முடியும். இந்த இரண்டு விஷயங்களையும் சேர்த்து, அந்த மக்கள் கிராமத்திற்கு வெளியே, கிராமத்தின் எல்லையில் வசிக்க வேண்டும் என்று முடிவு செய்யப்பட்டது.

இப்போது நாம் முக்கிய கேள்விக்கு வருவோம். தீண்டத்தகாதவர்கள் ஏன் கிராமத்திற்கு வெளியே வாழ்கிறார்கள்? மேலே கொடுக்கப்பட்ட வழிகாட்டுதல்களைப் பின்பற்றி, இந்த

கேள்விக்கு பதிலளிக்க சில முயற்சிகளை மேற்கொள்ளலாம். இந்து சமுதாயம் நாடோடி வாழ்வை விட்டுவிட்டு செட்டில் ஆன வாழ்க்கையை நோக்கி செல்லும் போது மற்ற இடங்களில் நடந்த அதே நிலை இந்தியாவிலும் நடந்திருக்க வேண்டும். ஆரம்பகால சமூகத்தில் நிரந்தரமாக குடியேறிய மற்றும் சிதறடிக்கப்பட்ட மக்கள் இருவரும் இருந்திருப்பார்கள். நிரந்தரமாக குடியேறியவர்கள் கிராமத்தின் அடித்தளத்தை அமைத்து கிராமத்தில் குடியேறினர்; சிதைந்த தோற்கடிக்கப்பட்ட மக்கள் வெவ்வேறு குழுவைச் சேர்ந்தவர்கள் மற்றும் வெவ்வேறு இரத்தத்தை சேர்ந்தவர்கள் என்பதால் கிராமத்திற்கு வெளியே குடியேறினர். உறுதியான மொழியில் சொல்வதென்றால், இன்றைய 'தீண்டத்தகாதவர்கள்' சில காலத்தில் பிரிந்த தோற்கடிக்கப்பட்ட மக்கள் மட்டுமே, அவர்கள் பிரிக்கப்பட்ட தோற்கடிக்கப்பட்ட மக்களாக இருந்ததால், அவர்கள் கிராமங்களுக்கு வெளியே குடியேறினர்.

அதன் தொடக்கத்தில் அதை நம்புவது ஏன் இயற்கையானது என்பதை இது தெளிவுபடுத்துகிறது

பழங்காலத்திலிருந்தே, 'தீண்டத்தகாதவர்கள்' கிராமத்திற்கு வெளியே வசித்து வருகின்றனர், மேலும் அவர்கள் கிராமத்திற்கு வெளியே வாழ்வது 'தீண்டத்தகாதவர்களுக்கு' சில தீங்குகளை ஏற்படுத்தியது.

செய்ய ஒன்றுமில்லை. இந்தக் கோட்பாடு மிகவும் புதியது, விமர்சகர்களின் மேலும் கேள்விகளுக்கான பதில்களைப் பெறாமல் திருப்தி அடைய முடியாது. என்று அவர்கள் கேட்கலாம்.

(1) 'தீண்டத்தகாதவர்கள்' என்பது பறிக்கப்பட்ட மற்றும் தோற்கடிக்கப்பட்ட மக்கள் என்பதற்கு ஏதேனும் ஆதாரம் உள்ளதா?

(2) மேலே விவாதிக்கப்பட்ட நிரந்தர தீர்வு செயல்முறை எந்த நாட்டிலும் நடந்ததற்கான ஆதாரம் உள்ளதா?

(3)கிராமங்களுக்கு வெளியே சிதறிய மக்கள் வாழ்வது ஒரு பரவலான நிகழ்வு என்றால், கிராமங்களுக்கு வெளியே உள்ள குடியிருப்புகள் மற்ற நாடுகளில் இல்லை, இந்தியாவில் மட்டும் எப்படி நடந்தது?

4.
தீண்டத்தகாதவர்கள் சாதியிலிருந்து பிரிக்கப்பட்ட மக்களா?

'தீண்டத்தகாதவர்கள்' என்பது அடிப்படையில் பிரிக்கப்பட்ட தோற்கடிக்கப்பட்ட மக்களா என்று இந்தக் கேள்வியைக் கேட்டால், எனது பதில் 'ஆம்' என்பதே. நீங்கள் ஆம் என்று சொன்னால், உங்கள் அறிக்கையை நிரூபிக்க வேண்டும். இந்த உறவின் உண்மையான ஆதாரம் கண்டுபிடிக்கப்பட்டது; இந்து கிராமங்களில் உள்ள 'தீண்டத்தகுந்த' மற்றும் 'தீண்டத்தகாத' மக்களின் பாரம்பரிய சாதி அடையாளங்களை யாராவது படித்திருந்தால். துரதிர்ஷ்டவசமாக, இந்நிறுவனத்தின் மானுடவியல் மாணவர்கள் இந்துக்கள் மற்றும் தீண்டத்தகாதவர்களின் சாதிப் பண்புகளைப் படிக்கத் தொடங்கவில்லை. அப்படிப்பட்ட பொருள் சேகரிக்கப்படும் போது, இந்த அத்தியாயத்தில் எழுப்பப்பட்ட கேள்விகளுக்கு நாம் தீர்க்கமான கருத்தை வழங்க முடியும். இதுவரை, நான் செய்த சிறிய ஆராய்ச்சியில், ஒரு குறிப்பிட்ட கிராமத்தின் 'தீண்டத்தகாதவர்களின்' பரஸ்பர சாதிப் பண்புகள், அதே கிராமத்தைச் சேர்ந்த 'இந்துக்களின்' பரஸ்பர சாதிப் பண்புகளிலிருந்து வேறுபட்டவை என்பதில் நான் திருப்தி அடைகிறேன்.

இந்துக்கள் மற்றும் தீண்டத்தகாதவர்களின் பரஸ்பர சாதிப் பண்புகளில் உள்ள வேறுபாடு, தீண்டத்தகாதவர்கள் சிதைந்த தோற்கடிக்கப்பட்ட மக்கள் என்பதற்கும் அவர்கள் கிராமங்களில் வசிக்கும் சாதியிலிருந்து வேறுபட்ட குழுவைச் சேர்ந்தவர்கள் என்பதற்கும் சிறந்த சான்றாகும். ஆனால் இந்த வகை பொருள் இன்னும் சேகரிக்கப்பட வேண்டும் என்பதை ஏற்றுக்கொள்ள வேண்டும். ஆனால் அழிவிலிருந்து தப்பிய சில விஷயங்கள் உள்ளன, அவை வழிகாட்டுதலை வழங்குகின்றன, மேலும் 'தீண்டத்தகாதவர்கள்' சிதைந்த, தோற்கடிக்கப்பட்ட மக்கள் என்ற முடிவுக்கு வரலாம். அத்தகைய சான்றுகளை வழங்கும் இரண்டு வகையான விஷயங்கள் உள்ளன. முதலாவதாக, 'அந்தியா', 'அந்தியாஜ்' மற்றும் 'அன்த்யேவாசின்' ஆகிய பெயர்கள் உள்ளன, அவை இந்து மத நூல்கள் சில சாதிகளுக்கு வழங்கியுள்ளன. அவை பழங்காலத்திலிருந்தே உள்ளன. குறிப்பிட்ட சிலருக்கு இந்தப் பெயர்கள் ஏன் பயன்படுத்தப்பட்டன? இந்த வார்த்தைகளில் ஏதோ மறைவான அர்த்தம் இருப்பதாகத் தெரிகிறது. இவை 'முடிவு' என்ற

சொல்லின் கலவையிலிருந்து உருவாக்கப்படுகின்றன. 'முடிவு' என்ற வார்த்தையின் அர்த்தம் என்ன? 'எறும்பு' என்பதற்கு 'இறுதியில் எழுவது' என்று பொருள் என்கின்றனர் பண்டிதர்கள். ஏனெனில் இந்த கோட்பாட்டின் படி, 'சூத்திரன்' இறுதியில் பிறக்கிறது. தீண்டத்தகாதவர் என்பது பிரம்மாவின் படைப்புக்கு வெளியே உள்ள ஒரு உயிரினம். சூத்திரன் முதலும் கடைசியும் என்ற கொள்கை தீண்டத்தகாதவர்களுக்குப் பொருந்தாது. என் புரிதலில், 'அந்தியா' என்பது படைப்பின் முடிவு அல்ல, கிராமத்தின் முடிவு. இது கிராமத்தின் எல்லையில் வாழும் மக்களுக்கு வழங்கப்பட்ட பெயர். இந்த 'அந்தியா' என்ற வார்த்தை வரலாற்று முக்கியத்துவம் வாய்ந்தது. கிராமத்தில் சிலர் வாழ்ந்த காலம் இருந்ததாக அது கூறுகிறது

கிராமத்திற்கு வெளியே, கிராமத்தின் 'அந்தியா'வில் வாழ்ந்த சிலர் 'அந்தியாஜ்' என்று அழைக்கப்பட்டனர்.

கிராமத்தின் எல்லையில் ஒரு சிலர் மட்டும் ஏன் வாழ்ந்தார்கள்? இவர்கள் சிதைந்து போன தோற்கடிக்கப்பட்ட மக்கள் என்பதும், கிராமத்துக்குள் மக்கள் வாழும் 'குழு'க்கு வெளியே இருந்தவர்கள் என்பதும் தவிர வேறு ஏதாவது காரணம் இருக்க முடியுமா? இதுவே முக்கியக் காரணமாக இருந்தது, இவர்களுக்குப் பயன்படுத்தப்பட்ட வார்த்தைகளைப் பயன்படுத்துவதிலிருந்தும் இது தெளிவாகிறது. இதனால், 'அன்த்யா', 'அந்த்யாஜ்', 'அன்டியே வாசின்' என்ற வார்த்தைகளின் பயன்பாடு இரட்டை அர்த்தம் கொண்டது. முதலாவதாக, கிராமத்திற்கு வெளியே தனித்தனியாக வாழ்வது மிகவும் தனித்துவமானது, அதற்கு புதிய சொற்கள் உருவாக்கப்பட வேண்டும் என்பதை இது காட்டுகிறது. இரண்டாவதாக, பயன்படுத்தப்பட்ட புதிய வார்த்தைகள், அவை யாருக்காகப் பயன்படுத்தப்படுகிறதோ, அந்த மக்களின் உடனடிச் சூழலைத் துல்லியமாகப் பிரதிபலிக்கும் வகையில் உள்ளன.

அதாவது அவர்கள் 'அந்நியர்கள்' என்று சொல்லலாம்.

இரண்டாவதாக, 'தீண்டத்தகாதவர்கள்' வெறும் தனிமைப்படுத்தப்பட்ட தோற்கடிக்கப்பட்ட மக்கள் என்று கூறுபவர்கள் 'மஹர்' என்ற சாதியைச் சேர்ந்தவர்கள். மகாராஷ்டிராவில் 'மஹர்' என்பது முக்கிய தீண்டத்தகாத சாதி. மகாராஷ்டிராவின் மிகப்பெரிய முக்கிய தீண்டத்தகாத சாதி இதுதான். மஹர்களுக்கும் மற்ற இந்துக்களுக்கும் இடையிலான பரஸ்பர உறவை தெளிவுபடுத்தும் பின்வரும் முக்கியமான விஷயங்கள் கவனிக்கத்தக்கவை. (1) மஹர்கள் ஒவ்வொரு கிராமத்திலும் காணப்படுகின்றனர். (2) மகாராஷ்டிராவில் உள்ள ஒவ்வொரு கிராமத்திற்கும் ஒரு சுவர் உள்ளது மற்றும் மஹர்கள் அந்த சுவருக்கு வெளியே வாழ்கின்றனர். (3) மஹர்கள் மாறி மாறி

கிராமத்தைக் காக்கிறார்கள். (4) மஹர்கள் இந்துக்களிடமிருந்து பிரத்தியேகமாகப் பெற்ற தங்களின் 52 உரிமைகளைப் பற்றி விவாதிக்கின்றனர். இந்த 52 உரிமைகளில் முக்கியமானவை.

(1) கிராம மக்களிடம் உணவு சேகரிக்கும் உரிமை.

(2) அறுவடை நேரத்தில் ஒவ்வொரு கிராமத்திலிருந்தும் நெல் சேகரிக்கும் உரிமை.

(3) கிராமத்தில் இறக்கும் எந்த ஒரு பிராணியின் இறந்த உடலையும் பயன்படுத்தும் உரிமை.

மஹர்களின் நிலை நிரூபிப்பது மகாராஷ்டிராவில் மட்டும்தான் என்பதில் சந்தேகமில்லை. இதே நிலை இந்தியாவின் மற்ற மாகாணங்களிலும் உள்ளதா இல்லையா என்பது கண்டுபிடிக்கப்பட வேண்டும். ஆனால், இந்தியா முழுவதும் உள்ள தீண்டத்தகாதவர்களின் நிலைமைக்கு மஹர்களின் நிலையை உதாரணமாகக் கருதினால், இந்திய வரலாற்றில் பிற கட்சிகளைச் சேர்ந்த சிதறி தோற்கடிக்கப்பட்ட மக்கள் நிரந்தரமாக மக்களுடன் இணைந்த ஒரு காலம் வந்தது என்பதை ஏற்றுக்கொள்ள வேண்டும். அவர் ஒரு இடத்தில் குடியேறினார் மற்றும் அவர்களுடன் ஒரு வகையான ஒப்பந்தம் செய்தார், இதன் மூலம் வெளியேற்றப்பட்ட மக்கள் கிராமங்களின் எல்லைகளில் குடியேற அனுமதிக்கப்பட்டனர். அவர்கள் சில கடமைகளைச் செய்ய வேண்டியிருந்தது, அதற்குப் பதிலாக அவர்களுக்கும் சில உரிமைகள் கிடைத்தன. மஹர்களின் பாரம்பரியம் அவர்களின் 52 உரிமைகள் ஆகும், இது அவர்கள் பேரார் முஸ்லீம் மன்னர்களிடமிருந்து பெற்றனர். இந்த உரிமைகள் பழமையானவை என்று மட்டுமே இது அர்த்தப்படுத்துகிறது, ஆனால் அவை பேரார் மன்னர்களால் புதிதாக அங்கீகரிக்கப்பட்டிருக்க வேண்டும். இந்த உண்மைகள் மிகவும் சிறியதாக இருந்தாலும், இவை ஓரளவுக்கு இதை நிரூபிக்கின்றன

தீண்டத்தகாதவர்கள்' ஆரம்பத்திலிருந்தே கிராமத்திற்கு வெளியே வாழ்ந்து வருகின்றனர். அவர்கள் தீண்டத்தகாதவர்களாக ஆக்கப்பட்டதும், பின்னர் கிராமத்திற்கு வெளியே சென்று வாழ வேண்டிய கட்டாயம் ஏற்பட்டதும் நடக்கவில்லை. அவர்கள் கிராமத்திற்குள் குடியேறிய வேறு சில பழங்குடியினரிடமிருந்து பிரிந்ததால், ஆரம்பத்தில் இருந்து கிராமத்திற்கு வெளியே வசித்து வருகின்றனர்.

தீண்டத்தகாதவர்கள் எப்போதும் 'தீண்டத்தகாதவர்கள்' என்ற அனுமானம் இதை ஏற்றுக்கொள்வதில் உள்ள மிகப்பெரிய சிரமம். இன்றைய 'தீண்டத்தகாதவர்களின்' முன்னோர்கள் 'தீண்டத்தகாதவர்கள்' அல்ல என்று புரிந்தவுடன் இந்தக் கஷ்டம்

உடனே மறைந்துவிடும். அவர்கள் சிதறடிக்கப்பட்ட தோற்கடிக்கப்பட்ட மக்கள், அதிகமாகவும் இல்லை குறைவாகவும் இல்லை. அவர்களுக்கும் மற்றவர்களுக்கும் இடையில் ஏதேனும் வேறுபாடு இருந்தால், அவர்கள் வெவ்வேறு 'குழுக்கள்' அல்லது 'குலங்களை' சேர்ந்தவர்கள்

5.
இது வேறு எங்கும் நடந்திருக்கிறதா?

இப்படி தோற்கடிக்கப்பட்ட மக்கள் தங்கள் கிராமங்களுக்கு வெளியே வேறு எங்கும் குடியேறியதாக வரலாறு தெரியுமா? இந்தக் கேள்விக்கு 'ஆம்' என்று பதிலளிக்கலாம். அதிர்ஷ்டவசமாக, குறிப்பாக இந்தியாவில் நடந்ததாகக் கூறப்படுவது, மற்ற இடங்களிலும் நடந்திருக்கிறது என்பதை நிரூபிக்கும் உதாரணங்கள் எங்களிடம் உள்ளன. அயர்லாந்து மற்றும் வேல்ஸ் ஆகிய நாடுகள் இந்த மாதிரியான சம்பவம் நடந்ததாகக் கூறப்படுகிறது.

ஆரம்ப காலத்தில் அயர்லாந்தின் கிராம அமைப்பு எப்படி இருந்தது என்பதை அயர்லாந்தின் ப்ரெஹானின் சட்டங்களிலிருந்து அறியலாம். இந்த சட்டங்களில் இருந்து என்ன தோன்றுகிறது என்பது பற்றிய சில யோசனைகள் சர் ஹென்றிமேன் வழங்கிய பின்வரும் சுருக்கத்திலிருந்து பெறலாம். சர் ஹென்றிமேன் கூறுகிறார்:

'கட்சி' அல்லது 'குலம்' ஒரே இடத்தில் குடியேறுவதற்கு நீண்ட காலம் கடந்திருந்தபோது, 'பிரெஹனின் சட்டம் அந்த சமூக அமைப்பை நமக்கு அறிமுகப்படுத்துகிறது. இது ஒரு அரசியல் 'அமைப்பை' அமைப்பதற்கு போதுமான அளவு மற்றும் முக்கியத்துவம் வாய்ந்ததாக இருந்திருக்க வேண்டும், மேலும் ஐரிஷ் எழுத்துக்களில் 'ராஜாக்கள்' என்று குறிப்பிடப்படும் பல தலைவர்களில் ஒருவரால் தலைமை தாங்கப்பட்டிருக்கலாம். எந்தக் கட்சிப் பிரதேசமாக இருந்தாலும் அது அனைத்துக் கட்சிகளுக்கும் சொந்தமானது என்பதுதான் ஏற்றுக்கொள்ளப்பட்ட அடிப்படையான விடயம், ஆனால் உண்மையில் கட்சிகளின் சிறு குலங்களே அதில் பெரும் பகுதிகளை நிரந்தரக் கட்டுப்பாட்டில் வைத்திருக்கின்றன. அதில் ஒரு பகுதி தலைவனுக்கும், மற்றொரு பகுதி அவனது வாரிசுகளுக்கும் வாரிசு என்ற சிறப்பு விதியின்படி நிர்ணயிக்கப்பட்டுள்ளது, மற்ற பகுதிகள் 'பேண்டுகள்' வசம் உள்ளன, அவற்றில் சில சிறிய தலைவர்களுக்கு உட்பட்டவை; எந்த தலைவருக்கும் நேரடி அதிகாரம் இல்லை என்றாலும், உயரடுக்கு வகுப்பைச் சேர்ந்த சிலர் அவர்களைப் பிரதிநிதித்துவப்படுத்துகிறார்கள். வேறு யாராலும் கையகப்படுத்தப்படாத அனைத்து நிலத்தின் மீதும் கட்சிக்கு பிரத்தியேகமான கூட்டு உரிமை உள்ளது, கொள்கையளவில், எந்த ஒரு பகுதியின் மீதும் தற்காலிக உரிமை உள்ளவர்கள் தங்களை 'கட்சி மக்கள்' என்று அழைக்கும் 'கட்சியினர்' குழுக்கள் என்று கூறப்படுகிறது , ஆனால் உண்மையில் அவர்கள் ஒன்றிணைந்து

முக்கியமாக விலங்குகளை மேய்க்கும் நோக்கத்திற்காக ஒரு உடன்படிக்கை செய்துள்ளனர். கட்சி நிலத்தின் பெரும்பகுதி மீது யாருக்கும் எந்த உரிமையும் இல்லை, அது கட்சியின் 'தரிசு' நிலம். இருந்தபோதிலும், இந்த நிலம் தொடர்ந்து நடந்து வருகிறது அல்லது கால்நடைகள் நிரந்தரமாக மக்களால் மேய்க்கப்பட்டு விவசாயம் செய்யப்படுகிறது

செய்பவர்களும் அயோக்கியர்களும் குறிப்பாக எல்லையை நோக்கி தங்க அனுமதிக்கப்படுகிறார்கள். இது தலைவரின் அதிகாரம் நீட்டிக்கப்பட்ட நிலத்தின் ஒரு பகுதியாகும், மேலும் அவர் தனது 'ஃபுதிர்களை' அல்லது விவசாயிகளில் குறிப்பிடத்தக்க பிரிவைக் கொண்ட அந்நியர்களை குடியேற்றுகிறார். சட்டவிரோதமானவர்களும் தோற்கடிக்கப்பட்டவர்களும் அவரிடம் பாதுகாப்புக்காக வருகிறார்கள், அவர்கள் தங்கள் புதிய கட்சியுடன் நெருங்கிய தொடர்புடையவர்கள், அதன் தலைவரைப் போலவே, அவர்களுக்கான பொறுப்பையும் தானே ஏற்றுக்கொள்கிறார்கள்.

இந்த 'ஃபுதாஹிர்கள்' யார்? சர் ஹென்றி கெய்ன் கருத்துப்படி, தளபதிகள் -

"பிற பிரதேசங்களில் இருந்து வரும் 'அந்நியர்கள்' அல்லது அகதிகள், தங்கள் அசல் கட்சித் தொடர்பை உடைத்து, அவர்களுக்குத் தங்கள் 'ஜாதி'யில் இடம் கொடுத்த இணைப்பு மற்றும் புதிய இடத்தில் கட்சியில் இடம் தேட முயற்சிக்கும் சமூகம். இதன் விளைவாக முழு நாடும் வெளியேற்றப்பட்ட மக்களால் நிரம்பியது, விவசாயிகளாக மாறுவது மட்டுமே குடியிருப்பு மற்றும் பாதுகாப்பு.

ஃபுதீர் ஒரு 'கட்சி' நபர் அல்ல. இரத்த உறவுகளால் ஒருவருக்கொருவர் இணைக்கப்பட்ட மக்கள் பல சமூகங்களில் அவர் ஒரு 'அந்நியன்'. சமூகத்துடனான தொடர்பு உடைந்த எந்தவொரு நபருக்கும் இது ஒரு பெரிய அவலநிலை. அதன் இயற்கையான இடம் எப்பொழுதும் இல்லாமல் போய்விட்டது, அவர்களுக்கு வேறு எங்கும் இடம் இல்லை."

இப்போது வேல்ஸ் பற்றி. திரு. சீபோம் ஆரம்ப கால வெல்ஷ் கிராமங்களின் அமைப்பை விவரித்துள்ளார். சீபோமின் கருத்துப்படி, வெல்ஸ் கிராமம் என்பது வீடுகளின் குழுவாகும். வீடுகள் இரண்டு பகுதிகளாக பிரிக்கப்பட்டன, சுயாதீன விவசாயிகளின் வீடுகள் மற்றும் கீழ்நிலை விவசாயிகளின் வீடுகள். திரு. சீபோம் கூறுகையில், வேல்ஜின் ஆரம்ப கால கிராமங்களில் இந்த தனி குடியிருப்பு ஒரு பொதுவான விஷயம். இந்த பரதீன விவசாயிகள் ஏன் தனித்தனியாகவும் தூரத்திலும் குடியமர்த்தப்பட்டனர்? இந்த வேறுபாட்டிற்கான காரணத்தை ஸ்ரீ சிபோம் பின்வருமாறு விளக்கியுள்ளார்-

"ஒரே பார்வையில், வேல்ஸின் பண்டைய சட்டங்களில் குறிப்பிடப்பட்டுள்ள கட்சிக்காரர்கள் மற்றும் கட்சி சார்பற்றவர்கள் மற்றும் மனித வர்க்கங்களுக்கு இடையே ஒரு பெரிய குழப்பம் இருப்பதாகத் தோன்றுகிறது. அந்தக் கட்சி சமூகத்தின் அமைப்பின் அடிப்படை விதியைப் புரிந்து கொள்ளும்போதுதான் இந்த குழப்பம் மறைந்துவிடும். இந்த கொள்கையானது வெளிநாட்டு சட்டம், பழக்கவழக்கங்கள் மற்றும் பெயரிடல்களின் சிக்கலில் இருந்து விடுபட்டால், அது மிகவும் எளிமையான வடிவம் பெறுகிறது வேல்ஸ் கட்சியில் பரவலாக இரண்டு வகுப்புகள் இருந்தன - வெல்ஷ் இரத்தம் மற்றும் வெளிநாட்டு இரத்தம்.

இது மீற முடியாததாகக் கருதப்பட்டாலும், இந்த இரண்டு கட்சிகளுக்கும் இடையே மிகவும் ஆழமான இடைவெளி இருந்தது, அவை எப்போதும் வெற்றியைப் பற்றிய எந்த விஷயத்திலும் அக்கறை காட்டவில்லை. இது இரத்தத்தின் ரகசியம், மேலும் இந்த ரகசியம் பாதுகாக்கப்பட்ட உறுதியானது கட்சி அமைப்பின் சிறப்பு அடையாளம் மற்றும் அதன் அதிகாரத்தின் மறைக்கப்பட்ட ரகசியம் என்பது விரைவில் தெளிவாகிறது."

ஆரம்ப காலத்தில் அயர்லாந்து மற்றும் வேல்ஸின் கிராம அமைப்புகளின் இந்த விளக்கம், இந்தியாவின் 'தீண்டத்தகாதவர்கள்' கிராமத்திற்கு வெளியே வசிப்பவர்கள் மட்டுமல்ல என்பதை தெளிவாக்குகிறது. இது எங்கும் நிறைந்த ஒரு நிகழ்வு மற்றும் பின்வரும் பண்புகளைக் கொண்டிருந்தது என்பதை இது நிரூபிக்கிறது –

(1) ஆரம்ப காலத்தில், கிராமக் குடியிருப்புகள் இரண்டு பகுதிகளாகப் பிரிக்கப்பட்டன. ஒரு பகுதியில் ஒரு 'கட்சி' மக்கள் வாழ்ந்தனர், மற்றொரு பகுதியில் வெவ்வேறு கட்சியினர் வாழ்ந்தனர்.
(2) 'தல்' மக்கள் வாழ்ந்த குடியேற்றத்தின் பகுதி 'கிராமம்' என்று அழைக்கப்பட்டது. சிதறிய மக்கள் கிராமத்திற்கு வெளியே இருந்தனர்.
(3) கலைந்து சென்ற மக்கள் கிராமத்திற்கு வெளியே தங்கியதற்குக் காரணம், அவர்கள் 'அந்நியர்கள்' என்பதாலும், அந்தக் 'கட்சியுடன்' அவர்களுக்கு எந்தத் தொடர்பும் இல்லை என்பதே.

இந்தியாவின் தீண்டத்தகாதவர்கள் மற்றும் அயர்லாந்தின் 'ஃபுடிஹார்' மற்றும் வேல்ஸின் 'உல்டர்ட்' ஆகியவற்றின் ஒப்புமையில் முழுமையான ஒற்றுமை உள்ளது. அயர்லாந்தில் உள்ள

'ஃபுடிஹார்' மக்களும், வேல்ஸில் உள்ள 'உல்டுர்டு' மக்களும் கிராமங்களுக்கு வெளியே வாழ வேண்டிய அதே காரணத்திற்காக, இந்தியாவில் உள்ள 'தீண்டத்தகாதவர்கள்' கிராமங்களுக்கு வெளியே வாழ்ந்து வருகின்றனர். கிராமத்திற்கு வெளியே வாழும் தீண்டத்தகாதவர்களைப் பற்றி என்ன சொல்லப்பட்டிருந்தாலும், அதற்கான உதாரணங்கள் மற்ற இடங்களிலும் உள்ளன என்பது இதிலிருந்து தெளிவாகிறது.

6.
இந்தக் குடியிருப்புகள் ஏன் வேறு இடங்களில் அழிந்துவிட்டன?

அயர்லாந்தின் 'ஃப்ரூதர்கள்' மற்றும் வேல்ஸின் 'உல்டர்ட்ஸ்' ஆகியோர் சிதறடிக்கப்பட்ட மக்கள் என்பது உண்மைதான். அவர்கள் தனித்தனி குடியிருப்புகளில் வாழ்ந்தார்கள் என்பதும் உண்மை. அதே வேளையில், அந்தச் சிதறிய மக்களின் குடியேற்றங்கள் மறைந்து, நிரந்தரமாகக் குடியேறிய சாதியினராக மாறி, அவர்களுடன் கலந்துவிட்டார்கள் என்பதும் உண்மை. இது சற்று தனித்துவமானது. இதுவரை முன்வைக்கப்பட்ட கோட்பாட்டின் படி, அந்த மக்கள் வேறு 'குழு' மற்றும் 'ரத்தம்' வேறு என்பதால் கிராமத்திற்கு வெளியே குடியமர்த்தப்பட்டனர். பிறகு எப்படி அவர்கள் 'கட்சியில்' இணைந்தார்கள்? இந்தியாவிலும் ஏன் அப்படி நடக்கவில்லை? இவை இயற்கையான மற்றும் பதிலளிக்க வேண்டிய சில கேள்விகள்.

ஆரம்பகால சமூகம் அதன் தற்போதைய வடிவத்தை எடுத்த வளர்ச்சியின் செயல்முறையுடன் இந்த கேள்வி நெருங்கிய தொடர்புடையது. முன்னரே குறிப்பிட்டது போல, இந்த வளர்ச்சி இரண்டு திசைகளில் நடந்துள்ளது. முதலாவதாக, ஆரம்பகால சமூகம் ஒரு 'நாடோடி' நிலையிலிருந்து ஸ்திரத்தன்மைக்கு மாறியது, இரண்டாவதாக, ஆரம்பகால சமூகம் ஒரு கட்சி அரசிலிருந்து ஒரு பிராந்திய மாநிலத்திற்கு மாறியது. இப்போது நம்மைக் குழப்பிக் கொண்டிருக்கும் கேள்வி, வளர்ச்சியின் இரண்டாவது நீரோட்டத்துடன் தொடர்புடையது. இரத்தத்தின் ஒற்றுமைக்கு பதிலாக பிரதேச ஒற்றுமை ஒற்றுமையின் பிணைப்பாக மாறுவதால், அதுவே வேறுபட்ட மக்களின் தனி குடியேற்றங்கள் அழிக்கப்படுவதற்குக் காரணம். இரத்தத்தின் சமத்துவத்திற்குப் பதிலாக நிலப்பரப்பின் சமத்துவத்தை ஒற்றுமையின் பிணைப்பாக ஆரம்பகால சமூகம் ஏன் ஏற்றுக்கொண்டது? திருப்திகரமான பதில் இல்லாத கேள்வி இது. மாற்றத்திற்கான மூல காரணம் தெரியவில்லை. ஆம், இந்த மாற்றம் எப்படி ஏற்பட்டது என்பது தெளிவாகத் தெரிகிறதா?

ஒரு குறிப்பிட்ட கட்டத்தை எட்டியதும், ஆரம்பகால சமுதாயத்தில் ஒரு விதி உருவாக்கப்பட்டது, அதன்படி கட்சிக்கு வெளியே உள்ளவர்கள் அதன் உறவினர்களாகி கட்சியில் சேரலாம். இந்த விதி 'உன்னத ஆட்சி' என்று அழைக்கப்பட்டது. குழுவிற்கு

வெளியே உள்ள ஒருவர் குறிப்பிட்ட எண்ணிக்கையிலான தலைமுறைகளுக்கு குழுவுடன் நெருக்கமாக இருந்தாலோ அல்லது குழுவில் திருமணம் செய்து கொண்டாலோ, அவர் அவர்களின் உறவினராக இருக்கலாம் என்பதும் இதே விதியாகும். வேல்ஸ் கிராம அமைப்பில் குழுவிற்கு வெளியே உள்ள ஒருவர் குழுவில் உறுப்பினராக வருவதற்கான விதிகளை ஸ்ரீ சீபோம் பின்வருமாறு வழங்கியுள்ளார் –

(1) சவுத் வெல்ஷ் பாரம்பரியத்தின் படி, சிம்ருவில் (வெல்ஷ்) வாழ்வது ஒரு 'வெளிநாட்டவரை' இறுதியில் 'சிம்ரு' ஆக்குகிறது, ஆனால் அவர் குறைந்தது 9 தலைமுறைகள் வாழ்ந்திருந்தால் மட்டுமே.

(2) சிம்ரின் கூற்றுப்படி, தலைமுறை தலைமுறையாக நடக்கும் கலப்புத் திருமணம் காரணமாக, நான்காவது தலைமுறையில் ஒரு 'அந்நியன்' சந்ததி 'சைம்ரு' ஆகிறது. வேறு வார்த்தைகளில் கூறுவதானால், அசல் அந்நியரின் கொள்ளுப் பேரன், குறைந்தபட்சம் இரத்தத்தின் ஒரு பகுதி சிம்ருவாக மாறியுள்ளது. 'கட்சி'க்கு அதிக உரிமையுடையவனாகிறான்.

இது இந்தியாவில் நடந்திருக்கக் கூடாதா? அது இருக்க முடியும் - உண்மையில் அது இருக்க வேண்டும். ஏனெனில் இந்தியாவிலும் அயர்லாந்து, வேல்ஸ் போன்ற ஒரு விதி இருந்தது. மனு இதனைக் குறிப்பிட்டுள்ளார். பத்தாவது அத்தியாயத்தின் 64 முதல் 67 வரையிலான வசனங்களில், ஒரு சூத்திரன் ஏழு தலைமுறைகளுக்கு பிராமண சாதிக்குள் திருமணம் செய்து கொண்டால், அவன் பிராமணனாக முடியும் என்று மனு கூறுகிறது. ஒரு சூத்திரன் ஒருபோதும் பிராமணனாக மாற முடியாது என்பது சதுர்வர்ணத்தின் பொது விதி. அவர் சூத்திரராகப் பிறந்து சூத்திரராகவே இறந்தார். அவனால் பிராமணனாக மாறவே முடியாது. ஆனால் இந்த பழங்கால விதி மிகவும் வலுவாக இருந்ததால், மனு சூத்திரர்களுக்கு அதைப் பயன்படுத்த வேண்டியிருந்தது. இந்தியாவில் இந்த ஆட்சி தொடர்ந்திருந்தால், இந்தியாவில் சிதறிக் கிடக்கும் மக்கள் கிராமக் குடியிருப்புகளாக இணைந்திருப்பார்கள், அவர்களின் தனி குடியிருப்புகள் நிலைத்திருக்காது என்பது தெளிவாகிறது. இது ஏன் நடக்கவில்லை? இதற்கான பதில் என்னவென்றால், 'தீண்டாமை' என்ற எண்ணம் மேலெழுந்து, அது மற்றொரு வடிவத்தில் தொடர்புடைய மற்றும் தொடர்பில்லாத கட்சிகள் மற்றும் 'கட்சி-வெளியாட்கள்' அதாவது 'தீண்டத்தகாதவர்' மற்றும் 'தீண்டத்தகாதவர்' என்ற வித்தியாசத்தை நிரந்தரமாக்கியது. இது அயர்லாந்து மற்றும் வேல்ஸ் போன்ற ஒருங்கிணைப்பை இந்தியாவில் நடக்க அனுமதிக்காத புதிய விஷயம். அதன் விளைவு இன்று ஒவ்வொரு கிராமத்திலும் தனி குடியேற்றம் என்பது இந்திய கிராமத்தின் இன்றியமையாத பகுதியாக மாறிவிட்டது

பகுதி-3 தீண்டாமையின் தோற்றம் பற்றிய பண்டைய கோட்பாடு

---

7. தீண்டாமைக்கு மூல காரணம்: இன வேறுபாடு

தீண்டாமையின் தோற்றம் என்ன, அது எப்படி உருவானது? முன்பு கூறியது போல், இந்த தலைப்பு இன்னும் விரிவாக ஆராயப்படவில்லை. எந்த ஒரு சமூக அறிவியல் ஆய்வாளரின் கவனமும் இதுவரை இதை நோக்கி ஈர்க்கப்படவில்லை. இந்தியாவைப் பற்றியும் அதன் மக்களைப் பற்றியும் எழுதிய எழுத்தாளர்கள், சமூகவியலாளர்களைத் தவிர, 'தீண்டாமை'யின் தோற்றத்தை அதிகமாகவோ அல்லது குறைவாகவோ கண்டனத்துடன் விளக்க முயன்றுள்ளனர். ஆசிரியர் திரு.ஸ்டான்லி ரைஸ்

"தீண்டத்தகாதவர்கள் தோற்கடிக்கப்பட்டவர்களின் வழித்தோன்றல்களாக இருக்க வாய்ப்புள்ளது. சாதியும் தொழிலும் ஒன்றாக இணைந்ததால், அவர்கள் டோம், சமர் போன்ற சாதிகளுக்குள் கணக்கிடப்பட்டனர். ஆரம்ப காலத்தில், அவர்கள் 'அடிமைகளாக' ஆக்கப்பட்டு தள்ளப்பட்டனர். இந்த சாதிகள் திராவிடர்களால் கைப்பற்றப்பட்ட இனங்கள் அல்ல, எனவே அவர்கள் அதே சாதிய விதிகளில் சேர்க்கப்படவில்லை, ஆனால் அங்கு ஒரு முடிவு இருந்திருக்கும் காலங்காலமாக எல்லாவற்றுக்கும் விதிவிலக்காக இருந்திருக்கும் நீங்கள் இந்துவாக முடியாது, மதத்தின் கீழ் வாழ்பவர்களுக்கு கடுமையான கட்டுப்பாடுகள் விதிக்கப்பட்டுள்ளன. ஆனால், இந்தச் சட்டம் ஒழுங்கைக் கடைப்பிடிக்க ஒப்புக்கொண்ட ஆதிகால குடிமக்களுக்கு மிகக் கீழ்த்தரமான அந்தஸ்து கொடுத்தாலும், அவர்களைத் தூரத்தில் வைத்து, கோயில்களுக்குள் அனுமதிக்காமல், வரவேற்கத் தயாராகவே இருக்கிறது. எனவே, இனவரைவியல் பற்றிய வாதங்களை முடிவானதாகக் கருத முடியாது என்று தோன்றுகிறது, அவற்றின் அசல் இன இயல்பை பாதித்திருக்கக்கூடிய மற்றும் அவர்களின் பார்வையை மாற்றியமைக்கக்கூடிய விஷயங்களை நாம் கருத்தில் கொள்ளும்போது. இதனால் திராவிடர்கள் பறையர்களை எப்படி அய்யனார்கள் தோற்கடித்தார்களோ அதே

முறையில் நடத்தினார்கள். அவர்களை 'அடிமைகள்' என்று அழைத்தனர்.

அவர்கள் அவருக்கு ஒரு தலைவர் அந்தஸ்தைக் கொடுத்தனர் மற்றும் அவரது மரியாதைக்கு எதிராக அவர் கருதும் பணிகளை அவரிடம் ஒப்படைத்தனர். திருமணம் மட்டுமே கருத்தில் கொள்ள வேண்டிய பிரச்சினை அல்ல, பரிய மக்கள் மீது விதிக்கப்பட்டுள்ள கட்டுப்பாடுகளும் பெரும்பாலும் 'தடுப்பு' என்ற போலி பண்புகளால் தான். ஒரே மாதிரியான அடையாளங்களைக் கொண்டவர்களைக் குடும்பத்தில் சேர்ப்பது சமூக ஒழுக்கத்திற்கு எதிரானது மட்டுமல்ல, அந்தக் குடும்பத்தின் மீது ஒருவருடைய குறிப்பிட்ட தெய்வத்தின் கோபத்தையும், அவர்கள் கோயிலின் புனித எல்லைக்குள் தெய்வத்தை வழிபடாமல் இருந்தால், அது சமூக ஒழுக்கத்திற்கு எதிரானது. கொடுத்தால், வானத்திலிருந்து பொழியும் பேரழிவின் நெருப்பு அவர்களை எரித்துவிடும். ஆம், அவர்களால் வழிபாட்டில் பங்கு கொள்ள முடியாது என்றாலும்; ஆனால், புனிதமான கட்டிடங்களை இழிவுபடுத்தும் அச்சம் இல்லாத அளவுக்கு இழிவான செயல்களை அவர்களால் செய்ய முடியும். கிறித்தவத்தின் மொழியில் சொல்வதானால், பறையர் பலிபீடத்தில் ஏற முடியாவிட்டாலும், அர்ச்சனை செய்ய முடியாவிட்டாலும், ஒரு நிபந்தனையுடன் மணி அடிக்கலாம் என்றுதான் சொல்ல வேண்டும். அவர் சங்கத்தில் தன்னை உள்ளடக்கியதாக கருத முடியவில்லை, அவர் உண்மையில் 'சங்கத்திற்கு' வெளியே இருந்தார். இந்த நிலையில், அவர் சடங்கு ரீதியாக தூய்மையற்றவராக இருந்தார். தடைச் செயல்பாட்டின் காரணமாக அவர் மீது சுமத்தப்பட்ட எந்த வருத்தத்தாலும், தண்ணீராலோ அல்லது எந்த வருத்தத்தினாலும் அவரது அந்த கறையை கழுவ முடியவில்லை. அதைத் தொடுவதும், தூரத்திலிருந்து அல்லாமல் அதனுடன் தொடர்புகொள்வதும் ஒரு வகையான மந்திரத்தால் தூய்மையற்றதாகிவிடும். நீங்கள் அவரை உங்கள் வயலை உழ வைக்கலாம், ஏனென்றால் அவருக்கு உத்தரவு கொடுப்பதைத் தவிர வேறு எதுவும் செய்ய வேண்டியதில்லை. 'அசுத்தம்' என்ற முத்திரை அவள் தலையில் உள்ளது, அவள் நரம்புகளில் இரத்தம் போல பிறந்திருக்கிறாள். எனவே, இந்திய சமூகம் அவரை 'தூய்மையற்றவர்' மற்றும் 'சீர்கெட்டவர்' என்று கருதியது; அவருக்கு விட்டுச் சென்ற தொழில்களால், அவர் மேலும் சீரழிந்து, மற்றவர்களை தூய்மையற்றவர்களாக ஆக்கினார்.,

திரு. ரைஸின் இந்த யோசனையில் உண்மையில் இரண்டு பகுதிகள் உள்ளன. அவரது கருத்துப்படி, 'தீண்டாமை' என்பது 'இனம்' மற்றும் தொழில் ஆகிய இரண்டு விஷயங்களில் இருந்து எழுந்தது. இந்த இரண்டு விஷயங்களையும் தனித்தனியாகக் கருத்தில் கொள்ள வேண்டும் என்பது தெளிவாகிறது. இந்த அத்தியாயத்தில்

தீண்டாமைக்கு அடிப்படைக் காரணம் இனம் என்பது பற்றிய அவரது கருத்துக்களைப் பரிசீலிப்போம்.

திரு. ரைஸின் இனக் கோட்பாட்டில் இரண்டு அம்சங்கள் உள்ள -

(1) தீண்டத்தகாதவர்கள் ஆரியரல்லாதவர்கள், ஆதிராவிடர்கள், பூர்வீகவாசிகள்.
(2) அவர்கள் திராவிடர்களால் தோற்கடிக்கப்பட்டனர் மற்றும் அடிபணிந்தனர்.

இதைப் பற்றி சிந்திக்க உட்கார்ந்தால், இந்தியாவின் மீதான வெளிநாட்டு படையெடுப்பாளர்களின் தாக்குதல், அவர்களின் வெற்றி மற்றும் அதன் விளைவாக எழுந்த சமூக மற்றும் கலாச்சார நிறுவனங்கள் பற்றிய அனைத்து கேள்விகளும் முன்னுக்கு வருகின்றன. மிஸ்டர் ரைஸின் கூற்றுப்படி, இந்தியா மீது இரண்டு தாக்குதல்கள் நடந்துள்ளன. முதல் தாக்குதல் திராவிடர்களிடமிருந்து. அவர்கள் இன்றைய தீண்டத்தகாதவர்களின் மூதாதையர்களான அத்ராவிட பூர்வீக மக்களை வென்று அவர்களை 'தீண்டத்தகாதவர்கள்' ஆக்கினர். இரண்டாவது தாக்குதல் இந்தியா மீதான ஆரியர்களின் தாக்குதல். ஆரியர்கள் திராவிடர்களை வென்றனர். அது இல்லை

வெற்றி பெற்ற ஆரியர்கள் வெற்றி பெற்ற திராவிடர்களை எப்படி நடத்தினர் என்பதை விளக்குங்கள்? பதில் சொல்ல வேண்டிய கட்டாயம் ஏற்பட்டால், ஆரியர்கள் தங்களை 'சூத்திரர்' ஆக்கினார்கள் என்று சொல்லலாம். இது ரெடிமேட் தொடர். திராவிடர்கள் தாக்கி பழங்குடியினரை 'தீண்டத்தகாதவர்கள்' ஆக்கினர். இந்தக் கருத்து ஒரு இயந்திரக் கருத்து, வெறும் கற்பனை, மிகவும் குழந்தைத்தனமானது, சூத்திரர்கள் மற்றும் தீண்டத்தகாதவர்களின் தோற்றம் குறித்து எண்ணற்ற சிக்கலான கேள்விகளை விட்டுச் செல்கிறது மற்றும் தீர்க்க முடியாது.

பண்டைய வரலாற்றின் ஆராய்ச்சியாளர்கள் கடந்த காலத்திற்குள் மூழ்கும்போது, அவர்கள் பெரும்பாலும் நான்கு பெயர்களைக் காண்கிறார்கள். ஆரியர்கள், திராவிடர்கள், தாசர்கள் மற்றும் நாகர்கள். இந்த பெயர்களின் அர்த்தம் என்ன? இந்த கேள்வி ஒருபோதும் கருதப்படவில்லை. இந்த ஆர்யா, திராவிடம், தாஸ் மற்றும் நாக் ஆகிய நான்கு வெவ்வேறு இனங்களின் பெயர்களா அல்லது ஒரே இனத்தின் நான்கு பெயர்களா? இவை நான்கு வெவ்வேறு இனங்கள் அல்லது ஒன்று என்ற பொதுவான நம்பிக்கை திரு. ரைஸின் கருத்துக்கு ஒத்த கருத்துக்களின் அடிப்படையில் அமைந்துள்ளது. இந்தக் கருத்து இந்து சமூகத்தின் கட்டமைப்பை, குறிப்பாக அதன் வர்க்க அடிப்படையை விளக்கும் முயற்சியாகும்.

இந்த வகை யோசனையை ஏற்றுக்கொள்வதற்கு முன், அதன் அடிப்படையை ஆராய வேண்டும்.

'ஆரியர்கள்' என்று ஆரம்பித்தால், அவர்கள் ஒரே இனம் அல்ல என்பதை மறுக்க முடியாது. அவை இரண்டு பகுதிகளாகப் பிரிக்கப்பட்டன என்பது மறுக்க முடியாதது. இருவரும் இருவேறு கலாச்சாரங்களைக் கொண்டிருந்தனர் என்பதையும் மறுக்க முடியாது. இரண்டில் ஒருவரை ரிக்வேத ஆரியர் என்றும், மற்றொன்றை அதர்வவேதி ஆரியர் என்றும் அழைக்கலாம். அவர்களுக்கிடையேயான கலாச்சார இடைவெளி பரந்ததாகத் தோன்றுகிறது. ரிக்வேத ஆரியர்கள் யாகங்களில் நம்பிக்கை கொண்டிருந்தனர், அதர்வ வேதம் மந்திரம். அவர்களின் புராணம் வேறுபட்டது. ரிக்வேத ஆரியர்கள் அழிவு மற்றும் மனுவிலிருந்து படைப்பின் தோற்றத்தை நம்பினர். அதர்வ வேத ஆரியர்கள் 'பிரளயத்தை' நம்பவில்லை. அவர்கள் தங்கள் இனம் பிரம்மா அல்லது பிரஜாபதியிடமிருந்து தோன்றியதாக நம்பினர். அவரது இலக்கிய வளர்ச்சியும் வெவ்வேறு பாதைகளைக் கொண்டிருந்தது. ரிக் வேத ஆரியர்கள் பிராமண சூத்திரங்களையும் ஆரண்யகங்களையும் இயற்றினர். அதர்வவேதிகள் உபநிடதங்களை இயற்றினர். இந்த இலக்கிய மோதல் மிகவும் பெரியதாக இருந்தது, நீண்ட காலமாக ரிக்வேத அய்யாக்கள் அதர்வவேதத்தையோ அல்லது உபநிடதங்களையோ புனித இலக்கியமாக கருதவில்லை. அவரும் உபநிடதங்களை ஏற்றுக்கொண்டபோது, அதை 'வேதாந்தம்' என்று அழைத்தார். இப்போதெல்லாம் 'வேதாந்தம்' என்ற சொல்லுக்கு 'வேத'த்தின் சாரம் என்று பொருள் கொள்ளத் தொடங்கிவிட்டது. ஆனால் அதன் பண்டைய பொருள் 'வேதத்தின் முடிவில்', 'வேதத்தின் எல்லைக்கு வெளியே', வேதம் போல் புனிதமானது அல்ல. அதன் படிப்பை சாதகமற்ற ஆய்வாகக் கருதினர். ஆரியர்களின் இந்த மூன்று பிரிவுகளும் இரண்டு வெவ்வேறு இனங்களா இல்லையா என்பது நமக்குத் தெரியாதா? 'ஆர்யா' என்பது எந்த இனத்தின் பெயர் என்பது கூட நமக்குத் தெரியாதா? எனவே, ஆரியர்கள் ஒரு தனி 'இனம்' என்று கருதிய வரலாற்றாசிரியர்கள் தவறு செய்துள்ளனர்.

அதைவிட பெரிய தவறு, 'அடிமைகளை' 'பாம்புகளில்' இருந்து பிரிப்பது. 'தாஸ்' மற்றும் 'நாக்' ஒன்றுதான். தாஸ் என்பது நாகர்களின் மற்றொரு பெயரளவிலான பெயர் மட்டுமே. வேத வாட்மையில் அதைப் புரிந்துகொள்வது கடினம் அல்ல

'பாம்புகளுக்கு 'தாஸ்' என்ற பெயர் ஏன் வந்தது? 'தாஸ்' என்பது இந்தோ-ஈரானிய வார்த்தையான 'தஹாக்' என்பதன் சமஸ்கிருத வடிவம். பாம்புகளின் மன்னனின் பெயர் 'டஹாகா', எனவே

ஆரியர்கள் பொதுவாக அனைத்து பாம்புகளையும் பாம்புகளின் ராஜாவின் பெயரால் 'அடிமைகள்' என்று அழைக்கத் தொடங்கினர்.

பாம்புகள் யார்? அவர் ஆரியரல்லாதவர் என்பதில் சந்தேகமில்லை. வேத சாஸ்திரங்களை உன்னிப்பாகக் கவனிப்பதன் மூலம், இரண்டு வகையான கலாச்சாரங்கள் மற்றும் இரண்டு சித்தாந்தங்களுக்கு இடையே ஒரு எதிர்ப்பு மற்றும் இருமை உணர்வு மற்றும் குழப்ப உணர்வு ஆகியவை தெளிவாகத் தெரியும். ரிக்வேதத்தில், ஆரியக் கடவுளான இந்திரனின் எதிரியான அஹிபுத்ராவை (பாம்புக் கடவுள்) நாம் அறிமுகப்படுத்துகிறோம். பின்னர் இந்த நாகக் கடவுள் நாகா என்ற பெயரால் மிகவும் பிரபலமானார், ஆனால் ஆரம்பகால வேத இலக்கியங்களில் 'நாகா' இடம் பெறவில்லை, மேலும் இது முதன்முறையாக ஷதபத பிராமணத்தில் (11, 2, 7, 12) தோன்றும் போது அது இல்லை. நாகா என்றால் ஒரு பெரிய 'பாம்பு' அல்லது பெரிய 'யானை' என்று அர்த்தம் ஆனால் இது அஹி-விருத்ராவின் வடிவத்தை மறைக்காது, ஏனெனில் ரிக்வேதத்தில் அவனுடைய வடிவம் எப்போதும் தண்ணீருக்குள் அல்லது அதைச் சுற்றிலும் வானத்தின் நீருக்கும் சமமாக மறைந்திருக்கும். மற்றும் பூமி ஆட்கொள்ளப்பட்ட பாம்புக்கு சொந்தமானது.

ஆரியர்கள் அவர்களை வழிபடவில்லை என்பது அஹி-விருத்ரா தொடர்பான வேத மந்திரங்களிலிருந்து தெளிவாகிறது. அவர்கள் அவரை அசுர இயல்புடைய சக்திவாய்ந்த தெய்வமாகக் கருதினர், அவர் தோற்கடிக்கப்பட வேண்டும்.

ரிக்வேதத்தில் பாம்புகள் பற்றிய குறிப்புகளில் இருந்து, பாம்புகள் மிகவும் பழமையான ஜாதி என்பது தெளிவாகிறது. நாகர்கள் பழங்குடியினரோ அல்லது நாகரீகமற்றவர்களோ அல்ல என்பதையும் நினைவில் கொள்ள வேண்டும். நாகர்களுக்கும் அரச குடும்பங்களுக்கும் இடையிலான நெருங்கிய திருமண உறவுகளுக்கும் வரலாறு சாட்சியாக உள்ளது.

கடம்ப மன்னர் கிருஷ்ண வர்மாவின் தேவகிரி பாறைக் கல்வெட்டின் படி, கடம்ப குலத்தின் தோற்றம் பாம்புகளுடன் தொடர்புடையது. ஒன்பதாம் நூற்றாண்டு ராஜ்கோட் நன்கொடை ஆவணத்தில் அஸ்வத்தாமா ஒரு பாம்புப் பெண்ணுடன் திருமணம் செய்து கொண்டதைக் குறிப்பிடுகிறது. அவரது மகன் ஸ்கந்த சிஷ்யன் பல்லவ வம்சத்தை நிறுவினார். ஒன்பதாம் நூற்றாண்டின் மற்றொரு பல்லவர் கல்வெட்டின் படி, வீரகுர்ச்சா பல்லவ வம்சத்தின் அரசன். அதே கல்வெட்டில் பாம்புப் பெண்ணை மணந்ததாகவும் அவளிடமிருந்து அரச முத்திரையைப் பெற்றதாகவும் எழுதப்பட்டுள்ளது. வகாடக மன்னன் பிரவர்சனின் மகன் கவுதமி - சிவனுடன் மகனின் பாரம் - மன்னன் பவனாகின் மகள் திருமணம்

ஒரு வரலாற்று நிகழ்வு. அதேபோல் இரண்டாம் சந்திரகுப்தர் நாக்குலின் குபேநாக் என்ற குமாரியை மணந்தார். கொக்கிலி என்ற பழங்கால சோழ மன்னன் நாககுமாரியை மணந்தான் என்று ஒரு தமிழ்ப் புலவர் கூறுகிறார். ராஜேந்திர சோழன் தனது புத்திசாலித்தனத்தால் பாம்புப் பெண்ணை மணந்த பெருமையும் பெற்றவர். 'நவசஹங்க-சரிதா'வில், பர்மர் மன்னர் சிந்துராஜ் (பத்தாம் நூற்றாண்டின் முதல் பாதியில் ஆட்சி செய்திருக்கலாம்) மற்றும் ஷஷிபிரபா என்ற பாம்புப் பெண்ணின் திருமணம் மிகவும் விரிவாகவும் துல்லியமாகவும் விவரிக்கப்பட்டுள்ளது. சில அர்த்தம் - இல்லை- சில வரலாற்று அடிப்படைகள் இருக்க வேண்டும். ஹர்ஷனின் 1030-973 (கி.பி) கல்வெட்டு அதை நமக்கு சொல்கிறது

குவாகா I 'நாகர்கள் மற்றும் குமரர்களின் கூட்டங்களில் அவரது துணிச்சலுக்காக பிரபலமானவர்' என்பது அறியப்படுகிறது. இந்த மன்னன் ஒன்பதாம் நூற்றாண்டின் மத்தியில் ஆட்சி செய்த விக்ரராஜா சாஹமானாவின் மேல் இருக்கிறான். ஒரிசாவின் பூமனா வம்சத்தின் சாந்திகர் காலம் கி.பி 921 என்று புரிந்து கொள்ள வேண்டும்.

நாகர்கள் கலாச்சார வளர்ச்சியின் உயர் கட்டத்தில் இருந்தனர், அவர்கள் நாட்டின் ஒரு பெரிய பகுதியை ஆண்டார்கள் என்பது வரலாற்றிலிருந்து அறியப்படுகிறது. மகாராஷ்டிரா முழுவதுமே பாம்புகளின் தாயகம். இங்குள்ள மக்களும் இங்குள்ள அரசனும் பாம்புகள்.

கிறிஸ்துவின் ஆரம்ப நூற்றாண்டுகளில் ஆந்திரா மற்றும் அதன் சுற்றுப்புறங்கள் நாகர்களின் கட்டுப்பாட்டில் இருந்ததாக பல சான்றுகள் தெரிவிக்கின்றன. சாதவாகனர்கள் மற்றும் அவர்களின் ரிதுகுல சதகர்ணியின் வாரிசுகளின் இரத்தம் பாம்பு இரத்தம். டாக்டர் எச்.சி. ராய் சௌத்ரி அறிவுறுத்தியபடி, சாதவாகன வம்சத்தின் புராண பிரதிநிதியான சாலிஹரன், ஒரு பிராமணன் மற்றும் ஒரு பாம்பின் சங்கத்திலிருந்து பிறந்ததாக பூனியா ஷதபுகலிலாவால் ஏற்றுக்கொள்ளப்பட்டுள்ளார். இது அவர்களின் பரம்பரையில் காணப்படும் 'பாம்புகளின்' உதாரணங்களால் போதுமான அளவு நிரூபிக்கப்பட்டுள்ளது. சாதவாகன ராஜ்ஜியத்தின் கடைசி நாட்களில் பாம்புகள் மிகவும் சக்திவாய்ந்ததாக இருந்ததை பல சம்பவங்கள் நிரூபிக்கின்றன. சாதவாகன வம்சத்தின் முக்கிய ஆஷாவின் கடைசி மன்னரான புலுமாவியின் ஆட்சியின் போது ஸ்கந்தா என்ற மன்னர் ஆட்சி செய்தார். இரண்டாவதாக, ஒரு சுட்டு மன்னனின் மகளான நாக முலானிகாவைப் பற்றி, அவள் சிவ காந்த் நாக்-ஸ்ரீ என்ற மகனுடன் ஒரு பாம்பைப் பரிசளித்ததாகக் குறிப்பிடப்பட்டுள்ளது, வம்சத்தின் அறியப்பட்ட அனைத்து மன்னர்களின் பெயர்களும் ஒன்றே. இது

பாம்புகளுடனான நெருங்கிய தொடர்பை நிரூபிக்கிறது. மூன்றாவதாக, சொரிங்கோயின் தலைநகரான உரக்பூரின் பெயர், அது எந்த நாகா மன்னரின் தனி இராச்சியமாக இருக்கவில்லை, ஆனால் அது நீண்டகாலமாக நிறுவப்பட்ட பிராந்தியத்தில் நாகர்களின் காலனியாக இருந்தது என்பதைக் காட்டுகிறது.

கராச்சிக்கு அருகில் 'மஜெரிக்' என்ற நாகா பகுதி இருந்ததை சிங்கள மற்றும் சியாமிய பௌத்த நூல்கள் மூலம் அறிகிறோம்.

நான்காம் நூற்றாண்டின் மூன்றாம் மற்றும் முற்பகுதியில் பல நாகா மன்னர்களால் வட இந்தியாவும் கைப்பற்றப்பட்டது.

ஆட்சி செய்யப்பட்டுள்ளது. இது புராணங்கள், பழங்கால நாணயங்கள் மற்றும் பண்டைய எழுத்துக்களால் நிரூபிக்கப்பட்டுள்ளது. விதிஷா (இன்றைய பில்சா) என்ற மூன்று சுதந்திர மாநிலங்கள் - சம்பவவதி, பத்மாவதி மற்றும் மதுரா ஆகியவை அவற்றின் முக்கியத்துவத்தைப் பற்றி எந்த சந்தேகமும் இல்லாத வகையில் தெளிவாகக் குறிப்பிடப்பட்டுள்ளன. பார்ஷிவ் வம்சத்தின் அறியப்பட்ட ஒரே மன்னன் பாவனாக் பெயரும் பாம்புகளுடன் தொடர்புடையதாகத் தெரிகிறது. இரண்டாவது குழுவின் நாணயங்கள் பற்றிய சர்ச்சையில் நாம் நுழைவது அல்லது அலகாபாத் தூணில் உள்ள அச்யுத கணபதி நாகத்தையும் இந்த புராண மன்னர்களுடன் நாகசென்னையும் காணலாம் என்பது இங்கே சாத்தியமில்லை.

பண்டைய இந்திய வரலாற்றில் குறிப்பிடப்பட்டுள்ள அனைத்து பாம்புகளிலும், நான்காம் நூற்றாண்டின் பாம்பு குடும்பங்கள் மிக முக்கியமானவை மற்றும் வரலாற்று அடிப்படையிலானவை. எங்களுக்கு தெரியப்படுத்துங்கள்

லாகூர் செப்பு நாணயத்தின் நாக்-பட் மற்றும் அவரது மகன் மஹாராஜ் மௌஹேஷ்வர் நாக் ஆகியோர் மேற்கண்ட மூன்று குடும்பங்களில் ஏதேனும் ஒன்றைச் சேர்ந்தவர்களா அல்லது மற்றொரு தனி நாக் குடும்பத்தைச் சேர்ந்தவர்களா என்பது இல்லை. ஆனால் எல்லாவற்றிற்கும் மேலாக டாக்டர் சி.சி. வட இந்தியாவில் நான்காம் நூற்றாண்டின் குஷான் அரசுகள் நவ நாகர்களால் கைப்பற்றப்பட்டபோது அழிந்துவிட்டன என்ற ராயின் முடிவை இது ஆதரிக்கிறது. இந்த பாம்புகள் உத்தராயணத்தின் வெவ்வேறு பகுதிகளில் ஆட்சி செய்து கொண்டிருக்க வேண்டும். பின்னர், அவர்களும் சமுத்திரகுப்தனின் படைகளால் தோற்கடிக்கப்பட்டனர்.

அது எப்படியிருந்தாலும், ஸ்கந்தகுப்தரின் காலத்தில், அந்தர்வேதியின் ஆளுநராக சர்வநாகர் ஒருவரைக் காண்கிறோம். சௌராஷ்டிராவைச் சுற்றியுள்ள நாகர்களின் கிளர்ச்சி, குறிப்பாக பருக்ச்சாவில், ஆறாம் நூற்றாண்டில் மோசமாக ஒடுக்கப்பட்டது. கிபி 570 இல், தத்த பிரதம் குர்ஜார் நாகர்களை வேரோடு

பிடுங்கினார். அவர்கள் திரிஹுல்லாக் அல்லது பருச் ஆண்ட காடுகளின் மக்களாகக் கருதப்படுகிறார்கள். கிபி 645 தேதியிட்ட இரண்டாம் துருவசேனாவின் நன்கொடை கடிதத்தில், பிரபாத் ஸ்ரீநாக் ஒரு தூதராக குறிப்பிடப்பட்டுள்ளார்.

ஒன்பதாம் நூற்றாண்டில், குறிப்பாக மத்திய இந்தியாவில் பாம்புகள் இரண்டாவது முறையாக மீண்டும் முக்கியத்துவம் பெற்றன. கி.பி 1800 இல், கௌஷலைச் சேர்ந்த ஸ்ரீபூரின் மகாராஜ் ஆப்தேவ் நாகா வம்சத்தை தோற்கடித்தார். சில காலத்திற்குப் பிறகு, வங்காளத்தின் பாறைக் கல்வெட்டுகளில் பாம்புகளைப் பற்றிய இரண்டு குறிப்புகளையும் காண்கிறோம். ராஜ்கஞ்சில் உள்ள மகாமண்டலிக் ஈஸ்வர் கோஷின் கணக்கு அதிகாரி ஒரு கோஷ்நாக் குடும்பத்தை நமக்கு அறிமுகப்படுத்துகிறார். பதினொன்றாம் நூற்றாண்டைச் சேர்ந்ததாகக் கருதப்படுகிறது. பன்னிரண்டாம் நூற்றாண்டின் ஹரிவம்தேவின் மந்திரி பட் பவதேவின் புவனேஸ்வர்-பிரஷஸ்தியிலும் இவரால் பாம்புகளை அழித்தது குறிப்பிடப்பட்டுள்ளது. ராம்சரித்ர மானஸ் பவபூஷன்-சந்தாதியின் ராஜ்ஜியமான உத்கல் ராம்பால் வெற்றி பெற்றதையும் குறிப்பிடுகிறார். ஆனால் இங்கு அவர் பாம்பு அல்லது சந்திரனா என்பது தெளிவாகத் தெரியவில்லை. இவை பாம்புகளாக இருந்திருக்கலாம், ஏனென்றால் அவை மிகவும் பிரபலமானவை.

பத்தாம் நூற்றாண்டு முதல் பன்னிரண்டாம் நூற்றாண்டு வரை, சென்ட்ராக், சிந்து அல்லது சிந்தக் குடும்பத்தின் வெவ்வேறு கிளைகள் படிப்படியாக மத்திய இந்தியாவின் பல்வேறு பகுதிகளுக்கு, குறிப்பாக பஸ்தாருக்கு பரவின. பத்தாம் நூற்றாண்டு கல்வெட்டுகள் பேகூரின் நாகராக்ஷர்களையும் விவரிக்கின்றன. மேற்கு கங்கையின் அரசனான ஆரியப்பாவின் சார்பாக வீரமகேந்திரனை எதிர்த்துப் போரிட்டுப் போரில் புகழ் பெற்றார். 'பாவசாஹஸங்க் - சரித்ரா' சாட்சியம் சரியாக ஏற்றுக் கொள்ளப்பட்டால், சிந்துராஜ் பர்மாரின் ராணியின் தந்தையான பாம்பு மன்னன் நர்மதை நதிக்கரையில் உள்ள ரத்னாவதியில் இந்த நேரத்தில் ஆட்சி செய்து கொண்டிருக்க வேண்டும்.

டிராவிட் யார்? அவை பாம்புகளிலிருந்து வேறுபட்டதா? அல்லது இந்த இரண்டு பெயர்களும் ஒரே இனத்தைச் சேர்ந்தவர்களா? திராவிடர்களும் நாகர்களும் இரண்டு வெவ்வேறு இனங்கள் என்பது பிரபலமான நம்பிக்கை அல்லது கருத்து. இந்த எண்ணம் மக்களுக்கு விசித்திரமாகத் தோன்றும், ஆனால் திராவிடம் மற்றும் நாக் இரண்டு வெவ்வேறு பெயர்கள் மட்டுமே என்பது உண்மைதான், இனம் ஒன்றுதான்.

திராவிடம் மற்றும் நாக் இரண்டும் ஒரே இனத்தின் இருவேறு பெயர்கள் என்பதை மிகச் சிலரே ஏற்றுக்கொள்ள முடியும், மேலும் சிலரே திராவிடர்களை 'நாகர்கள்' என்று ஏற்றுக்கொள்வார்கள்

தென்னிந்தியா மீது மட்டுமே அதிகாரம் உள்ளது ஆனால் வடக்கு மற்றும் தென்னிந்தியா மீது. ஆனால் இது வரலாற்று உண்மை. இந்த நேரத்தில் அறிஞர்களின் கருத்து என்ன? புகழ்பெற்ற பண்டிதர் ஸ்ரீ தீட்சிதர் என்பவர் 'தென்னிந்தியா ராமாயணத்தில்' என்ற தலைப்பில் தனது கட்டுரையில் எழுதியுள்ளார் -

"நாகர்கள் - அரை இயற்கைக்கு அப்பாற்பட்ட மற்றொரு குழு, அதன் இன அடையாளமான பாம்பு, வடமேற்கில் உள்ள தக்சிலா முதல் வடகிழக்கில் அஸ்ஸாம் வரை இந்தியா முழுவதும் பரவியது மற்றும் சிங்களம் மற்றும் தென்னிந்தியாவிலும் பரவியது. யக்ஷர்களின் வீழ்ச்சிக்குப் பிறகு, நாகர்கள் ஆதிக்கம் செலுத்திய காலம், மலபாரில் பாம்பு வழிபாடுகளின் எச்சங்கள் என்று கூறலாம் நாகர்கள் ஒரு கடல் மக்களாக இருந்தனர், அவர்களின் அழகுக்காக நாகர்கள் கி.பி முதல் நூற்றாண்டில் சக்தியையும் புகழையும் பெற்றனர் என்று தெரிகிறது.

திரு ஓல்ட்ஹாம் இந்த விஷயத்தை ஆழமாக ஆய்வு செய்துள்ளார். அவரது பின்வரும் கூற்று இந்த விஷயத்தில் மேலும் வெளிச்சத்தை வீசுகிறது.

"பழங்காலத்திலிருந்தே திராவிட மக்கள் சேரு, சோழர், பாண்டி என மூன்றாகப் பிரிக்கப்பட்டுள்ளனர். சேர் அல்லது சேர் (பண்டைய தமிழில் சாரே) என்பது 'நாகா' என்பதற்கு இணையானதாகும். தலைவர், நாகதீப் மற்றும் நாகப்பிரதேசம். இது தெளிவாகக் காட்டுகிறது. தெற்கே திராவிடர்கள் அசுரர்களிடமிருந்து தோன்றினர், இன்னும் சிலர் தங்களை செரு அல்லது சியோரி என்று அழைக்கிறார்கள் மற்றும் அவர்கள் பாம்பு கடவுளின் வம்சாவளியினர் என்று கூறுகிறார்கள் முஸ்லீம் படையெடுப்பின் கொந்தளிப்பான நாட்களில் நாகர்களின் கட்டுப்பாட்டில் இருந்த கங்கை பள்ளத்தாக்கின் பெரும்பகுதியை அவர்கள் தங்கள் கட்டுப்பாட்டில் வைத்திருந்தனர், அவர்களுக்கு எந்த நிலமும் இல்லை அவர்களின் திராவிட சகோதரர்களின் உறவினர்கள்.

சேரர்களுக்கு பல சிறப்பு பழக்கவழக்கங்கள் உள்ளன. நேபாளத்தின் லிச்சாவிகள் மற்றும் நெவார்ஸ் ஆகியோருடன் அவர்களை இணைக்கும் வகையில் ஒன்று உள்ளது. அதாவது, ஐந்து அல்லது ஆறு வீடுகளில் இருந்து ஒரு 'ராஜா'வைத் தேர்ந்தெடுத்து, அவருக்குத் திலகம் முதலியவற்றால் முடிசூட்டுவது. லிச்சாவிகள் மற்றும் நெவாரிகள் இருவரும் தென்னாட்டின் திராவிடர்களைப் போலவே பல பழக்கவழக்கங்களையும் மரபுகளையும் கொண்டுள்ளனர். எல்லோரும் பாம்புகளை வணங்குகிறார்கள். காஷ்மீரில் உள்ள நீல் நாகப்பாம்புக்கு இணையான இடம் நேபாளத்தில் கார்கோடக் நாகப்பாம்புக்கு உண்டு. லிச்சவிஸின்

தலைநகர் வைஷாலியின் பாதுகாவலர் தெய்வமாகவும் ஒரு பாம்பு இருந்தது. லிச்சாவிகள் மற்றும் நெவார்களின் திருமண உறவுகள் தமிழ் மக்களின் உறவுகளுடன் மிகவும் ஒத்திருக்கிறது, மேலும் அவர்களின் பொதுவான தோற்றம் குறித்த விஷயத்தில் அதிக எடையைக் கொண்டுள்ளது.

நெவார்கள் மத்தியில், பஞ்சாபின் அராட்டுகள், பாஹிக்கள் மற்றும் தகாக்கள் மத்தியில் ஒரு காலத்தில் இருந்ததைப் போலவே, தாய்வழி கோட்டின்படி சொத்துரிமை நடைபெற்றது. அவற்றில், வாரிசாக வந்தவர் சொந்த மகன் அல்ல, சகோதரியின் மகன். இது இன்றும் திராவிட வழக்கம். சுருக்கமாகச் சொன்னால், அதே காலகட்டத்தைச் சேர்ந்த திராவிட எழுத்தாளரான ஸ்ரீ பாலகிருஷ்ண நய்யார், தனக்கு அவருடைய மக்கள் 'ஒவ்வொரு முக்கியமான விஷயத்திலும் நெவாரிகளின் உறவினர்களாகத் தோன்றுகிறார்கள்' என்று கூறுகிறார்.

இவை தவிர, தெற்கின் நாகர்களை வடநாட்டு மக்களுடன் இணைக்கும் பிற இணைப்புகளும் உள்ளன. சம்பல் நதிக்கு அருகில் உள்ள கன்ஸ்வாவில் கர்னல் டாட் கண்டுபிடித்த கல்வெட்டின் படி, சாராய் பழங்குடியினத்தைச் சேர்ந்த தக்யாவை 'சைலேந்திரா' என்ற மன்னன் ஆட்சி செய்தான். இந்த 'கட்சி' சக்தி வாய்ந்தவர்களிடையே பிரபலமானது. இந்த தக்யா அல்லது தக், ஹியூன் சாங் வந்த அதே பஞ்சாப் மாநிலமாகும், இது முன்னர் குறிப்பிடப்பட்டுள்ளது. இதிலிருந்து தாரின் 'நாக்' இனத்தவர் 'சரே' என்றும் அழைக்கப்பட்டதாகத் தெரிகிறது.

பின்னர் இமயமலையின் வெளிப்புறத்தில், சட்லெஜ் மற்றும் வியாஸ் பள்ளத்தாக்குகளுக்கு இடையில், சராஜ் அல்லது சுரேஸ் என்ற பெயருடைய பகுதி உள்ளது. இதில் நாக தெய்வங்களுக்கு சிறப்பு வழிபாடு உண்டு.

மேல் செனாப் பள்ளத்தாக்கில் மற்றொரு 'சியூராஜ்' உள்ளது. அங்கும் பாம்பு வழிபாட்டாளர்கள் மட்டுமே வசிக்கின்றனர். 'சராஜ்' அல்லது 'சியூராஜ்' என்பது கர்னல் தாட்டின் கல்வெட்டின் 'சரே' என்று தெரிகிறது. 'நிச்சயம்' என்பது கங்கை பள்ளத்தாக்கின் 'செரு' மக்களின் மற்றொரு பெயராகும். சேர் அல்லது நாகா மக்களின் பழைய தமிழ்ப் பெயரான 'சாரே' என்பதும் அப்படியே ஒலிக்கிறது. எனவே, 'சரே' அல்லது 'தக்யா' என்பது சட்லஜ் பள்ளத்தாக்கின் 'சராஜ்', கங்கையின் 'சராஜ்' என்பது தெளிவாகிறது. சயோரி அல்லது செரு மற்றும் தெற்கின் சேரர்கள், சேரர்கள் மற்றும் கேரளாக்கள் அனைத்தும் பாம்பு வழிபடும் மக்களின் வெவ்வேறு கிளைகள்.

இமயமலைப் பகுதியின் சில பேச்சுவழக்குகளில், 'கிர்' அல்லது 'கிரி' என்றால் பாம்பு என்று பொருள்படும் என்பதையும் கவனத்தில் கொள்ளலாம். 'கிராத்' என்ற சொல் இச்சொல்லில் இருந்து

உருவானது. 'ராஜதரங்கிணி'யில் இந்த வார்த்தை இமயமலை மக்களுக்கு அதிகம் பயன்படுத்தப்படுகிறது. இந்த வார்த்தை காஷ்மீர் அல்லது அதைச் சுற்றியுள்ள மக்களைக் குறிக்க வந்தது. பரஹாமிஹிர் 'கிரோ' என்றும் குறிப்பிட்டுள்ளார். ப்ரோ. கீல் ஹார்ன் என்பவரால் வெளியிடப்பட்ட செப்புத்தகத்திலும் இது குறிப்பிடப்பட்டுள்ளது.

பைஜ்நாத் கோவில் காங்க்ரா பள்ளத்தாக்கில் உள்ளது. அங்குள்ள ஒரு கல்வெட்டில் அந்த இடத்தின் பெயர் 'கிர்கிராம்'. உள்ளூர் பேச்சுவழக்கில் பாம்புகளின் கிராமம் என்று பொருள். நாக் தற்போது பைஜ்நாத் மற்றும் சுற்றியுள்ள பகுதியின் பிரபலமான தெய்வமாக உள்ளது, எனவே கிரா (புழு) என்ற சொல் நாக் என்பதற்கு ஒத்ததாகும். எனவே, இமயமலையின் பாம்பு வழிபடும் கிராஸ்கள் தெற்கின் திராவிட கேர், சேர அல்லது கேரளாவுடன் தொடர்புடையவர்கள் என்பதில் சந்தேகமில்லை.

பெயர்களின் ஒற்றுமை எப்போதும் நம்பகமானதாக இருக்காது, ஆனால் வேறு ஏதாவது உள்ளது. ஒரே பெயரைக் கொண்ட இவர்கள் அனைவரும் சூர்யவன்ஷி. அனைத்து மணியர்களும் பாம்புகளை நம்புகிறார்கள் மற்றும் அனைத்து நாக தெய்வங்களையும் தங்கள் முன்னோர்களாக வணங்குகிறார்கள்.

மேற்குறிப்பிட்ட கூற்றிலிருந்து தென்னாட்டின் திராவிடர்களும் வடநாட்டு நாகர்கள் மற்றும் அசுரர்களின் அதே மரபைச் சேர்ந்தவர்கள் என்பது கிட்டத்தட்ட உறுதியாகிறது.

இதிலிருந்து நாக் மற்றும் திராவிடம் ஒரே சாதியை சேர்ந்தவர்கள் என்பது தெளிவாகிறது. இவ்வளவு ஆதாரங்கள் இருந்தும் மக்கள் இந்த கருத்தை ஏற்காமல் இருக்கலாம். இந்தக் கருத்தை ஏற்றுக்கொள்வதில் மிகப்பெரிய சிரமம் தென்னாட்டு மக்களின் திராவிடப் பெயர். தென்னாட்டு மக்கள் 'நாகர்கள்' என்றால் அவர்களை மட்டும் 'திராவிடர்கள்' என்று அழைப்பது ஏன்? 'திராவிடர்களும்' 'நாகர்களும்' ஒரே மக்கள் என்றால், 'நாக்' என்ற சொல் தென்னாட்டு மக்களுக்கும் ஏன் பயன்படுத்தப்படவில்லை என்று விமர்சகர்கள் நிச்சயமாகக் கேட்பார்கள்? இது ஒரு மர்மம் என்பதில் சந்தேகமில்லை. ஆனால் இது தீர்க்க முடியாத மர்மம் அல்ல. சில விஷயங்களை கவனத்தில் கொண்டால் இதற்கு தீர்வு கிடைக்கும்.

முதலில் கவனிக்க வேண்டியது மொழியியல் நிலைமை. இன்று தெற்கின் மொழி வடமொழியிலிருந்து வேறுபட்டது. எப்பவுமே இப்படியா? இந்தக் கேள்வியில் திரு. ஓல்ட்ஹாமின் கருத்துக்கள் கவனத்திற்குரியவை.

பண்டைய சமஸ்கிருத இலக்கண வல்லுநர்கள் திராவிடப் பகுதிகளின் மொழியை வடமொழியுடன் தொடர்புடையதாகக்

கருதினர் என்பதும், அவர்களின் கருத்துப்படி, நாம் பார்த்தபடி, சந்ததியினராகத் தோன்றும் மக்களின் மொழியுடன் இது ஒரு சிறப்புத் தொடர்பைக் கொண்டிருந்தது என்பதும் தெளிவாகிறது. அசுரர்களின். அதேபோல, பாண்டிய, கேகே, பஹுலிகா, சாஹ்யா, நேபாளம் ஆகிய பைசாச்சி நாடுகளிலும் பைசாச்சி மொழி பேசப்படுவதாக சஹஸ்த்ரசந்திரிகாவில் லக்ஷ்மிதர் கூறுகிறார். குந்தல், சுதேஷ், போட், கந்தர், ஹேவ் மற்றும் கனோஜன் ஆகியவை பிசாசு நாடுகளாகும். அனைத்து பேச்சுவழக்குகளிலும்

பைசாச்சியில் சமஸ்கிருதம் குறைவாக உள்ளது. "ஆரியர்கள் மொழியிலிருந்து வேறுபட்ட மொழியை முதலில் அசுரர்கள் பேசினர் என்பது தெளிவாகிறது. ரிக்வேதத்திலிருந்து பேராசிரியர் முயர் கூறியிருக்கிறார்.

பல பத்திகள் மேற்கோள் காட்டப்பட்டுள்ளன, அதில் என்ற சொல் பேய்களின் மொழிக்கு பயன்படுத்தப்பட்டுள்ளது, அதாவது 'பேச்சு இழந்தது', அதாவது சயனாவின் கூற்றுப்படி, நாக்கு அழிக்கப்பட்டவர்களின் பேச்சு. உள்ளது. இந்த வார்த்தையின் அடிப்படை அர்த்தம் அசுரர்களின் மொழி ஆரியர்களால் அதிகமாகவோ அல்லது குறைவாகவோ புரிந்து கொள்ளப்படவில்லை என்பதில் சந்தேகமில்லை. அதே விளக்கம் ரிக்வேதத்தின் இரண்டாவது பத்திக்கும் பொருந்தும், அதில் இந்திரனை மகிழ்வித்து, அவதூறு பேசுபவர்களை வெல்ல வேண்டும் என்று கூறப்பட்டுள்ளது.

சத்பத் பிராமணத்தில் "பேய்களுக்கு பேச்சு இல்லாததால், அவர்கள் எங்கும் இல்லை. அவர்கள் 'ஹெல்வா' என்று கத்துவார்கள். அவர்களின் பேச்சு மிகவும் புரிந்துகொள்ள முடியாததாக இருந்தது. மேலும் இப்படி பேசுபவர்.

அது ம்லேச்சா. எனவே, எந்த பிராமணனும் காட்டுமிராண்டித்தனமான மொழி பேசக்கூடாது, ஏனென்றால் அது பேய்களின் மொழி.

பிரம்மாவின் வாய், கைகள், தொடைகள் மற்றும் கால்களிலிருந்து பிறந்த வகுப்பிற்கு வெளியே இருப்பவர்கள், அவர்கள் மிலேச்ச மொழி அல்லது ஆரிய மொழி பேசினாலும், அவர்கள் தஸ்யுக்கள் என்று மனு எழுதினார். மனுவின் காலத்தில், ஆரிய மொழியுடன், மிலேச்ச அல்லது அசுரர்களின் மொழியும் பேசப்பட்டது என்பது இதிலிருந்து தெளிவாகிறது. இன்னும், மகாபாரதத்தில் குறிப்பிடப்பட்ட நேரத்தில், ஆரிய மொழி பேசும் இனங்களிடையே அசுர மொழி கிட்டத்தட்ட அழிந்திருக்கும். விதுரன் யுதிஷ்டிரரிடம் பேசும்போது, யுதிஷ்டிரரைத் தவிர வேறு யாருக்கும் புரியாத மிலேச்ச மொழியைப் பயன்படுத்தினார்.

பிற்காலத்தில், ராம் தர்க் வாகிஷ் இலக்கண அறிஞர் 'நாக் மொழிகள்' பேசும் மக்களைக் குறிப்பிட்டுள்ளார். இதிலிருந்து மாறாத அசுரர்கள் தங்கள் மதம் மற்றும் அவர்களின் பாரம்பரிய பழக்கவழக்கங்களை தங்கள் மாறிய சகோதரர்களுக்கு நீண்ட காலத்திற்குப் பிறகு பாதுகாத்தனர் என்று மதிப்பிடப்பட்டுள்ளது. இந்த மாறாத சாதியினரிடையேதான் பைசாச்சி பேச்சுவழக்குகள் பயன்படுத்தப்பட்டன, நாம் இப்போது பார்த்தது போல, அந்த சாதிகளில் திராவிட-பாண்டியர்கள் இருந்தனர்.

"தமிழ் மற்றும் அதனுடன் தொடர்புடைய பிற பேச்சுவழக்குகளின் அடிப்படை பழங்கால அசுர் மொழியாகும். சிந்து எல்லையில் வாழும் 'பிராய்' என்ற சாதியினரின் மொழி அவர்களின் மொழிக்கு மிகவும் நெருக்கமானது என்பதை நிரூபித்திருப்பதும் இதை ஆதரிக்கிறது. டாக்டர் கால்டுவெல் 'ப்ருஹாய்' என்ற இனத்தின் மொழியின் காரணமாக, சிந்து முழுவதும் மத்திய ஆசியாவின் தெற்கே திராவிட இனத்தின் தடயங்களை நாம் கண்டுபிடிக்க முடியும் என்று கூறுகிறார். இப்பகுதி பேய்கள் அல்லது பாம்புகளின் இருப்பிடமாக இருந்தது. திராவிட நாடுகளை நிறுவியவர்கள் பெரிய அளவில் இந்த இனத்தைச் சேர்ந்தவர்களாக இருந்திருக்க வேண்டும்.

"சேகரிக்கப்பட்ட அனைத்து ஆதாரங்களையும் கருத்தில் கொண்டு, தெற்கின் திராவிடர்களும் வடநாட்டின் அசுரர்கள் அல்லது நாகர்களும் ஒரே பாரம்பரியத்தை உடையவர்கள் என்ற ஒரே முடிவு வெளிப்படுகிறது."

கவனிக்க வேண்டிய இரண்டாவது விஷயம், 'திராவிட்' என்பது அசல் வார்த்தை அல்ல. இது 'தமிழ்' என்ற சொல்லின் சமஸ்கிருத வடிவம். 'தமிழ்' என்ற மூலச் சொல் சமஸ்கிருதத்தில் வந்தபோது அது 'தமிழ்' என்றும் 'தமிழ்' என்பது 'திராவிட' என்றும் மாறியது. திராவிடம் என்பது மக்களின் மொழியின் பெயர். அதிலிருந்து எந்த ஒரு 'இனம்' உணர்வும் இல்லை.

நினைவில் கொள்ள வேண்டிய மூன்றாவது விஷயம் என்னவென்றால், 'தமிழ்' அல்லது 'திராவிட' என்பது தென்னிந்தியாவின் மொழி மட்டுமல்ல, ஆரியர்கள் வருவதற்கு முன்பு, அது முழு இந்தியாவின் மொழியாகவும், காஷ்மீர் முதல் ராமேஸ்வரம் வரை பேசப்பட்டது. அடுத்து கவனிக்க வேண்டிய விஷயம் ஆரியர்களுக்கும் நாகர்களுக்கும் இடையிலான உறவும் நாகர்கள் மற்றும் அவர்களின் மொழியின் மீது ஏற்படுத்திய தாக்கம். இது விசித்திரமாகத் தோன்றலாம், ஆனால் வடக்கின் நாகர்கள் மீதான இந்த உறவின் விளைவு தென்னிந்தியாவின் நாகர்கள் மீது ஏற்படுத்திய தாக்கத்திலிருந்து முற்றிலும் வேறுபட்டது. வடநாட்டு நாகர்கள் தங்கள் தாய்மொழியான 'தமிழை' கைவிட்டு

சமஸ்கிருதத்தைத் தழுவினர். தென்னாட்டின் நாகர்கள் தங்கள் தாய்மொழியான தமிழையும் ஆரியர்களையும் பற்றிக்கொண்டனர்

சமஸ்கிருத மொழியை ஏற்கவில்லை. இந்த வேறுபாடு தமிழை மையமாக வைத்து இருந்தால், தென்னிந்திய மக்களுக்கு மட்டும் திராவிடம் என்ற பெயர் ஏன் வந்தது என்பதைப் புரிந்துகொள்ள இது உதவும்? வட இந்தியாவின் நாகர்களை திராவிட மொழி பேச மறந்துவிட்டதால் அவர்களை திராவிடர் என்று அழைக்க வேண்டிய அவசியமில்லை. ஆனால் தென்னக நாகர்களைப் பொறுத்த வரையில் அவர்களை 'திராவிடர்' என்று அழைப்பதற்கான நியாயம் இரண்டு காரணங்களுக்காகவே இருந்தது. முதலாவதாக, அவர்கள் 'திராவிட' மொழியைப் பற்றிக்கொண்டனர், இரண்டாவதாக, வடநாட்டு நாகர்கள் அதைக் கைவிட்ட பிறகு, அவர்கள் மட்டுமே 'திராவிட' மொழிகளைப் பேசும் மக்கள். தென்னாட்டு மக்கள் 'திராவிடர்கள்' என்று அழைக்கப்பட்டதற்கான உண்மையான காரணம் இங்கே.

'திராவிட்' என்ற சொல்லின் சிறப்புப் பிரயோகம், தென்னாட்டு மக்களுக்கு, 'நாக்' மற்றும் 'திராவிட்' ஆகிய இரண்டும் ஒரே மக்கள் என்பதை மறந்துவிடக் கூடாது. அவர்கள் ஒரே சமூகத்தின் இரு வேறு பெயர்கள். நாகா என்பது அவர்களின் சாதி-கலாச்சார பெயர், மற்றும் 'திராவிட மொழி- காட்.

ஆக, 'தாஸ்' என்பவர்கள் நாகர்கள் மற்றும் நாகர்கள் 'திராவிடர்கள்'. வேறு வார்த்தைகளில் கூறுவதானால், இந்திய இனங்களைப் பற்றி இவ்வளவு மட்டுமே சொல்ல முடியும் - ஆர்யா மற்றும் நாகா என்ற இரண்டு இனங்கள் மட்டுமே இருந்தன. மிஸ்டர் ரைஸின் கருத்து ஆதாரமற்றது என்பது தெளிவாகிறது. இந்த யோசனை இந்தியாவில் மூன்று இனங்களை ஏற்றுக்கொள்கிறது, உண்மையில் இரண்டு இனங்கள் மட்டுமே இருந்தன.

திராவிடர்களின் வருகைக்கு முன் இந்தியாவில் மூன்றாவது பழங்குடி இனம் வாழ்ந்தது என்பதை ஏற்றுக்கொண்டாலும், இந்த திராவிடர்களுக்கு முந்தைய பழங்குடியினர் இன்றைய 'தீண்டத்தகாதவர்களின்' முன்னோர்கள் என்று சொல்ல முடியுமா? உண்மையைக் கண்டறிய, நமக்கு இரண்டு அடிப்படைகள் உள்ளன - ஒன்று 'மானுடவியல்' மற்றொன்று 'இனவியல்'.

மனித உடற்கூறியல் பார்வையில் இந்திய மக்களைக் கருத்தில் கொண்டு, பேராசிரியர். 'இந்தியாவில் சாதியும் இனமும்' என்ற தனது புத்தகத்தில் கவனத்தை ஈர்க்கும் சில விஷயங்களை குரே கூறியுள்ளார். இப்படி - "ஐக்கிய மாகாணத்தின் பிராமணரை பண்டைய ஆரியர்களின் மாதிரிப் பிரதிநிதியாகக் கருதி, அவருடன் ஒப்பிடத் தொடங்குகிறோம். நாசிகாவின் அளவுகோல்களைக் கவனித்தால், ஐக்கிய மாகாணங்களின் க்ஷத்திரியரைத் தவிர, அவர்

பஞ்சாபின் சுஹ்ரா மற்றும் காத்ரிக்கு இடையே உள்ள வித்தியாசம் ஐக்கிய மாகாணத்தின் பிராமணருக்கும் பஞ்சாபின் சுஹ்ராவுக்கும் இடையே உள்ள வித்தியாசத்தை விட சிறியது ஐக்கிய மாகாணங்களின் பிராமணர்களையும் மற்ற மாநிலங்களின் கத்ரிகளையும் ஒப்பிட்டுப் பார்த்தால், உயர் சாதியினரைத் தவிர, ஐக்கிய மாகாணம் மிகவும் சிறியது ஐக்கிய மாகாணத்தின் பிராமணர் மற்றும் பீகாரின் பிராமணரின் அளவீடுகளைக் கவனியுங்கள், அது மிகவும் ஒத்ததாக இருக்கலாம்.

தேவை ஆனால் ஐக்கிய மாகாணத்தின் பிராமணருக்கும், பஞ்சாபின் சுஹ்ராவுக்கும் இடையே உள்ள வித்தியாசம் உள்ளது. பிகார் ஐக்கிய மாகாணத்தைச் சுற்றி இருக்க வேண்டும் என்பதை வரலாற்று அடிப்படையில் நாம் புரிந்துகொள்கிறோம். ஆனால் குறியீட்டைப் பார்த்தால், குர்மி பிராமணருக்கு நெருக்கமானவர், சாமர் மற்றும் டோம் வெகு தொலைவில் உள்ளனர். ஆனால் இங்கு சாமர் பிராமணரிடம் இருந்து தொலைவில் இல்லை, ஐக்கிய மாகாணத்தின் சாமர் ஐக்கிய மாகாணத்தின் பிராமணரிடம் இருந்து தொலைவில் இல்லை. வங்காளத்தின் குறியீட்டைப் பார்க்கும்போது, சமூக ஏணியின் கீழ் ஆறாவது மட்டத்தில் இருக்கும் சண்டாளருக்கும், வெறும் தொடுதலால் ஒருவரை தூய்மையற்றவர்களாக ஆக்கும் சண்டாளருக்கும், பிராமணருக்கும் அதிக வித்தியாசம் இல்லை என்பது தெளிவாகிறது. இரண்டாம் நிலையில் இருக்கும் கயஸ்தாவிடமிருந்து பெயரளவு வித்தியாசம் மட்டுமே உள்ளது. பம்பாயில், தேசஸ்த பிராமணர், சித்பவன் பிராமணருக்கு எவ்வளவு நெருக்கமானவராக இருக்கிறார்களோ, அதேபோன்று அவர் மீனவ ஜாதியான சன்-கோலிக்கும் நெருக்கமானவர். மராட்டிய மாநிலத்தின் தீண்டத்தகாத சாதியான மஹர்கள், குன்பி எனப்படும் விவசாயி சாதியுடன் எண்ணிக்கையில் இரண்டாவது இடத்தில் உள்ளனர். அதன் பிறகு ஷென்வி பிராமணர்கள் மற்றும் உயர் சாதி மராட்டியர்கள் வருகிறார்கள். இந்த முடிவுகள் ஓரளவு பழையவை. பொதுவாக, சமூக வர்க்கத்திற்கும் உடல் வேறுபாட்டிற்கும் இடையே எந்த தொடர்பும் இல்லை என்று அர்த்தம்.

கடைசியாக மெட்ராஸ் எடுக்கிறோம். இங்கே நாம் வெவ்வேறு மொழியியல் பகுதிகளை தனித்தனியாகக் கருத்தில் கொள்ள வேண்டும், ஏனென்றால் சமூக சமத்துவமின்மையின் நிலை வெவ்வேறு பிராந்தியங்களில் வேறுபட்டது. திரு. ரிஸ்லி மற்றும் இ. தர்ஸ்டன் ஆகியோர் சாதிகளின் சராசரி வரிசையை பின்வருமாறு கணக்கிட்டுள்ளனர் - காபு, சேல், மாலா கொல்லா, மடிக், போகட்டா மற்றும் கோமதி.

அவர்களின் சமூக அந்தஸ்துக்கு ஏற்ப அவர்களின் வரிசை பின்வருமாறு இருக்கும்.

பிராமணர்கள், கோமதி, கொல்லா, கபு மற்றும் பலர் மற்றும் சேல், பகோடா மற்றும் பலர். மாலா மற்றும் மதிக் தெலுங்கு பகுதியைச் சேர்ந்தவர்கள் என்பதால் மிகக் குறைந்த அந்தஸ்து பெற்றுள்ளனர். கன்னடப் பகுதியில் நாசி அளவீட்டின்படி இது வரிசை.

கன்னட ஸ்மார்த்தா, பிராமணர், பாண்டு, பில்லிவா, மாண்டே, பிராமணர், பொக்கலிங்க, க்னிகலி, பாஞ்சிக், பஞ்சால், குர்ஹா, ஹோலியா, தேசஸ்தா, பிராமணர், சொரேப்யா மற்றும் பிதார்.

சமூகப் படிநிலையின்படி, சாதிகளின் வரிசை பின்வருமாறு - பிராமணர், பந்த், பொக்கலிங்க, டோரேபியு முதலியன. குருபா மற்றும் கனிகா, படிகா மற்றும் கும்ப், செல்கா, கேட்லிவா, பேடா, ஹோலே.

நாம் பார்க்கும் போது இந்த ஒப்பீட்டின் முக்கியத்துவம் இன்னும் அதிகரிக்கிறது. கன்னட தீண்டத்தகாதவரின் நாசி அளவீடு 75.1 என்றும், உயர்ந்த பிராமணனின் நாசி அளவு 71.5 என்றும், இந்துவாக மாறிய பிறகு அவர்கள் பெற்ற காடுகளின் கும்பம் மற்றும் சோல்காவின் நிலை, நாசி அளவீடு 86.1 மற்றும் 85.1 ஆகும்.

தமிழ் சாதிகளின் நாசி பரிமாணங்களின் படி பின்வருமாறு:-

அம்பட்டன், வெள்ளை, இடையன், அகமுடையான், தமிழ் பிராமணர், பள்ளி, மலையாளி, ஷணன் மற்றும்

பறையன் மாதிரி நான்கு மலையாள சாதிகளின் நாசி வரிசைகள் பின்வருமாறு - தியன் 75, நம்பூதிரி.

75.5, நயினார் 76.7, சாருமன் 77.21 இவர்களின் சமூக நிலை பின்வருமாறு.

நம்பூதிரி, நயினார், தியன், சாருமான், திருவிதாங்கூர் என்ற காட்டு ஜாதியான கணிகர்களின் மூக்கு 84.6. எனவே சாருமான் (தீண்டத்தகாதவர்) கணிகரைக் காட்டிலும் பிராமண இனத்தைச் சேர்ந்தவர்.

மேற்கூறிய உதாரணங்களில் மற்ற சாதியினரைப் பற்றிச் சொல்லியிருப்பதை விட்டுவிட்டு, தீண்டத்தகாதவர்கள் பற்றிக் கூறப்பட்டதை மட்டும் கவனித்தால், பஞ்சாபின் சுஹ்ராக்களின் நாசிப் பரிமாணங்கள் யுக்த் மாகாணத்தின் பிராமணர்களுடையது என்பது தெளிவாகிறது . பீகாரின் செருப்புத் தொழிலாளியின் மூக்கு அளவு தமிழ்நாட்டின் பிராமணரின் அதே இனத்தைச் சேர்ந்தது. மனித உடற்கூறியல் எந்த சாதியினரின் இனத்தையும் தீர்மானிக்க நம்பகமான அறிவியல் என்றால், இந்த அறிவியலை இந்து சமூகத்தில் பயன்படுத்துவதன் முடிவுகள் தீண்டத்தகாதவர்கள் 'ஆரியர்கள்' மற்றும் 'திராவிடர்கள்' வெவ்வேறு இனங்களைச் சேர்ந்தவர்கள் என்பதை நிரூபிக்கவில்லை. பிராமணர்களும்

தீண்டத்தகாதவர்களும் ஒரே இனத்தைச் சேர்ந்தவர்கள் என்பதை இந்த நாசி அளவீடுகள் நிச்சயமாக நிரூபிக்கின்றன. பிராமணர்கள் ஆரியர்கள் என்றால், தீண்டத்தகாதவர்களும் ஆரியர்களே என்பதுதான் பின் வரும் ஒரே முடிவு; பிராமணர்கள் 'திராவிடர்கள்' என்றால், தீண்டத்தகாதவர்களும் திராவிடர்கள், பிராமணர்கள் நாகர்கள் என்றால், தீண்டத்தகாதவர்களும் நாகர்கள், இந்த சூழ்நிலையில் திரு ரைஸின் கோட்பாடு ஆதாரமற்றது என்பதை நிரூபிக்கிறது.

தீண்டாமைக்கு அடிப்படையான இனம் என்ற கோட்பாடு மனித உடலியலுக்கு எதிரானது மட்டுமல்ல, இந்திய இனங்களைப் பற்றிய தகவல்களிலிருந்தும் எந்த ஆதரவையும் பெறவில்லை. இந்திய மக்கள் ஒரு காலத்தில் 'கட்சிகள்' அடிப்படையில் ஒழுங்கமைக்கப்பட்டவர்கள் என்பது அனைவரும் அறிந்ததே, இப்போது 'கட்சிகள்' 'சாதிகள்' வடிவத்தை எடுத்தாலும், கட்சிகளின் அமைப்பு இன்னும் பாதுகாப்பாக உள்ளது. ஒவ்வொரு குழுவும் குழுக்களாக பிரிக்கப்பட்டு குழுக்கள் குடும்பங்களின் குழுக்களாக அமைக்கப்பட்டன. ஒவ்வொரு குடும்பக் குழுவிற்கும் அதன் சொந்த சின்னம் இருந்தது, அது உயிருள்ள அல்லது உயிரற்ற பொருளாக இருந்தாலும் சரி. தங்களுக்குள் ஒரே மாதிரியான பொதுவான அடையாளத்தைக் கொண்டிருந்தவர்கள், அவர்கள் திருமணத்திற்கு புறம்பான ஒழுங்கின் குழுவாக ஒழுங்கமைக்கப்பட்டனர், அதை நாம் 'கோத்ரா' அல்லது 'குல்' என்று அழைக்கிறோம். ஒரே கோத்ராவைக் கொண்ட குடும்பங்கள், ஒரே மூதாதையரிடம் இருந்து வந்தவர்கள் என்றும், அதே ரத்தம் அவர்களின் நரம்புகளில் ஓடுவதாகவும் நம்பப்பட்டதால், அவர்கள் திருமணம் செய்து கொள்ள அனுமதிக்கப்படவில்லை. இதை வைத்து, வெவ்வேறு சாதிகளின் அடையாளங்களை ஆய்வு செய்தால், இனம் தீர்மானிக்கப்படும்.

அவ்வாறு செய்யும்போது, அளவீட்டைப் போலவே மூக்கும் ஒரு நல்ல அளவுகோலாக செயல்பட முடியும்.

துரதிர்ஷ்டவசமாக, சமூகவியல் ஆராய்ச்சியாளர்கள் இந்த சின்னங்கள் மற்றும் அவை வெவ்வேறு சாதிகளாக பிரிக்கப்படுவதில் கவனம் செலுத்தவில்லை. இந்த அலட்சியத்திற்கு முக்கிய காரணம், இந்து சமூக அமைப்பின் உண்மையான அலகு மற்றும் இந்து சமூகத்தின் அடித்தளம் 'துணை சாதி' என்று மக்கள் தொகை கணக்கெடுப்பு கமிஷன்கள் பரப்பிய கருத்து, அந்த துணை ஜாதிக்கு வெளியே யாரும் திருமணம் செய்யக்கூடாது. இதைவிட பெரிய தவறு இருக்க முடியாது. இந்து சமுதாயத்தின் அலகு

இது 'உப ஜாதி' அல்ல, மாறாக திருமணத்திற்கு அப்பாற்பட்ட விதியின் அடிப்படையில் உருவாக்கப்பட்ட குடும்பம். இந்த

அர்த்தத்தில், இந்து குடும்பத்தின் கட்சி அமைப்பு துணை சாதி அடிப்படையிலான சமூக அமைப்பு அல்ல. இந்து குடும்பத்தில், திருமணத்தில், குலம் மற்றும் கோத்ரா மட்டுமே முதன்மையான முக்கியத்துவம் கொடுக்கப்படுகிறது, 'சாதி' மற்றும் 'துணை ஜாதி' என்ற கருத்து இரண்டாம் இடத்தைப் பெறுகிறது. இந்து சமுதாயத்தின் குலமும் கோத்திரமும் ஆரம்பகால சமுதாயத்தின் கட்சி சின்னங்களின் அதே அந்தஸ்தைக் கொண்டுள்ளன. இந்து சமுதாயம் அதன் அமைப்பின் அடிப்படையில் இன்னும் கட்சி அடிப்படையிலானது என்பதை இது காட்டுகிறது. குடும்பமே அவருடைய அடித்தளம். அவர் வெளிப்புற திருமண உத்தரவைப் பின்பற்ற வேண்டும். 'சாதி' மற்றும் 'துணை ஜாதி' என்பது சமூக அமைப்புகளாகும், அவை கட்சி அமைப்பின் மீது மேலிருந்து திணிக்கப்பட்டவை. அவர்கள் அமல்படுத்தும் வெளி திருமண விதிகள், கட்சி அமைப்பின் குலம் மற்றும் குலத்தின் அடிப்படையில் வெளி திருமண தடை விதியை மறுக்கவில்லை.

'உபஜாதி' என்பதை விட 'குடும்பம்' முக்கியம் என்பதை ஏற்றுக்கொள்வதன் முக்கியத்துவம் வெளிப்படையானது. இதன் மூலம் இந்து குடும்பங்களில் நிலவும் கோத்திரங்கள் மற்றும் கோத்திரங்களின் பெயர்கள் ஆய்வு செய்யப்படும். இந்த வகை ஆய்வு இந்திய மக்களின் இன அமைப்பைப் படிக்க பெரிதும் உதவியாக இருக்கும். ஒரே குலமும் கோத்திரமும் வெவ்வேறு சாதிகளில் காணப்பட்டால், சமூகப் பார்வையில் சாதிகள் வேறுபட்டாலும், இனக் கண்ணோட்டத்தில் அவை ஒன்றுதான் என்று சொல்லலாம். இதுபோன்ற இரண்டு ஆய்வுகள் நடந்துள்ளன. ஒன்று மகாராஷ்டிராவில் திரு. ரிஜ்லே மற்றும் பஞ்சாபில் ஒன்று ஹுரோஜ். இரண்டு ஆய்வுகளின் முடிவுகளும் தீண்டத்தகாதவர்கள் ஆயாக்கள் அல்லது திராவிடர்களிடமிருந்து ஒரு தனி இனம் என்ற கோட்பாட்டை முற்றிலுமாக மறுக்கின்றன. மகாராஷ்டிராவின் முக்கிய மக்கள் தொகை மராட்டியர்கள். மகார்கள் மகாராஷ்டிராவின் தீண்டத்தகாதவர்கள். இவ்விருவரையும் இனம் சார்ந்த ஆய்வில் இருவரும் ஒரே குலத்தைச் சேர்ந்தவர்கள் என்பதைக் காட்டுகிறது. உண்மையில், ஒற்றுமை மிகவும் உயர்ந்தது, மராட்டியர்களிடையே மஹர்களிடையே இல்லாத ஒரு குலமே இல்லை மற்றும் மஹர்களிடையே மராட்டியர்களிடையே இல்லாத எந்த குலமும் இல்லை. அதேபோல், பஞ்சாபிலும் ஜாட் இன மக்கள் அதிக அளவில் உள்ளனர். சமய சீக்கியர்கள் 'தீண்டத்தகாதவர்கள்' என்று கருதப்படுகிறார்கள். அவர்களில் பெரும்பாலோர் செருப்புத் தொழிலாளிகள். இரண்டுக்கும் ஒரே கோத்ரா இருப்பதை இன ஆராய்ச்சி வெளிப்படுத்துகிறது. இவை அனைத்தும் உண்மை என்றால் தீண்டத்தகாதவர்கள் வேறு

இனத்தைச் சேர்ந்தவர்கள் என்று எப்படிச் சொல்ல முடியும். நான் சொன்னது போல், இந்த அடையாளங்கள், குலங்கள், கோத்திரங்கள் ஏதேனும் பொருள் கொண்டால், ஒரே ராசியை உடையவர்கள் 'தொடர்புடையவர்கள்' என்று பொருள் கொள்ள வேண்டும். அவர்கள் ஒரே இரத்தம் கொண்டவர்களாக இருந்தால், அவர்கள் வெவ்வேறு இனத்தைச் சேர்ந்தவர்களாக இருக்க முடியாது.

எனவே, தீண்டாமையின் தோற்றம் இனக் கோட்பாடாகக் கருதக் கூடாது

8.
தீண்டாமையின் அடிப்படை: தொழில்

இப்போது நாம் தீண்டாமையின் தொழில் தோற்றம் பற்றிய கோட்பாட்டைப் பற்றி விவாதிப்போம். ரைஸின் கூற்றுப்படி, 'தீண்டாமை'யின் அடிப்படை அவர்களின் அழுக்கு மற்றும் கேவலமான தொழில்களில் உள்ளது. இந்த யோசனை ஓரளவு நியாயமானதாகவே தோன்றுகிறது. ஆனால் தீண்டாமையின் தோற்றம் பற்றிய உண்மையான விளக்கமாக இதை ஏற்றுக் கொள்வதில் சில சிரமங்கள் உள்ளன. தீண்டத்தகாதவர்கள் கடைப்பிடிக்கும் கேவலமான மற்றும் கேவலமான தொழில்கள் எல்லா மனித சமூகங்களுக்கும் பொதுவானவை. ஒவ்வொரு சமூகத்திலும் இந்தத் தொழில்களைச் செய்பவர்கள் இருக்கிறார்கள், ஏன் உலகின் பிற நாடுகளில் இத்தகைய மக்கள் தீண்டாமையால் நடத்தப்படவில்லை? இரண்டாவது கேள்வி, திராவிட மக்கள் இந்தத் தொழில்களை வெறுத்தார்களா? அல்லது இவற்றைச் செய்தவர்கள் மீது வெறுப்பு இருந்ததா? இந்த விவகாரத்தில் எங்களிடம் எந்த ஆதாரமும் இல்லை. ஆனால் வருமானம் குறித்த ஆதாரங்கள் எங்களிடம் உள்ளன. ஆரியர்களும் மற்ற மக்களைப் போலவே இருந்தனர் என்பதையும், அவர்களின் 'தூய்மை' மற்றும் 'அசுத்தம்' பற்றிய கருத்து மற்ற பண்டைய மக்களிடமிருந்து வேறுபட்டதல்ல என்பதையும் இந்த சான்றுகள் நிரூபிக்கின்றன. நாரத்-ஸ்மிருதியின் பின்வரும் வசனங்களைக் கருத்தில் கொள்வதன் மூலம், ஆரியர்களுக்கு எந்த விதமான ஆட்சேபனையும் மோசமான தொழிலில் இல்லை என்பது தெளிவாகிறது. ஐந்தாவது அத்தியாயத்தில், நாரதர் சேவை-தர்ம மீறல் பற்றி விவாதித்தார். இந்த வசனங்கள் அந்த அத்தியாயத்தில் வருகின்றன.

ஞானிகளால் ஐந்து வகையான அடியார்கள் வேதத்தில் காணப்படுகின்றனர்.

நான்கு வகையான வேலையாட்கள் உள்ளனர், அவர்களின் வேலைக்காரன் விபஞ்சகன்.

பொருள்: ஞானிகள் ஐந்து வகையான அடியார்களை வேதத்தில் குறிப்பிட்டுள்ளனர். இந்த நான்கு வகையான வேலைக்காரர்கள்

ஐந்தாவது தாஸ், மீண்டும் பதினைந்து வகைகளைக் கொண்டவர்.

நான்காவது சீடரின் முடிவில் வாள் எஜமானர்..

பொருள்: ஒரு மாணவன், ஒரு கற்பவன், ஒரு சம்பளம் வாங்கும் வேலைக்காரன் மற்றும் ஒரு அதிகாரி. ஸமான்மாமஸ்வத்த்வமேஷாமாஹுர்மநிஷிநஃ ।

சாதி, செயல்பாடு மற்றும் தொழில் ஆகியவற்றுக்கு இடையேயான வேறுபாடு விவரிக்கப்பட்டுள்ளது.

பொருள்: சார்ந்திருப்பது அனைவருக்கும் ஒன்றுதான், ஆனால் அவர்களின் தனி அந்தஸ்தும் வருமானமும் அவரவர் சாதியையும் தொழிலையும் பொறுத்தது என்று ஞானிகள் அறிவித்துள்ளனர்.

குறைந்த பட்சம் இரண்டு வகையான அறியக்கூடிய மற்றும் தீயவை உள்ளன.

தீமை என்பது அடியாரின் செயல் என்றும், சுபம் என்பது அடியாரின் செயல் என்றும் கூறப்படுகிறது.

பொருள்: இரண்டு வகையான தொழில்கள் உள்ளன என்பதை அறிவது முக்கியம் - தூய்மையான மற்றும் அழுக்கு. அசுத்தமான தொழில் செய்பவர்கள் அடிமைகள் என்றும், தூய தொழில் செய்பவர்கள் சூத்திரர்கள் (தொழிலாளர்கள்) என்றும் அழைக்கப்படுகிறார்கள்.

வீடுகள், கதவுகள், அசுத்தமான இடங்கள், தெருக் குப்பைகளை சுத்தம் செய்தல்.

பிறப்புறுப்பைத் தொட்டு, மலம் மற்றும் சிறுநீரைப் பற்றிக் கொண்டு ஜானா.

பொருள்: கதவுகள், கழிப்பறைகள், சாலைகள் மற்றும் குப்பை கொட்டும் இடங்கள், உடல்

உடலின் அந்தரங்க உறுப்புகளை மசாஜ் செய்து, கழிவு உணவு மற்றும் கழிவுகளை சேகரித்து எறிதல்.

இறுதியாக, மாஸ்டர் மூட்டுக்குச் செல்ல விரும்பினார்.

தீய செயலை வேறு எதற்கும் அப்பாற்பட்டு நல்லது என்று புரிந்து கொள்ள வேண்டும்.

பொருள்: இறுதியாக, உரிமையாளர் விரும்பும் போதெல்லாம் அதன் உடல் பாகங்களை மசாஜ் செய்வது, இந்த பணிகளை அழுக்காகக் கருத வேண்டும். இவை தவிர மற்ற அனைத்துப் படைப்புகளும் தூய்மையானவை.

இந்த நான்கும் நற்செயல்கள் செய்வதாகக் குறிப்பிடப்பட்டுள்ளது.

பாஜாவும் மீதியும் மூன்று அல்லது ஐந்து அடிமைகள்.

கொடூரமான செயல் பஜஸ்து

பொருள்: இவ்வாறே, தூய பணியைச் செய்யும் நான்கு வகையான பணியாளர்கள் கணக்கிடப்பட்டுள்ளனர். அசிங்கமான வேலை செய்யும் மற்றவர்கள் அடிமைகள் மற்றும் அவர்கள் பதினைந்து வகையினர்.

அசுத்தமான வேலைகளைச் செய்தவர்கள் அடிமைகள் என்பதும், துடைப்பம் அசுத்தமான வேலையில் சேர்க்கப்பட்டது என்பதும் தெளிவாகிறது. இந்த அடிமைகள் யார் என்ற கேள்வி எழுகிறது. அவர்கள் ஆரியர்களா அல்லது ஆரியர் அல்லாதவர்களா? அடிமைத்தனம் மக்களிடையே இருந்தது என்பதில் சந்தேகமில்லை. ஒரு ஆரியர் மற்றொரு ஆரியரின் அடிமையாக இருக்கலாம், ஆரியர் எந்த வகுப்பைச் சேர்ந்தவராக இருந்தாலும், அவர் ஒரு 'அடிமை'யாக இருக்கலாம் - ஒரு க்ஷத்ரியர் 'அடிமை'யாக இருக்கலாம். ஒரு வைசியர் 'அடிமை'யாகவும் இருக்கலாம். ஒரு பிராமணன் கூட 'அடிமையாக' இருப்பதற்கான வாய்ப்பிலிருந்து எப்போதும் விடுபடவில்லை. நாட்டில் சதுர்வர்ணம் சட்டமாக மாறியபோது, அடிமை முறையில் சில மாற்றம் ஏற்பட்டது. அந்த மாற்றத்தின் வடிவம் பின்வரும் நாரத்-ஸ்மிருதியின் வார்த்தைகளிலிருந்து தெளிவாகிறது.

அடிமைத்தனம் என்பது சாதிகளின் தலைகீழாக விதிக்கப்படவில்லை.
மற்றவரின் மகனே, தன் கடமையைத் துறந்தவர்கள் மனைவிகளைப்
போல் அடிமைகளாகக் கருதப்படுவர்

பொருள்: நான்கு வகுப்புகளின் தலைகீழ் வரிசையில் அடிமைத்தனத்திற்கு இடமில்லை. ஒரு ஜட்மா தனது வர்ண தர்மத்தை பின்பற்றவில்லை என்றால், அவர் இந்த விதிக்கு விதிவிலக்கு. அந்தச் சூழ்நிலையில் அடிமைத்தனம் என்பது மனைவியின் நிலையைப் போன்றது.

யாக்ஞவல்கிய வியாவராத்யாயரும் கூறுகிறார்
எழுத்துகளின் தலைகீழ் தலைகீழாக கொடுக்கப்பட வேண்டும். (4,183)

பொருள்: அடிமை முறை தலைகீழ் வரிசையில் உள்ளது, இது மிடாக்ஷரா எனப்படும் யாக்ஞவல்கிய ஸ்மிருதியின் வியாக்யானத்தில் விளக்கப்பட்டுள்ளது. பிராமணர்கள் மற்றும்

ஏழை-வர்ணங்கள் தலைகீழ் வரிசையில் வழங்கப்பட வேண்டும்.
பிராமணர்கள், க்ஷத்திரியர்கள் மற்றும் பலர்.
ஸ்ய [illegible]ூத்ர இத்யேவமானுலோம்யேந் தாஸபாவோ [illegible]ாவதி ந
ப்ரதிலோம்யேந்.

பொருள்: பிராமணர்கள் மற்றும் பிற வகுப்பினரிடையே அடிமைத்தனம் தொடரும். க்ஷத்திரியர்கள் மற்றும் மற்றவர்கள் அனைவரும் பிராமணர்களின் 'அடிமைகளாக' இருக்கலாம். வைசியரும் சூத்திரரும் க்ஷத்திரியரின் 'அடிமைகளாக' இருக்க முடியும். சூத்திரன் வைசியரின் 'அடிமை'யாக இருக்கலாம். இந்த அடிமை முறையை தலைகீழ் வரிசையில் மட்டுமே செயல்படுத்த முடியும், தலைகீழ் வரிசையில் அல்ல.

இந்த மாற்றம் அடிமை முறையின் மறுசீரமைப்பாகும், மேலும் அந்த முறையான சமத்துவமின்மையின் அடிப்படையானது 'ஆன்மா' என்பது உறுதியான வடிவத்தில் வெளிப்படுத்தப்பட்டது, இந்த விதி ஒரு பிராமணன், ஒரு க்ஷத்திரியன், ஒரு வைஷ்யன் மற்றும் ஒரு சூத்திரன் இருக்க முடியும் பிராமணரின் 'அடிமை'யாக இருந்தான்.

ஒரு க்ஷத்திரியர், வைசியர் மற்றும் சூத்திரர் ஒரு க்ஷத்திரியனின் 'அடிமை'யாக இருக்கலாம். ஒரு வைசியர் மற்றும் ஒரு சூத்திரர் ஒரு வைசியரின் அடிமையாக இருக்கலாம். ஆனால் ஒரு சூத்திரனின் 'அடிமை' ஒரு சூத்திரனாக மட்டுமே இருக்க முடியும். இவையெல்லாம் நடந்தபோதும் அடிமைச் சட்டம் அமலில் இருந்தது. பிராமணர், க்ஷத்திரியர், வைசியர் அல்லது சூத்திரர் யாராக இருந்தாலும், அவர் 'அடிமை'யாக மாறினால், இந்த விதி அவருக்கு கண்டிப்பாக பொருந்தும்.

அடிமைகளுக்கு நிர்ணயிக்கப்பட்ட கடமைகளில் நாம் கவனம் செலுத்தினால், இந்த மாற்றம் எந்த வகையிலும் மாறாது. பிராமணன் 'அடிமையாக' மாறினால், க்ஷத்திரியன் 'அடிமையாக' மாறினால், வைசியன் 'அடிமையாக' மாறினால் அல்லது சூத்திரன் 'அடிமையாக' மாறினால், துடைக்கும் வேலையைச் செய்ய வேண்டும் என்பதே இதன் பொருள். ஆம், ஒரு பிராமணன் ஒரு க்ஷத்திரியர், வைசியர் அல்லது சூத்திரர்களின் வீட்டை துடைக்க மாட்டார், ஆனால் அவர் ஒரு பிராமணரின் வீட்டில் துப்புரவு தொழிலாளியாக வேலை செய்வார். அதேபோல, ஒரு க்ஷத்திரியன் ஒரு பிராமணன் மற்றும் ஒரு க்ஷத்திரியனின் வீட்டில் பணிப்பெண்ணாக வேலை செய்வான், ஆனால் அவன் வைசியர் அல்லது சூத்திரன் வீட்டில் வேலை செய்ய மாட்டான். ஒரு பிராமணர், க்ஷத்திரியர் மற்றும் வைசியர் வீட்டில் பாங்கி செய்யும் வேலையை வைசியர் செய்வார் ஆனால் சூத்திரர் வீட்டில் செய்யமாட்டார். எனவே பாங்கியின் பணி ஆரியருக்கு அருவருப்பான வேலை அல்ல என்பது தெளிவாகிறது, அப்படியானால் தீண்டாமைக்கு கேவலமான தொழில் செய்வது ஒரு காரணம் என்று எப்படி சொல்ல

முடியும்? எனவே, அசுத்தமான தொழிலில் ஈடுபடுவதே தீண்டாமைக்குக் காரணம் என்ற கருத்து ஆதாரமற்றது.

மாற்றம் ஒருபோதும் வலியளிப்பதில்லை, மாற்றத்தை எதிர்ப்பது மட்டுமே வேதனையானது –

டாக்டர் பீம் ராவ் அம்பேத்கர்

பகுதி-4 தீண்டாமையின் தோற்றம் பற்றிய புதிய கோட்பாடுகள்

9.

தீண்டாமையின் அடிப்படை அடிப்படை - பௌத்தர்கள் மீதான வெறுப்பு

1870 முதல் பத்து ஆண்டுகளுக்கு ஒருமுறை மக்கள் தொகைக் கணக்கெடுப்பு ஆணையரால் வெளியிடப்படும் மக்கள் தொகைக் கணக்கெடுப்பு அறிக்கையில், இந்தியாவின் சமூக, சமய வாழ்வு பற்றிய விலைமதிப்பற்ற தகவல்கள் வேறு எங்கும் காணப்படவில்லை. 1910 க்கு முன், மக்கள் தொகை கணக்கெடுப்பு ஆணையர் 'மத வாரியான மக்கள் தொகை' கணக்கை பராமரித்து வந்தார். இந்த கணக்கில், (1) முஸ்லிம்கள், (2) இந்துக்கள் மற்றும் (3) கிறிஸ்தவர்கள் போன்ற மக்கள் வாழ்ந்தனர். 1910 ஆம் ஆண்டின் மக்கள்தொகை அறிக்கையில், ஏற்கனவே உள்ள பாரம்பரியத்தை விட்டுவிட்டு ஒரு புதிய விஷயம் ஏற்றுக்கொள்ளப்பட்டது. முதன்முறையாக, இந்துக்கள் மூன்று தனித்தனி வகுப்புகளாகப் பிரிக்கப்பட்டனர் - (1) இந்துக்கள், (2) இயற்கை வழிபாட்டாளர்கள், பழங்குடியினர், மற்றும் (3) தீண்டத்தகாதவர்கள். அப்போதிருந்து, இந்த புதிய வகைப்பாடு பரவலாக உள்ளது.

(1) முந்தைய மக்கள்தொகை ஆணையர்களின் பாரம்பரியத்தை கைவிட்டது தொடர்பாக மூன்று கேள்விகள் எழுகின்றன:- (I) 1910 மக்கள் தொகை கணக்கெடுப்பின் ஆணையர் இந்த புதிய வகைப்பாட்டை ஏன் செய்தார்? (II) இந்த வகைப்பாட்டின் அடிப்படை என்ன? (III) இந்துக்களை மூன்று தனித்தனி வகுப்புகளாகப் பிரிப்பதை நியாயப்படுத்தும் சில பழக்கவழக்கங்கள் மற்றும் மரபுகளின் வளர்ச்சிக்கு வழிவகுத்த காரணங்கள் யாவை? 1909 ஆம் ஆண்டில், ஆகா கான் தலைமையில், அப்போதைய வைஸ்ராய் பிரபு மிண்டோவின் சேவையில் முஸ்லிம்கள் வழங்கிய மரியாதை சாசனத்தில் முதல் கேள்விக்கான பதிலைக் காண்கிறோம். அதில், முஸ்லிம்கள் தங்களுக்கு

சட்டமன்றம், நிர்வாகிகள் மற்றும் அரசுப் பணிகளில் தங்களுக்குப் போதுமான பிரதிநிதித்துவம் வேண்டும் என்று கோரினர். அந்த மரியாதைக் கடிதத்திலிருந்து ஒரு சிறு பகுதி இங்கே தரப்படுகிறது:-

"1909-ல் நடத்தப்பட்ட மக்கள்தொகைக் கணக்கெடுப்பின்படி, இந்தியாவில் உள்ள முஸ்லிம்களின் எண்ணிக்கை 6 கோடியே 20 லட்சத்துக்கு மேல், அதாவது பிரிட்டிஷ் அரசாங்கத்தின் இந்தியக் குடிமக்களில் நான்கில் ஒரு பங்கு முதல் ஐந்தில் ஒரு பங்கு வரை. இயற்கையை வணங்குபவர்கள் மற்றும் பின்பற்றுபவர்கள் என்றால் மற்ற சிறு மதங்கள் கணக்கில் எடுத்துக் கொள்ளப்படுகின்றன, நாகரீகமற்ற சாதிகளைச் சேர்ந்தவர்கள் இந்துக்களாக இல்லாவிட்டாலும் 'இந்துக்கள்' என்று கணக்கிடப்பட்டால், இந்துக்களின் எண்ணிக்கையுடன் ஒப்பிடும்போது முஸ்லிம்களின் விகிதம் அதிகரிக்கும், எனவே, அது பொருத்தமானதாகக் கருதுகிறோம் எந்தவொரு பரந்த அல்லது குறுகிய அமைப்பிலும் ரஷ்யாவைத் தவிர எந்த முதல் தர ஐரோப்பிய சக்தியையும் விட அதிகமான மக்கள்தொகை கொண்ட ஒரு இனம் நியாயமான முறையில் அதைக் கோரலாம்.

சர்க்கார் பகதூரின் கட்டளையை விட ஒரு படி மேலே சென்று, நேராகவோ அல்லது கோணலாகவோ, எந்த விதமான பிரதிநிதித்துவம் செய்தாலும், அவர்களின் நிலை மற்றும் செல்வாக்கைப் பாதிக்கும் மற்ற எல்லா விஷயங்களிலும், முஸ்லீம் சாதியினர் வகிக்கும் பதவி விகிதாச்சாரத்தில் இருக்க வேண்டும் என்று வலியுறுத்த விரும்புகிறோம். அவர்களின் மக்கள்தொகைக்கு ஏற்ப அவர்களின் அரச முக்கியத்துவம் மற்றும் பேரரசின் பாதுகாப்பில் அவர்கள் வழங்கும் உதவிக்கு ஏற்ப, நூறு ஆண்டுகளுக்கு முன்பு இருந்த முஸ்லிம்களின் நிலை என்ன என்பதை அரசாங்கம் கவனிக்கும் என்று நம்புகிறோம் இந்தியாவில் அதன் நினைவு இயற்கையாகவே அவர்களின் இதயங்களிலிருந்து மறைந்துவிடவில்லை.

இந்த மேற்கோளில், விதிக்கு கீழே உள்ள வரிகளுக்கு ஒரு சிறப்பு அர்த்தம் உள்ளது. முஸ்லிம்களை இந்துக்களுடன் ஒப்பிடும் போது, இயற்கையை வழிபடுபவர்கள், பழங்குடியினர் மற்றும் தீண்டத்தகாதவர்களின் எண்ணிக்கையை இந்துக்களின் மக்கள்தொகையில் சேர்க்கக் கூடாது என்று சாசனத்தில் இந்த வார்த்தைகள் கொடுக்கப்பட்டுள்ளன. 1910 ஆம் ஆண்டில் மக்கள் தொகைக் கணக்கெடுப்பு ஆணையரால் ஏற்றுக்கொள்ளப்பட்ட இந்த புதிய வகைப் பாகுபாட்டின் அடிப்படையானது, முஸ்லிம்களின் பிரதிநிதித்துவத்தை அதிகரிக்க வேண்டும் என்ற கோரிக்கையை, இந்துக்கள் எடுத்துக்கொண்டனர். மக்கள்தொகை கணக்கெடுப்பு ஆணையர் ஏன் புதிய வகைப்பாட்டை

வெளியிட்டார் என்ற கேள்வி எழுந்தாலும், மற்ற கேள்வியைப் போல அது முக்கியமல்ல. முக்கியமான தகவல் என்னவெனில், மக்கள்தொகை கணக்கெடுப்பு ஆணையர் எந்த அடிப்படையில் வெவ்வேறு வகுப்பு இந்துக்களை "(1) 100% இந்துக்கள், (2) இல்லாதவர்கள்" என வகைப்படுத்தினார்?

மக்கள்தொகை கணக்கெடுப்பு ஆணையர் செய்த இந்த வகைப்பாட்டிற்கான அடிப்படையானது வெளியிடப்பட்ட சுற்றறிக்கையில் கொடுக்கப்பட்டுள்ளது. அதில், இரு பிரிவுகளாகப் பிரிப்பதற்கு சிறப்புக் காரணம் நிர்ணயிக்கப்பட்டுள்ளது. 100% இந்து அல்லாத சாதிகளின் பண்புகள் பின்வருமாறு:-

(1) பிராமணர்களின் மேலாதிக்கத்தில் நம்பிக்கை இல்லாதவர்கள்.

(2) எந்த பிராமணர் அல்லது வேறு எந்த அங்கீகரிக்கப்பட்ட இந்து குருவிடமிருந்தும் மந்திரம் எடுக்காதவர்கள்.

(3) வேதங்களை ஆதாரமாகக் கருதாதவர்கள்.

(4) இந்துக் கடவுள்களை வணங்காதவர்கள்.

(5) நல்ல பிராமணர்கள் சடங்குகளைச் செய்ய மாட்டார்கள்.

(6) எந்த பிராமண அர்ச்சகரையும் பணியமர்த்தாதவர்கள்.

(7) இந்து கோவிலுக்குள் செல்ல முடியாதவர்கள்.

(8) தீண்டத்தகாதவை அல்லது நிர்ணயிக்கப்பட்ட வரம்புகளுக்குள் வரக்கூடியவை அசுத்தத்தை ஏற்படுத்துகின்றனஉள்ளன.

(9) இறந்தவர்களை அடக்கம் செய்பவர்கள்.

10) மாட்டிறைச்சி உண்பவர்கள், பசுக்களை எந்த வகையிலும் மதிக்காதவர்கள்.

இந்த பத்து அளவுகோல்களில் சில இந்துக்களை பழங்குடியினரிடமிருந்து வேறுபடுத்துகின்றன. மீதமுள்ளவை இந்துக்களை தீண்டத்தகாதவர்களிடமிருந்து பிரிக்கின்றன. தீண்டத்தகாதவர்களை இந்துக்களிடமிருந்து பிரிக்கும் அளவுகோல் எண் 1. 2, 5, 6, 7 மற்றும் 10 உள்ளன. இந்த மக்கள் குறித்து நாங்கள் குறிப்பாக அக்கறை கொண்டுள்ளோம்.

தெளிவுக்காக, இந்த அளவுகோல்களை பகுதிகளாகப் பிரித்து தனித்தனியாகக் கருதுவது நல்லது. இந்த அத்தியாயத்தில் மட்டும் அளவுகோல் எண். 2, 5 மற்றும் 6 ஆகியவை பரிசீலிக்கப்படும். இல்லை அளவுகோல் 2, 5 மற்றும் 6 இன் கீழ் உள்ள கேள்விகளுக்கு மக்கள் தொகை கணக்கெடுப்பு ஆணையர் பெற்ற பதில்கள், (1) தீண்டத்தகாதவர்கள் எந்த பிராமணரிடமிருந்தும் மந்திரங்களைப் பெறுவதில்லை, (2) நல்ல பிராமணர்கள் தீண்டத்தகாதவர்களின் சடங்குகளைச் செய்வதில்லை மற்றும் (3)) தீண்டத்தகாதவர்கள் தங்களுக்குள்ளேயே உருவாக்கப்பட்ட தனிப்பட்ட பூசாரிகளைக் கொண்டுள்ளனர். அனைத்து மாகாணங்களின் மக்கள் தொகை

கணக்கெடுப்பு ஆணையர்கள் இந்த விஷயங்களை ஒப்புக்கொள்கிறார்கள்.

இந்தக் கேள்விகளில் மூன்றாவது கேள்வி மிக முக்கியமானது. துரதிர்ஷ்டவசமாக, மக்கள்தொகைக் கணக்கெடுப்பு ஆணையர் இதைப் புரிந்து கொள்ளவில்லை, ஏனெனில் அவர் தனது கேள்வித்தாளில் விஷயத்தின் அடிப்பகுதியைப் பெற முடியவில்லை. தீண்டத்தகாதவர்கள் ஏன் பிராமணர்களிடமிருந்து மந்திரங்களைப் பெறவில்லை என்பதை அறிய அவர் முயற்சிக்கவில்லையா? ஏன் பிராமணர்கள் தீண்டத்தகாதவர்களுக்கு அர்ச்சகர் பதவி கொடுப்பதில்லை? தீண்டத்தகாதவர்கள் ஏன் தங்கள் சொந்த பாதிரியாரை வைத்திருக்க விரும்புகிறார்கள்? இந்த விஷயங்கள் எல்லாவற்றையும் விட ஏன் முக்கியம்? இந்த விஷயங்களின் 'ஏன்' என்பதை நாம் கண்டுபிடிக்க வேண்டும். ஏனெனில் தீண்டாமையின் தோற்றத்திற்கான மூல காரணம் இவற்றில் எங்கோ மறைந்துள்ளது.

அந்தத் தேடலைத் தொடர்வதற்கு முன் இந்தக் குறிப்பைக் கவனிக்க வேண்டும். மக்கள் தொகை கணக்கெடுப்பு ஆணையரின் கேள்வித்தாள் ஒருதலைப்பட்சமாக இருந்தது. இது அவரிடமிருந்து தெரிகிறது. பிராமணர்கள் தீண்டத்தகாதவர்களை வெறுத்தார்கள். ஆனால் தீண்டத்தகாதவர்களும் பிராமணர்களை வெறுக்கிறார்கள் என்பதை அவர் வெளிப்படுத்தவில்லை. ஆனால் அது நிஜம். தீண்டத்தகாதவர்களை விட பிராமணன் உயர்ந்தவன் என்றும், தீண்டத்தகாதவன் தன்னை விட தாழ்ந்தவன் என்றும் நினைப்பது மிகவும் சகஜமாகிவிட்டது, தீண்டத்தகாதவன் பிராமணனை 'தூய்மையற்றவன்' என்று சொன்னால், அவர்கள் மிகவும் ஆச்சரியப்படுவார்கள் . ஆனால் தீண்டத்தகாதவர்களின் சமூகப் பழக்க வழக்கங்களை உன்னிப்பாகக் கவனித்து ஆராய்ந்த எழுத்தாளர்கள் இதைக் குறிப்பிட்டுள்ளனர். இந்த விஷயத்தில் எழக்கூடிய சந்தேகங்களைத் தீர்க்க, அவரது கட்டுரைகளில் இருந்து சில மேற்கோள்கள் கீழே கொடுக்கப்பட்டுள்ளன:

திரு. கவனத்திற்கு இது சென்றுள்ளது. அவர் கூறுகிறார் -

இன்றும் கிராமத்தில் உள்ள ஒரு பரிய (தீண்டத்தகாத) பிராமணர்களின் தெரு வழியாக செல்ல முடியாது. இருப்பினும், இப்போது நகரங்களில் ஒரு பிராமணரின் வீட்டைக் கடந்து செல்வதை யாராலும் நிறுத்தவோ தடுக்கவோ முடியாது. ஆனால் மறுபுறம், ஒரு பரியா, எந்த சூழ்நிலையிலும், ஒரு பிராமணனை தனது குடிசைகளுக்கு இடையே செல்ல அனுமதிப்பதில்லை. இது அவர்களின் அழிவுக்கு வழிவகுக்கும் என்று அவர் உறுதியாக நம்புகிறார்." என்கிறார் தன்னடார் மாவட்டத்தின் 'கெசட்டியர்' ஆசிரியர் திரு. ஹெமிங்வே

"தன்னடார் மாவட்டத்தின் தீண்டத்தகாத சாதிகளான இந்த சாதியினர், எந்த ஒரு பிராமணனும் தங்கள் பகுதிக்குள் நுழைவதை

கடுமையாக எதிர்க்கின்றனர். இதனால் பெரும் நஷ்டம் ஏற்படும் என அவர்கள் நம்புகின்றனர்" என்றார்.

மைசூர் ஹாசன் மாவட்டத்தின் 'ஹாலந்து' மக்களைப் பற்றி எழுதுகையில், கேப்டன் ஸ்ரீ ஜே. எஸ். எஃப். மெக்கன்சி எழுதுகிறார்: - "கிராம எல்லைக்கு வெளியே ஒவ்வொரு கிராமத்திலும் 'ஹோலிகிரி' உள்ளது. 'ஹோலியர்ஸ்' என்று அழைக்கப்பட்ட முன்னாள் செர்ஃப்களின் வசிப்பிடமாக இருந்ததால், அவர்கள் ஒரு அழுக்கு இனத்தைச் சேர்ந்தவர்களாகக் கருதப்பட்டதால் இது நடந்ததாக நான் நினைத்தேன். யாருடைய தொடுதல் அசுத்தத்தை ஏற்படுத்துகிறது."

பொதுவாக ஒரு கடத்தல்காரனிடமிருந்து எதையும் ஏற்க மறுக்கும் பிராமணர்கள் இந்தக் காரணத்தைக் கூறுகின்றனர். ஆனாலும் பிராமணர்கள் அதை தங்களுக்கு பெரும் அதிர்ஷ்டமாக கருதுகிறார்கள். அவமானப்படாமல் ஹோலிகிரி வழியாகச் சென்றால். இதற்கு கடத்தல்காரர்கள் கடும் எதிர்ப்பு தெரிவித்துள்ளனர். ஒரு பிராமணர் தங்கள் பகுதிக்குள் வலுக்கட்டாயமாக நுழைந்தால், அவர்கள் ஒன்றாக வெளியே வந்து அவரை காலணிகளால் அடிப்பார்கள், முன்பு அவர்கள் அவரைக் கொன்றுவிடுவார்கள் என்று கூறப்படுகிறது. பிற சாதியினர் வீட்டு வாசலுக்கு வரலாம் ஆனால் வீட்டுக்குள் நுழைய முடியாது. இது நடந்தால், கடத்தல்காரன் மீது துரதிர்ஷ்டம் மழை பெய்யும். யாராவது எப்படியாவது வீட்டிற்குள் நுழைந்தால், உரிமையாளர் பார்வையாளரின் ஆடைகளைக் கிழித்து, ஒரு மூலையில் உப்பைக் கட்டி வெளியே எறிவார். இதிலிருந்து மீறுபவரின் அதிர்ஷ்டம் தலைகீழாக மாறும் என்பதும், வீட்டின் உரிமையாளருக்கு எந்தவிதமான பேரழிவும் ஏற்படாது என்பதும் புரிகிறது.

இந்த விசித்திரத்திற்கு என்ன விளக்கம்? அது எதுவாக இருந்தாலும், 'தீண்டத்தகாதவர்கள்' தீண்டத்தகாதவர்கள் அல்ல, வெறும் பிரிந்த மக்களாக இருந்த ஆரம்ப நிலையுடன் அது சமரசம் செய்யப்பட வேண்டும். இந்த பிரிந்த மக்களின் மத சடங்குகளின் போது பிராமணர்கள் புரோகிதத்தை செய்ய மறுத்தது ஏன்? பிராமணர்களே அர்ச்சகர் பணி செய்ய மறுத்துவிட்டார்களா? அல்லது இந்த பிரிந்தவர்களே பிராமணர்களை அழைக்க மறுத்ததா? பிரிந்தவர்களை ஏன் பிராமணர்கள் தூய்மையற்றவர்களாகக் கருதினார்கள்? இந்த பரஸ்பர வெறுப்புக்கு என்ன காரணம்?

இந்த பரஸ்பர வெறுப்புக்கு ஒரே ஒரு விளக்கம் மட்டுமே இருக்க முடியும். அதாவது, இந்த பிரிந்த மக்கள் பௌத்தர்கள், எனவே அவர்கள் பிராமணர்களை மதிக்கவில்லை, அவர்களை பாதிரியார்களாக ஆக்கவில்லை, தூய்மையற்றவர்களாக கருதினர்.

மறுபுறம், பிராமணர்களும் பிரிந்த மக்களை விரும்பவில்லை; ஏனெனில் அவர் ஒரு பௌத்தர். அவர்களுக்கு எதிராக வெறுப்பைப் பரப்பப் பயன்படுகிறது. இதன் விளைவாக, பிரிக்கப்பட்ட மக்கள் 'தீண்டத்தகாதவர்கள்' என்று கருதத் தொடங்கினர். ஆனால் அந்தக் காலத்தில் பெரும்பாலான இந்துக்கள் பௌத்தர்களாக இருந்ததற்கு எந்த ஆதாரமும் தேவையில்லை. எனவே அவரும் ஒரு பௌத்தர் என்று கருதுகிறோம்.

இந்துக்களின் மனதில் பௌத்தர்கள் மீது வெறுப்பு உணர்வு இருந்தது என்பதற்கு இது ஆதாரம் அல்ல, இந்த வெறுப்பு உணர்வு பிராமணர்களால் உருவாக்கப்பட்டது. நீலகண்டன், தனது தவம் செய்த மயூக்கில், மனுவின் ஒரு வசனத்தை மேற்கோள் காட்டியுள்ளார், அதாவது

அது வருமாறு - "பௌத்தத்தையோ, பாசுபத மலரையோ, லோகாயதத்தையோ, நாத்திகரையோ, மகாபதகியையோ யாரேனும் தொட்டால், அவர் குளித்தால்தான் தூய்மை அடைவார்.'

இதே கருத்தை அபரார்கர் தனது நினைவுக் குறிப்புகளிலும் பரப்பியுள்ளார். முதியவர் ஹரித் ஒரு படி மேலே சென்று, புத்த மடாலயத்திற்கு செல்வது கூட பாவமாக கருதி, அதிலிருந்து விடுபட குளிக்க வேண்டும். புத்தரைப் பின்பற்றுபவர்களுக்கு எதிராக இந்த வெறுப்பு உணர்வு எவ்வளவு பரவலாக இருந்தது என்பதை சமஸ்கிருத நாடகங்களில் காணலாம். 'மிருச்சகடிகா' நாடகத்தில் இந்த மனக்குழப்பத்திற்குச் சிறந்த சான்று உள்ளது. நாடகத்தின் ஏழாவது அத்தியாயத்தில், மாவீரன் சாருதத்தன் தன் நண்பன் சைத்ரேயனுடன் ஊருக்கு வெளியே தோட்டத்தில் வசந்த சேனைக்காகக் காத்திருக்கிறான். அவள் வராததால் சாருதத்தா தோட்டத்தை விட்டு வெளியேற விரும்பினாள். அவர்கள் வெளியேறும் போது, 'சமவஹக்' என்ற புத்த பிக்கு ஒருவரைக் காண்கிறார்கள். அவரது தோற்றத்தைப் பற்றி சாருதத்தன் கூறுகிறார்-

"சாருதத்தா: தோழி மைத்ரேயா! இந்த மக்கள் வசந்தத்தின் இராணுவத்தைப் பார்க்க ஆர்வமாக உள்ளனர், எனவே அவர்களிடம் கேட்போம் (சுற்றி) கதை நாப்யுதாயிகா ஸ்ரமண தாசனை எதிர்கொள்கிறது. (சிந்தித்து) உள்ளிடவும் - நீங்கள் இந்தப் பாதையில் இருக்கிறீர்கள். நாமும் அதே வழியைப் பின்பற்றுவோம். (நன்றாக இருக்கிறது)"

பொருள்: நண்பர் மைத்ரேயா, பசந்த சேனாவைச் சந்திக்க ஆவலாக உள்ளேன். நாம் போகலாம். (கொஞ்சம் நடந்து) ஓ! இது ஒரு கெட்ட சகுனம், ஒரு புத்த பிக்கு எங்களை நோக்கி வருகிறார். (சற்று யோசித்துவிட்டு) சரி, அவர் வரட்டும், நாம் இந்த வேறு பாதையில் செல்வோம். (போய்விடுகிறது)

எட்டாவது அத்தியாயத்தில், மன்னனின் மைத்துனரான 'ஷக்ரா' என்பவரின் தோட்டத்தில் உள்ள குளத்தில் துறவி துணி துவைத்துக் கொண்டிருந்தார். சுகர் விட்டுடன் வந்து அவனைப் பார்த்ததும் கொன்று விடுவதாக மிரட்டுகிறார். அவருக்கு இடையிலான பின்வரும் உரையாடல் சிறப்பு முக்கியத்துவம் வாய்ந்தது. போன்றவை:-

ஷகார்: சித்தா, லெ தட் ஷமானக், சித்தா.

துறவி: ஆச்சரியமாக. இதுதான் அந்த மாநில நரி நிறுவனம் வந்துள்ளது. துறவி ஒரு துறவியை எங்கு பார்த்தாலும், அவர் தனது மூக்கை பசு அல்லது சித்தரைப் போல சுமப்பார். அதில் நான் எங்கே தஞ்சம் அடைவேன்? அல்லது பத்திரகா மற்றும் புத்தர்களுக்கு அடைக்கலம்.

வேட்டையாடு: பொல்லாத துறவியே, எழுந்து நில்லுங்கள். செம்பருத்தி வேரின் மேற்பகுதியை சட்டியின் நடுவில் நுழைந்தது போல் சாப்பிடுவேன் (அவனை அடித்து) வேட்டைக்காரன்:

விட்: கனோலோமாவிலிருந்து. பற்றின்மையால் நடத்தப்பட்ட விஷத்தில் ஒரு துறவி அடிக்க அதை வலமாக எடுத்துக் கொள்ளுங்கள்.

துறவி: வணக்கம், தயவு செய்து, வழிபாட்டாளர்

பாதிக்கப்பட்டவர்: நண்பரே, பார்! அது என்னைப் பார்த்து கத்துகிறது.

விட்: அவர் என்ன சொல்கிறார்?

வேடன்: அவர் என்னை வணங்குபவர் என்று அழைக்கிறார், இல்லையா?

விட்: அவர் உங்களை புத்தரை வணங்குபவர் என்று போற்றுகிறார்.

ஷகர்: பாவ், ஏன் அவர் இங்கே இருக்கிறார்?

துறவி: இந்த துணியை துவைக்க.

வேடன்: ஓ பொல்லாத துறவியே! நானும் ஒரு உன்னத மனிதன், ஒரு மனிதன், குளித்து, தத்துவத்தை ஏகத்துவமாக ஆக்காத ஒரு மனிதனா?

ஷகர்: நிறுத்து, ஓ பொல்லாத ஷ்ரமணா, நிறுத்து.

பொருள்

ஸ்ரீமன்: ஓ! இது மன்னனின் மைத்துனர்! சில ஷ்ராமன் மீது கோபம் கொண்டதால், எந்த ஒரு ஷ்ரமணனை சந்தித்தாலும் அடிப்பார்.

ஷகார்: காத்திரு, சத்திரத்தில் முள்ளங்கி போல் உன் தலையை நசுக்குவேன். (துடிக்கிறது.)

விட்: நண்பா, உலகைத் துறந்து கஷாயம் அணிந்த ஷ்ரமணனை அடிப்பது நல்லதல்ல.

ஷ்ரமணன்: வழிபாட்டாளே! மகிழ்ச்சியாக இருங்கள்.

ஷகார்: நண்பரே, பார் அவர் என்னைத் தவறாகப் பயன்படுத்துகிறார்.

விட்: என்ன சொல்கிறாய்?

ஷகார்: அவர் என்னை 'வழிபாட்டாளர்' என்று அழைக்கிறார். நான் முடிதிருத்துபவனா?

விட்: ஓ! அவர் உண்மையில் உங்களை புத்தரை வணங்குபவராக ஆக்கி புகழ்கிறார்.

ஷகர்: அவன் ஏன் இங்கு வந்தான்?

ஷ்ரமணன்: இந்த அங்கியைத் துவைக்க.

ஷகார்: ஓ! ஐயோ பொல்லாத ஷ்ரமன், நான் இந்தக் குளத்தில் நீராடுவதில்லை. உன்னை ஒரே அடியில் கொன்றுவிடுவேன். நீண்ட சண்டைக்குப் பிறகு, ஷ்ரமன் செல்ல அனுமதிக்கப்படுகிறார். இங்கு இந்துக்களின் கூட்டத்தினிடையே ஒரு பௌத்த ஷ்ரமன் காணப்படுகிறார். ஒருவன் அதிலிருந்து விலகி அதைத் தவிர்க்கிறான். அவர் மீது வெறுப்பு உணர்வு மிகவும் வலுவானது, மக்கள் அவர் நடந்து செல்லும் சாலையைக் கூட தவிர்க்கிறார்கள். வெறுப்பு உணர்வு மிகவும் வலுவானது, ஒரு இந்துவை வெளியேற்றுவதற்கு ஒரு பௌத்தரின் நுழைவு போதும், போதுமான மக்கள் உள்ளனர். புத்த ஷ்ரமணரின் நிலை பிராமணரின் நிலையைப் போன்றது. பிராமணர்களுக்கு மரண தண்டனையிலிருந்து விடுதலை. அவருக்கு உடல் ரீதியான தண்டனை கூட கொடுக்க முடியாது. ஆனால், எந்தப் பிராயச்சித்தமும் இன்றி, எந்த மனவருத்தமும் இல்லாமல், அதில் எந்தத் தீங்கும் இல்லை என்பது போல், ஒரு புத்த பிக்கு கொல்லப்படுகிறார்.

இந்த பிரிந்தவர்கள் பௌத்தர்கள் என்றும், பௌத்தத்தில் பிராமணியம் ஆதிக்கம் செலுத்தியபோது, மற்றவர்களைப் போல பௌத்தத்தை விட்டுவிட்டு பிராமணீயத்தை எளிதில் ஏற்றுக்கொள்ளவில்லை என்றும் ஏற்றுக்கொண்டால், இரண்டு கேள்விகளுக்கும் தீர்வு கிடைக்கும். தீண்டத்தகாதவர்கள் பிராமணர்களை ஏன் கெட்ட சகுனமாகக் கருதுகிறார்கள், ஏன் அவர்களை அர்ச்சகர்கள் என்று அழைப்பதில்லை, ஏன் அவர்களை

அவர்கள் தங்கள் பகுதிகளுக்குள் நுழைய அனுமதிப்பதில்லை என்பதை இது விளக்குகிறது. இந்த பிரிக்கப்பட்ட மக்கள் ஏன் தீண்டத்தகாதவர்களாக கருதப்பட்டனர் என்பதையும் இது விளக்குகிறது. இந்த பிரிந்த மக்கள் பிராமணர்களை வெறுத்தனர், ஏனெனில் பிராமணர்கள் பௌத்தத்தின் எதிரிகள் மற்றும் பிராமணர்கள் இந்த பிரிந்த மக்களை பௌத்தத்தை விட்டு வெளியேறத் தயாராக இல்லாததால் 'தீண்டத்தகாதவர்களாக' ஆக்கினர். இந்த தர்க்கத்தில் இருந்து, தீண்டாமைக்கான அடிப்படைக் காரணங்களில் ஒன்று, பௌத்தர்கள் மீது பிராமணர்கள் கொண்டிருந்த வெறுப்புதான் என்று நாம் முடிவு செய்யலாம்.

இந்த பிரிந்த மக்கள் தீண்டத்தகாதவர்களாக மாறுவதற்கு பௌத்தத்திற்கும் பிராமண மதத்திற்கும் இடையிலான வெறுப்பு காரணமா?

இது மட்டும்தான் போகக் காரணமாக இருக்க முடியுமா? வெளிப்படையாக இல்லை. பிராமணர்கள் பௌத்தர்களுக்கு எதிரான வெறுப்பை சமமாகப் போதித்தார்கள், ஆனால் குறிப்பாக இந்த பிரிந்த மக்களுக்கு எதிராக அல்ல. பின் ஏன் இந்த பிரிந்த மக்களுக்கு மட்டும் 'தீண்டாமை' ஒட்டிக்கொண்டது? எனவே, இதைத் தவிர வேறு சில சூழ்நிலைகளும் இந்த பிரிந்த மக்கள் மீது தீண்டாமை திணிக்கப்படுவதற்கு காரணமாக அமைந்தது என்பது தெளிவாகிறது. அந்த நிலை என்னவாக இருந்திருக்கும்? தொடர்ந்து, இந்த திசையில் சில முடிவுகளை எடுக்க முயற்சிப்போம்.

10.
மாட்டிறைச்சி உண்பது - தீண்டாமையின் அடிப்படை அடிப்படை

இப்போது மக்கள் தொகைக் கணக்கெடுப்பு ஆணையரின் சுற்றறிக்கையில் கொடுக்கப்பட்டுள்ள பத்தாவது அளவுகோலுக்கு வருவோம். மாட்டிறைச்சி சாப்பிடுவது தொடர்பான முதல் அத்தியாயத்தில் இந்த அளவுகோல் ஏற்கனவே விவாதிக்கப்பட்டுள்ளது.

இந்த நாட்களில் 'தீண்டத்தகாதவர்கள்' என்று கருதப்படும் சாதியினரின் உணவில் இறந்த பசுவின் இறைச்சி முக்கிய பங்கு வகிக்கிறது என்பதை மக்கள் தொகை கணக்கெடுப்பின் முடிவுகள் காட்டுகின்றன. எந்த ஜாதி இந்து, எவ்வளவு கீழ்த்தரமாக இருந்தாலும், மாட்டிறைச்சியைத் தொட மாட்டான். உண்மையில் தீண்டத்தகாத, செத்த மாட்டுக்கும் சம்பந்தமில்லாத வேறு எந்த ஜாதியும் இல்லை. சிலர் அதன் சதையை சாப்பிடுகிறார்கள், சிலர் அதன் தோலை நீக்குகிறார்கள், சிலர் அதன் தோல் மற்றும் எலும்பிலிருந்து பொருட்களை உருவாக்குகிறார்கள்.

மக்கள்தொகை கணக்கெடுப்பு ஆணையரின் விசாரணையில் தீண்டத்தகாதவர்கள் மாட்டிறைச்சி சாப்பிடுகிறார்கள் என்பது நிரூபிக்கப்பட்டுள்ளது. அப்படியானால், மாட்டிறைச்சி உண்பதற்கும் தீண்டாமையின் தோற்றத்திற்கும் தொடர்பு உண்டா என்பதுதான் கேள்வி. அல்லது தீண்டத்தகாதவர்களின் பொருளாதார வாழ்வில் இது ஒரு சாதாரண நிகழ்வா? மாட்டிறைச்சி சாப்பிட்டதால் பிரிந்தவர்களை 'தீண்டத்தகாதவர்கள்' என்று சொல்ல முடியுமா? இந்தக் கேள்விக்கான பதிலை எந்தத் தயக்கமும் இல்லாமல் 'ஆம்' என்று சொல்லலாம். வேறு எந்த பதிலும் எங்கள் தகவலுடன் பொருந்தவில்லை.

முதலாவதாக, 'தீண்டத்தகாதவர்கள்' அல்லது 'தீண்டத்தகாதவர்கள்' மற்ற சாதியினர் இறந்த மாட்டிறைச்சியை சாப்பிடுகிறார்கள் என்பது உறுதியானது மற்றும் இறந்த பசுவைப் பயன்படுத்துவதற்கான தொடர்பு மிகவும் வலுவானது மற்றும் மிகவும் நெருக்கமானது, அது 'தீண்டாமைக்கு' காரணம் என்று கருதுவது கிட்டத்தட்ட மறுக்க முடியாதது. இரண்டாவதாக,

தீண்டத்தகாதவர்களை இந்துக்களிடமிருந்து வேறுபடுத்துவது ஏதேனும் இருந்தால், அது மாட்டிறைச்சி உணவுதான். மேலோட்டமாக கூட, தடை செய்யப்பட்ட உணவு தொடர்பான இந்து விதிகளில் இரண்டு தடைகள் உள்ளன, அவை பிரிக்கும் கோட்டை வரைகின்றன. இறைச்சி சாப்பிடக்கூடாது என்பது ஒரு தடை. இதன் காரணமாக இந்துக்களில் இரு பிரிவுகள் உள்ளன. அவர்கள் மாட்டிறைச்சி சாப்பிடுகிறார்கள், அவர்கள் மாட்டிறைச்சி சாப்பிடுவதில்லை. தீண்டாமைக் கண்ணோட்டத்தில், முதல் பிரிப்புக் கோட்டிற்கு முக்கியத்துவம் இல்லை, ஆனால் இரண்டாவது பிரிவு: ஏனெனில் அது தீண்டத்தகாதவர்களையும் தீண்டத்தகாதவர்களையும் முழுமையாகப் பிரிக்கிறது. 'தீண்டத்தகாதவர்கள்', சைவமாக இருந்தாலும், அசைவமாக இருந்தாலும், மாட்டிறைச்சியைத் தடை செய்வதில் ஒற்றை எண்ணம் கொண்டவர்கள். மாட்டிறைச்சி உண்பவர்களுக்கு எதிராக தண்டனைகள் உள்ளன - எந்த வருத்தமும் இல்லாமல் மற்றும் வழக்கமான விஷயமாக.

இது சம்பந்தமாக மாட்டிறைச்சி உண்பதில் மிகுந்த வெறுப்பு கொண்டவர்கள் கூறுவது பெரிய விஷயமல்ல

ஆம், மாட்டிறைச்சி உண்பவர்களை 'தீண்டத்தகாதவர்கள்' என்று கருதத் தொடங்குகிறார்கள்.

உண்மையில், தீண்டாமைக்கு மாட்டிறைச்சி உண்பது முக்கியக் காரணம் என்று எதையும் கற்பனை செய்யத் தேவையில்லை. இந்து மத நூல்களும் இந்தப் புதிய கோட்பாட்டை ஆதரிக்கின்றன. வியாஸ்-ஸ்மிருதியில் பின்வரும் வசனம் உள்ளது, இது அந்தியஜாக்களின் பிரிவில் கணக்கிடப்பட்ட சாதிகளின் பெயர்களையும் அவை இப்படி இருப்பதற்கான காரணத்தையும் தருகிறது-

தோல் பதனிடுபவர்கள், மோரியா பட் (சிப்பாய்), பில், ரஜக் (சலவைத் தொழிலாளி), புஷ்கர், நாட் (நடிகர்), பிராத்யா, மேதா, சண்டாளா, தாஸ், ஸ்வபக் மற்றும் கோலிகா மற்றும் மாட்டிறைச்சி உண்ணும் அனைவரும் 'அந்த்யஜாஸ்' என்று அழைக்கப்படுகிறார்கள். (12,13)

பொதுவாக, ஸ்மிருதி எழுத்தாளர்கள் தங்கள் கருத்துக்களை 'ஏன் எப்படி?' என்ற வலையில் ஒருபோதும் விழாதீர்கள். ஆனால் தீண்டாமைக்கான காரணத்தை விளக்குவதில் வேதவியாஸ் முக்கியமானவர் என்பதால் இது ஒரு விதிவிலக்கு. அதாவது தீண்டாமையின் தோற்றம் மாட்டிறைச்சி உண்பதில் உள்ளது என்பதை ஸ்மிருதிகள் அறிந்திருந்தனர். வேத வியாசரின் இந்தக் கூற்றுக்குப் பிறகு எந்த விதமான வாதத்திற்கும் இடமளிக்கக் கூடாது. இது 'ஒரு வளையலின் RC என்றால் என்ன?' என்பது போன்றது

மேலும் இந்த விளக்கமும் நமக்குத் தெரிந்தவற்றுடன் முழுமையாகப் பொருந்துவதால் அர்த்தமுள்ளதாக இருக்கிறது.

'தீண்டாமை'க்கான காரணம் குறித்த இந்த புதிய கண்டுபிடிப்பில் இரண்டு விஷயங்கள் வெளிச்சத்துக்கு வந்துள்ளன. பௌத்தர்களுக்கு எதிராக பிராமணர்கள் பரப்பிய பொது வெறுப்பு உணர்வு ஒன்று, பிரிந்தவர்கள் மாட்டிறைச்சி உண்ணும் பழக்கம் மற்றொன்று. முன்பு கூறியது போல், பிரிந்த மக்கள் மீது தீண்டாமை என்ற களங்கத்தை சுமத்துவதற்கு முதல் புள்ளி மட்டும் போதுமானதாக கருத முடியாது. ஏனெனில் பௌத்தர்கள் மீது பிராமணர்கள் பரப்பிய வெறுப்பு பொதுவாக அனைத்து பௌத்தர்களுக்கும் எதிரானது அல்ல, அது 'பிரிந்த மக்கள்' மீது மட்டும் அல்ல. 'வெவ்வேறு மக்கள்' மட்டும் தீண்டத்தகாதவர்களாக மாறியதற்கு முக்கியக் காரணம், அவர்கள் பௌத்தர்கள் என்பதும், மாட்டிறைச்சி உண்ணும் பழக்கத்தையும் கைவிடாததும்தான். இது பிராமணர்களுக்கு அவர்களின் புதிய பசு பக்தியை அதன் தீவிர வரம்புகளுக்கு கொண்டு செல்ல மற்றொரு வாய்ப்பை வழங்கியது. இதிலிருந்து பிரிந்த மக்கள் பௌத்தர்களாக இருந்ததாலும், அசைவ உணவு உண்பவர்களாக இருந்ததாலும் வெறுப்புக்கு ஆளானார்கள் என்ற முடிவுக்கு வரலாம்.

'தீண்டாமை'யின் பாத்திரங்கள் ஆனார்கள். மாட்டிறைச்சி உண்பதுதான் தீண்டாமைக்குக் காரணம் என்ற கோட்பாட்டை ஏற்றுக்கொள்வது பல கேள்விகளை எழுப்புகிறது. மாட்டிறைச்சி உண்பதை இந்துக்கள் வெறுப்பதற்கு என்ன காரணம் என்று விமர்சகர்கள் நிச்சயமாகக் கேட்பார்கள். இந்துக்கள் எப்போதுமே மாட்டிறைச்சி உண்பதை எதிர்த்தார்களா? இல்லை என்றால் அவர்களுக்குள் இந்த வெறுப்பு எப்படி வந்தது? தீண்டத்தகாதவர்கள் ஆரம்பத்திலிருந்தே மாட்டிறைச்சியை உண்கிறார்களா?

அவர்களும் ஒரே நேரத்தில் மாட்டிறைச்சி சாப்பிடுவதை ஏன் நிறுத்தினார்கள்

வெளியேறவில்லையா? 'தீண்டத்தகாதவர்கள்' எப்போதும் 'தீண்டத்தகாதவர்களாக' இருந்திருக்கிறார்களா? மாட்டிறைச்சி உண்பவர்களாக இருந்தும் 'தீண்டத்தகாதவர்கள்' 'தீண்டத்தகாதவர்கள்' அல்ல என்ற ஒரு காலம் இருந்திருந்தால், பிற்காலத்தில் மாட்டிறைச்சி உண்பது எப்படி 'தீண்டாமை'க்குக் காரணமாக அமைந்தது? இந்துக்கள் என்றால் மாட்டிறைச்சி சாப்பிட்டு வருகின்றனர். அப்படியென்றால் எப்போது சாப்பிடுவதை நிறுத்தினார்கள்? இந்துக்கள் மாட்டிறைச்சி உண்பதை விட்டுவிட்டு எவ்வளவு காலத்திற்குப் பிறகு 'தீண்டாமை' நடைமுறைக்கு வந்தது? இந்தக் கேள்விகளுக்கு விடை காண வேண்டும். பதில்கள் இல்லாமல் இந்த புதிய கோட்பாடு மேகமூட்டமாக இருக்கும். மக்கள் அதை

'சாத்தியம்' என்று ஏற்றுக்கொள்ளலாம் ஆனால் அதை முடிவாக ஏற்றுக்கொள்ள மாட்டார்கள். நான் ஒரு கோட்பாட்டை முன்வைத்தவுடன், அந்தக் கேள்விகளுக்கும் நான் பதிலளிக்க வேண்டும். பின்வரும் தலைப்புகளில் பதிலளிக்க விரும்புகிறேன்.

(1) இந்துக்கள் மாட்டிறைச்சி சாப்பிடுவதில்லையா?

(2) இந்துக்கள் மாட்டிறைச்சி சாப்பிடுவதை ஏன் கைவிட்டனர்?

(3) பிராமணர்கள் எப்போது சைவம் ஆனார்கள்?

(4) மாட்டிறைச்சி உண்பதில் இருந்து 'தீண்டாமை' ஏன் உருவானது? மற்றும்

(5) 'தீண்டாமை' எப்போது உருவானது?

11.
இந்துக்கள் ஒருபோதும் மாட்டிறைச்சி சாப்பிடவில்லையா?

"இந்துக்கள் மாட்டிறைச்சி சாப்பிட்டதில்லையா?" என்ற கேள்விக்கு பதில் ஒவ்வொரு இந்துவும், பிராமணரோ அல்லது பிராமணர் அல்லாதோ - 'இல்லை, ஒருபோதும்' என்று பதிலளிப்பார். ஒருவகையில் அவர் சொல்வதும் சரிதான். எந்த ஒரு இந்துவும் நீண்ட காலமாக மாட்டிறைச்சி சாப்பிட்டதில்லை. 'இந்து' என்ற இந்தப் பதிலின் அர்த்தம் இதுதான் என்றால், அவருடன் எங்களுக்கு எந்தச் சண்டையும் இல்லை. ஆனால் படித்த பிராமணர்கள் கூறும்போது - "இந்துக்கள் மாட்டிறைச்சி சாப்பிடவில்லை என்பது மட்டுமல்ல, அவர்கள் எப்போதும் பசுவை புனிதமாகக் கருதுகிறார்கள், எப்போதும் பசுக்கொலைக்கு எதிரானவர்கள், அதைச் செய்வது கடினம்."

இந்துக்கள் ஒருபோதும் மாட்டிறைச்சி உண்பதில்லை, பசுக்கொலையை எப்போதும் எதிர்த்தார்கள் என்ற கருத்துக்கு ஆதரவாக பல சான்றுகள் உள்ளன.

ரிக்வேதத்தில் இரண்டு வகையான சான்றுகள் உள்ளன, அவை அடிப்படையாகக் கருதப்படுகின்றன. ஒரு வகை ஆதாரத்தில், பசுவை 'அவாத்யா' என்று அழைக்கிறார்கள். 'அவாத்யா' என்றால் 'இறப்பதற்குத் தகுதியற்றவர்' என்று பொருள். இது பசுவதைக்கு எதிரான தடை என்று பொருள் கொள்ளப்படுகிறது; மேலும் மத விஷயங்களில் வேதங்களே இறுதி அதிகாரம் என்பதால், ஆரியர்களால் ஒரு பசுவைக் கூட கொல்ல முடியாது, அதை மட்டும் சாப்பிட முடியாது என்று கூறப்படுகிறது. மற்ற வகை சான்றுகளில், பசு புனிதம் என்று அழைக்கப்படுகிறது. இந்த மந்திரங்களில், பசு ருத்ராவின் தாய், வசுக்களின் மகள், ஆதித்யர்களின் சகோதரி மற்றும் அமிர்தத்தின் மையப்புள்ளி என்று அழைக்கப்படுகிறது. ரிக்வேதத்தில் மற்றொரு குறிப்பு உள்ளது, அங்கு பசு 'தேவி' என்று அழைக்கப்பட்டது. பிராமண மற்றும் சூத்திர நூல்களின் சில

வாக்கியங்களும் இந்த யோசனையின் அடிப்படையாகக் கருதப்படுகின்றன.

ஷதபத பிராமணத்தில் பசுவைக் கொல்வது மற்றும் பசுவை உண்பது தொடர்பான இரண்டு இடங்கள் உள்ளன. அது "அர்த்தே ஷலம் ப்ரபதயதி. அவன் பசுவையோ எருதையோ உண்ணமாட்டான், பசுவையோ எருதையோ அவன் உண்ணமாட்டான், தேவர்கள் அவனிடம், "பசுவையும், மாடுகளையும் உண்பவனை வேறொரு இயக்கமாக நீ சுமந்திருக்கிறாய். , தன்னைப் பெற்ற பெண்ணின் கர்ப்பத்தைக் கொன்ற பாவப் புகழை உடையவன் ஆதலால் பசுக்களையும் மாடுகளையும் உண்ண வேண்டும்" என்றான். (ஷ.பி.)

பொருள்: அவர் (அத்யாயு) பின்னர் அவரை பெவிலியனுக்குள் நுழைகிறார். மாடு அல்லது எருது இறைச்சி அவருக்குப் பிடிக்காது.

சாப்பிட வேண்டும், ஏனென்றால் சந்தேகத்திற்கு இடமின்றி பசுக்கள் மற்றும் காளைகள் பூமியில் உள்ள எல்லாவற்றிற்கும் அடிப்படை. தேவர்கள் சொல்லியிருக்கிறார்கள், 'பசுவும் காளையும் நிச்சயமாக எல்லாவற்றுக்கும் அடிப்படை. மற்ற (விலங்கு) இனங்களின் சக்தியை பசுக்களுக்கும், காளைகளுக்கும் மட்டும் கொடுப்போம். அதனால்தான் பசுக்களும் காளைகளும் அதிகம் உண்கின்றன. எனவே, ஒருவன் மாடு அல்லது காளையின் இறைச்சியை சாப்பிட்டால், அவன் எல்லாவற்றையும் சாப்பிடுகிறான், அல்லது எல்லாவற்றின் முடிவையும் அனைத்தையும் அழிக்கிறான். எனவே பசு மற்றும் காளை இறைச்சியை உண்ணக்கூடாது.

மந்திர எண். 1, 2, 3, 6 ஆகிய வசனங்களில் தார்மீக அடிப்படையில் விலங்கு பலியிடுவது தடைசெய்யப்பட்ட மற்றொரு இடமும் உள்ளது.

மாட்டிறைச்சி உண்பதற்கு பொதுவான தடை விதிக்கப்பட்டுள்ள ஆபஸ்தம்ப தர்மசூத்திரத்திலும் இதே போன்ற ஒரு அறிக்கை உள்ளது.

இந்துக்கள் ஒருபோதும் மாட்டிறைச்சி சாப்பிடுவதில்லை என்ற கருத்துக்கு ஆதரவான ஒரே ஆதாரம் இதுதான். இந்த ஆதாரத்திலிருந்து நாம் என்ன முடிவுகளை எடுக்க முடியும்?

ரிக்வேதத்தின் ஆதாரத்தைப் பொறுத்த வரையில், அதைச் சரியாகப் படிக்காமல், சரியாகப் புரிந்துகொள்ளாமல் இருந்தால்தான் இந்த முடிவுக்கு வர முடியும். ரிக்வேதத்தில் இரண்டுக்கு 'அகன்யா' என்ற உரிச்சொல்லின் பொருள் பசு பால் கொடுப்பதால், அது கொல்லப்படுவதற்கு தகுதியற்றது. ஆம், ரிக்வேத காலத்தில் பசுவுக்கு மரியாதை இருந்தது உண்மைதான், ஆனால் பசுவின் மீது அப்படியொரு மரியாதையும், வழிபாடும்

எதிர்பார்த்ததால், இந்தி ஆரியர்கள் அதை உணவுக்காகக் கொல்வதைத் தடுக்கவில்லை. உண்மையில், பசுக்களும் புனிதமாகக் கருதப்பட்டதால் கொல்லப்பட்டன. திரு. கேன் கூறுகிறார்:-

"வேத காலத்தில் பசு புனிதமாக இல்லை என்பது இல்லை. அதன் 'புனிதம்' காரணமாகவே வாஜசநேயி சம்ஹிதையில் மாட்டிறைச்சி உண்ண வேண்டும் என்று விதிக்கப்பட்டுள்ளது."

ரிக்வேத காலத்து ஆரியர்கள் உணவுக்காக பசுக்களை அறுத்து மாட்டிறைச்சி சாப்பிட்டனர் என்பது ரிக்வேதத்திலேயே தெளிவாக தெரிகிறது. ரிக்வேதத்தில், இந்திரன் ஒருவனுக்கு 15-20 காளைகளை சமைப்பதாக கூறுகிறார். குதிரைகள், காளைகள், காளைகள், மலட்டுப் பசுக்கள் மற்றும் செம்மறி ஆடுகள் ஆகியவை நெருப்புக் கடவுளுக்கு பலியிடப்பட்டன என்று ரிக்வேதம் கூறுகிறது. ரிக்வேதத்திலிருந்தும் பசுவை வாள் அல்லது கோடாரியால் கொன்றது தெளிவாகிறது.

ஷதபத பிராமணரின் சாட்சியத்தைப் பொறுத்த வரையில், அது முடிவானதாகக் கருத முடியுமா? வெளிப்படையாக இல்லை. பிற பிராமணர்களிடத்திலும் மாறுபட்ட கருத்தைத் தரும் நூல்கள் உள்ளன.

ஒரு உதாரணம் போதும். தைத்திரீய பிராமணத்தில் விவரிக்கப்பட்டுள்ள காம்யேஷ்டி யாகங்களில், பசுக்கள் மற்றும் காளைகளை பலியிட அனுமதிக்கப்படுவது மட்டுமல்லாமல், எந்த வகையான பசு மற்றும் காளையை எந்த தெய்வத்திற்கு பலியிட வேண்டும் என்பதும் தெளிவாக்கப்பட்டுள்ளது?

உதாரணமாக, 'விஷ்ணு'வுக்கு பலி கொடுக்க வேண்டும் என்றால், ஒரு குள்ள காளையை தேர்வு செய்ய வேண்டும். விருத்திரனை அழிப்பவனான 'இந்திரனுக்கு' பலியிட வேண்டும் என்றால், தொங்கும் கொம்புகளை உடைய, நெற்றியில் குறி கொண்ட காளை தேவை

பூஷனுக்கு' கருப்பு பசு, 'ருத்ரா'வுக்கு சிவப்பு பசு, மற்றும் பலவற்றை தைத்திரீய பிராமணர் பஞ்சாரதிய சேவை என அழைக்கப்படும் ஒரு யாகத்தை விவரிக்கிறது, அதில் மிக முக்கியமான விஷயம் என்னவென்றால், அது ஐந்து வயதுடைய பதினேழு குள்ளமான காளைகளைக் கொண்டது. மேலும் அதே எண்ணிக்கையில் மூன்று வயதுடைய குள்ள கன்றுகள் கொல்லப்பட்டன.

மேலும், 'அபஸ்தம்ப தர்ம சூத்திரத்திற்கு' எதிராக பின்வரும் விஷயங்கள் கவனிக்கத்தக்கவை.

முதலாவதாக, அதே சூத்திரத்தில், 15, 14, 29 வசனங்களில் இதற்கு எதிராக ஒரு அறிக்கை உள்ளது. இது (சூத்திரத்தில்) எழுதப்பட்டுள்ளது

- "பசுக்கள் மற்றும் காளைகள் புனிதமானவை, எனவே அவற்றை உண்ண வேண்டும்."

இரண்டாவது விஷயம், க்ரிஹ்ய-சூத்திரத்தில் கூறப்பட்டுள்ள மதுபார்க் செய்யும் முறை. ஆயாக்களில் சிறப்பு விருந்தினர்களை வரவேற்பது ஒரு நிலையான பாரம்பரியமாக மாறிவிட்டது, அது 'மதுபார்க்' என்று அழைக்கப்பட்டது. பல க்ரிஹ்ய-சூத்திரங்களில் மதுபர்கா பற்றிய விரிவான தகவல்கள் உள்ளன. க்ரிஹ்ய-சூத்திரங்களின்படி, ஆறு பேருக்கு மதுபார்க் (1) ரித்விஜா அதாவது யாகம் செய்யும் பிராமணர், (2) ஆச்சார்யா (3) மாப்பிள்ளை, (4) அரசர், (5) பட்டதாரி, அதாவது மாணவருக்கு வழங்க உரிமை உண்டு. அவர் தனது குருகுலக் கல்வியை முடித்துள்ளார், மேலும் (6) விருந்தினருக்கு அன்பானவர்கள். சிலர் இந்த பட்டியலில் விருந்தினர்களையும் சேர்த்துள்ளனர். ரித்விஜா, ராஜா, ஆச்சார்யாவைத் தவிர மீதியுள்ள மக்களுக்கு ஆண்டுக்கு ஒருமுறை மதுபார்க் கொடுக்க வேண்டும் என்ற விதி இருந்து வருகிறது. ரித்விஜா, ராஜா, ஆச்சார்யா ஆகியோர் வரும்போது ஒவ்வொரு முறையும் கொடுக்க வேண்டியிருந்தது.

இந்த மதுபார்க் எதனால் ஆனது? இந்த மதுபர்கா எதில் இருந்து தயாரிக்கப்பட்டது என்பதில் கருத்து வேறுபாடுகள் உள்ளன. அஸ்வாலாயன கிரஹ சூத்திரம் மற்றும் ஆபஸ்தம்ப கிரஹ சூத்திரம் ஆகியவை தேன் மற்றும் தயிர் அல்லது நெய் மற்றும் தயிர் ஆகியவற்றைக் கலந்து பேசுகின்றன. 'ஆபஸ்தம்ப க்ரிஹ்யசூத்திரம்' (13,11,12) இந்த மூன்று விஷயங்களையும் கலக்கலாம் என்ற மற்றவர்களின் கருத்தையும் குறிப்பிடுகிறது. ஹிரண்ய க்ரிஹ்ய சூத்திரம் (1,9,10,12) தயிர், தேன், நெய், தண்ணீர் மற்றும் பிற இந்த ஐந்து பொருட்களில் ஏதேனும் மூன்றில் ஏதேனும் ஒன்றைக் கலக்க அனுமதிக்கிறது. 'கௌசிக சூத்திரம் 9 வகையான கலப்படங்களைக் குறிப்பிடுகிறது - பிரம்மா (தேன் மற்றும் தயிர்), இந்திரன் (பால் சாதம்), சௌமியா (தயிர் மற்றும் நெய்), பௌஷணம் (நெய் மற்றும் நெய்), மௌசல் (சூரா மற்றும் நெய், இது சௌத்ரமணி மற்றும் ராஜசூய யாகங்களில் மட்டுமே பயன்படுத்தப்பட்டது, பரிவ்ராஜகா (கடுகு எண்ணெய் மற்றும் அதன் கேக்). மத்வ-க்ரிஹ்யசாத்ரம் (1,9,22) கூறுகிறது, வேதம் மதபராக இறைச்சி இல்லாமல் இருக்கக் கூடாது என்று கட்டளையிடுகிறது; எனவே, மாடு காப்பாற்றப்பட்டால், ஆட்டு இறைச்சி அல்லது ஆட்டை பலியிடலாம். 'ஹிரண்ய க்ரிஹ்ய சூத்திரம்' (1,13,14) மற்ற இறைச்சியை மட்டுமே பலியிட வேண்டும் என்று கூறுகிறது. போதயான க்ரிஹ்ய சூத்திரம் (1,13,14) கூறுகிறது. மதுபார்க் இறைச்சி இல்லாமல் இருக்க முடியாது. ஒருவரால் இறைச்சியை தியாகம் செய்ய முடியாவிட்டால், அவர். தானியங்களை சமைக்கவும்

இதனால், மதுபார்க்கில் இறைச்சி, குறிப்பாக மாட்டிறைச்சி அத்தியாவசியப் பொருளாக உள்ளது. விருந்தினருக்குப் பசுவைக் கொல்வது என்பது மிகவும் பொதுவானதாகிவிட்டதால், 'விருந்தாளியின்' பெயரே 'கோதானா' அதாவது பசுக்களை அறுப்பவர் என்று ஆனது. இந்தக் கொலையைத் தவிர்க்க, விருந்தினரின் வருகையில் பசுவை விடுவிக்கப்பட வேண்டும் என்று அஸ்வாலாயன க்ரிஹ்ய சூத்திரம் பரிந்துரைக்கிறது, இதனால் பசு கொல்லப்படாது மற்றும் விருந்தோம்பல் விதியும் மீறப்படாது.

'ஆபஸ்தம்ப தர்மசூத்திரம்' என்ற மூன்றாவது கூற்றுக்கு முரணாக இறந்த உடலை தகனம் செய்வதை குறிப்பிடலாம். ஆதாரம் கூறுகிறது:-

பின்னர் அவர் இறந்த உடலில் பின்வரும் பலி கருவிகளை வைக்க வேண்டும்:-

1. வலது கையில் குஹு என்ற ஸ்பூன்.
2. இடது கையில் உபபிரிதா என்ற இரண்டாவது ஸ்பூன்.
3. வலது பக்கம் 'ஸ்ஃப்யா' என்ற மரத்தாலான யாக்னிக் கடாக், இடது பக்கம் அக்னிஹோத்ர ஹவானி.
4. மார்பில் துருவ (குவா படா), தலையில் கிண்ணம் மற்றும் பற்களில் கற்கள்.
5. அவரது மூக்கின் இருபுறமும் இரண்டு வெந்தயம்.
6. ஒரு கால் மட்டுமே இருந்தால், அதை இரண்டு துண்டுகளாக வெட்ட வேண்டும்.
7. இரண்டு காதுகளுக்கு அருகிலும் பிரசித்ரஹரன் அதாவது இந்த பாத்திரங்களில் பிராமணனின் பலியிடும் உணவு-பொருள் வைக்கப்பட்டது.
8. ப்ரசித்ரஹரன் ஒருவராக இருந்தால், அதை இரண்டு துண்டுகளாக வெட்ட வேண்டும்.
9. வயிற்றில் பத்ரி எனப்படும் பாத்திரம்.
10. பலியிடும் உணவின் பாகம் வைக்கப்பட்டுள்ள சாஷாக் அல்லது கோப்பை.
11. அந்தரங்க பாகங்களில் ஷமி என்ற மரம்.
12. தொடைகளில் இரண்டு எரியும் குச்சிகள்.
13. கால்களில் சுண்ணாம்பு மற்றும் கல்.
14. காலில் இரண்டு கூடைகள்.
15. ஒரே ஒரு கூடை இருந்தால், அதை இரண்டு பகுதிகளாகப் பிரிக்கவும்.
16. வெற்றுப் பொருட்களை நெய் தெளிப்பதன் மூலம் நிரப்பப்படும்.

17. இறந்தவரின் மகன் ஆலையின் கீழ் மற்றும் மேல் தளத்தை உயர்த்த வேண்டும்.
18. தாமிரம், இரும்பு மற்றும் களிமண் பொருட்கள்.
19. பெண் விலங்கின் வயிற்றில் உள்ள சவ்வை அகற்றி, "எதிர்காலத்திலிருந்து உங்களைக் காக்கும் கரத்தின் மீது" என்று ரிக்வேத (10, 16, 7) மந்திரத்தை உச்சரித்து இறந்தவரின் தலை மற்றும் முகத்தை மூடி வைக்கவும். ஒரு மாட்டிடமிருந்து பெறப்பட்டது".
20. விலங்கின் விரைகளை வெளியே எடுத்து இறந்தவரின் கைகளில் வைக்கவும். இந்த மந்திரத்துடன் படிக்கவும்- 'இரண்டு நாய்களிடமிருந்தும் ஷமியின் மகன்கள் இருவரும் காப்பாற்றப்பட்டனர்', வலது கையில் வலது விரை, இடது கையில்.
21. அவர் விலங்குகளின் இதயங்களை இறந்தவரின் இதயத்தில் வைக்கிறார்.
22. சில ஆச்சார்யர்களின் கூற்றுப்படி, இரண்டு கைப்பிடி மாவு அல்லது அரிசி கூட.
23. சில ஆச்சார்யர்களின் கருத்துப்படி, விரைகள் காணப்படாதபோது மட்டுமே இது நிகழ்கிறது.
24. விலங்கின் உடல் பாகங்களைப் பிரித்து இறந்தவரின் அதே உடல் பாகங்களில் வைப்பதன் மூலம். அதன் தோலால் அதை மூடி, இந்த மந்திரத்தை ஓதுகிறார், 'ஓ அக்னி! புனித நீர் முன்னோக்கி எடுக்கப்பட்டதும், இந்தக் கோப்பையை கவிழ்க்காதீர்கள். ,
25. ஒருவன் தன் இடது முழங்காலை மடக்கி அந்த தெற்கு நெருப்பில் 'அக்னியே ஸ்வாஹா, காமய ஸ்வாஹா, லோகாய ஸ்வாஹா, அனுமயதே ஸ்வாஹா' என்று பலி கொடுக்க வேண்டும்.
26. ஐந்தாவது பிரசாதம் இறந்தவரின் மார்பில் செய்யப்பட வேண்டும். இந்த மந்திரத்துடன் - 'இதிலிருந்து ஆயிரக்கணக்கானோர் நம்பிக்கையுடன் பிறந்துள்ளனர். இப்போது இதிலிருந்து பிறந்திருக்கிறார். சொர்க்கத்திற்கு ஸ்வாஹா. பண்டைய இந்தி-ஆரியர்களில், யாராவது இறந்தால், ஒரு விலங்கு பலியிடப்பட்டு, அந்த விலங்கின் அனைத்து பாகங்களும் இறந்த நபருக்கு எடுத்துச் செல்லப்பட்டன என்பது மேற்கூறிய 'அஸ்வாலாயன க்ரிஹ்யசூத்திரம்' மேற்கோளிலிருந்து தெளிவாகிறது. உடலின் எந்தப் பகுதியிலும் வைத்து எரிக்கப்பட்டது.

பசுவதை மற்றும் மாட்டிறைச்சி உண்பது தொடர்பான ஆதாரங்களின் நிலை இதுதான். இந்த பக்கங்களில் எது உண்மை என்று கருத வேண்டும்? பசுக்கொலை மற்றும் மாட்டிறைச்சி உண்பதை இந்துக்கள் எதிர்ப்பதாக அறிவிக்கும் 'சதபத பிராமண' மற்றும் ஆபஸ்தம்பத் தர்மசூத்ரா போன்ற கட்டுரைகள் அதிகப்படியான பசுவதை மற்றும் மாட்டிறைச்சி உண்பதற்கு எதிரான தூண்டுதல்கள் மட்டுமே என்பது உண்மை. அவர்கள் பசு வதையை தடை செய்யவில்லை. சொல்லப்போனால், பசுக்கொலையும், அசைவமும் அக்காலத்தில் சர்வசாதாரணமாக இருந்ததை இந்த உந்துதல்கள் நிரூபிக்கின்றன. இந்த உந்துதல்கள் இருந்தபோதிலும், பசு வதை மற்றும் மாட்டிறைச்சி நுகர்வு தொடர்ந்தது. இந்த போதனைகள் பெரும்பாலும் வீணாகிவிட்டன, இது ஆரியர்களின் சிறந்த முனிவரான யாக்ஞவல்கியாவின் நடத்தை மூலம் நிரூபிக்கப்பட்டுள்ளது.

மேலே மேற்கோள் காட்டப்பட்ட ஷதபத பிராமணத்தின் முதல் பத்தி யாக்ஞவல்கியரிடம் கூறப்பட்டது. யாக்ஞவல்கியர் அவருக்கு என்ன கொடுக்கவில்லை? அந்த பிரசங்கத்தை கேட்ட பிறகு

யாக்ஞவல்கியர் பேசுகிறார்-

"இது மென்மையாக இருந்தால் மட்டுமே நான் சாப்பிடுவேன்."

ஒரு காலத்தில் இந்துக்கள் பசுக்களை கொன்று மாட்டிறைச்சியை உண்பார்கள். பௌத்த சூத்திரங்களில் கொடுக்கப்பட்டுள்ள யாகங்களின் விளக்கத்தால் இது மிகவும் நன்றாக நிரூபிக்கப்பட்டுள்ளது. புத்த சூத்திரங்களின் காலம் வேதங்கள் மற்றும் பிராமண நூல்களைக் காட்டிலும் மிகவும் பிற்பட்டது. பசுக்கள் மற்றும் பிற விலங்குகள் கொல்லப்பட்ட அளவு பயங்கரமானது. மதத்தின் பெயரால் பிராமணர்கள் செய்யும் கொலைகளுக்கு கணக்கு காட்ட முடியாது. ஆம், பௌத்த வாத்மயாவின் சில மேற்கோள்களிலிருந்து இந்த கசாப்புக் கடை பற்றிய சில யோசனைகளைக் காணலாம்

முடியும். உதாரணமாக, குடதண்ட சூத்திரத்தை நாம் குறிப்பிடலாம், இதன் மூலம் புத்தர் கரதண்டா பிராமணருக்கு விலங்குகளை கொல்ல வேண்டாம் என்று அறிவுறுத்தியுள்ளார். புத்தர் நையாண்டி மொழி பேசவில்லை என்றாலும், அவரது அறிக்கை வேத சகாப்தத்தின் சடங்குகள் பற்றிய நல்ல படத்தை அளிக்கிறது. அவர் கூறுகிறார் -

“மேலும், பிராமணரே, அந்த யாகத்தில் காளைகளோ, ஆடுகளோ, கோழிகளோ, கொழுத்த பன்றிகளோ, வேறு எந்த உயிரினமும் கொல்லப்படவில்லை. தூண்களுக்காக மரங்கள் கூட வெட்டப்படவில்லை. யக்ஞமண்டபத்தைச் சுற்றி தர்ப்பைப் புல் கூட உரிக்கப்படவில்லை, அங்குள்ள அடிமைகளோ அல்லது மற்ற

வேலையாட்களோ பயத்துடனும் பயத்துடனும் வேலை செய்யவில்லை, வேலை செய்யும் போது கண்ணீரும் முகத்தில் உருளவில்லை.

மறுபுறம், குடதந்த புத்தர், தம்மம் அத்தகைய யாகங்களில் செய்யப்படும் சில பயங்கரமான மிருக பலிகளைக் கூறுகிறது. அவர் கூறுகிறார் -

"நான் புத்தரையும், தர்மத்தையும், சங்கையும் அடைகிறேன். இன்று முதல் ஓ பந்தே! யவஜ்ஜீவனே, முப்பெரும் புகலிடத்தைப் பெற்ற என்னை வணங்குபவனாக அறிகிறேன், ஓ கௌதமனே, இப்போது எழுநூறு காளைகளையும், எழுநூறு இளம் காளைகளையும் பெற்றிருக்கிறேன். , எழுநூறு கன்றுகள், எழுநூறு ஆடுகள் மற்றும் எழுநூறு ஆடுகளை விடுவிப்பேன், அவை புல் தின்னும், குளிர்ந்த நீரைக் குடித்து, குளிர்ந்த காற்றை அனுபவிக்கட்டும்."

சம்யுக்த நிகாயாவின் கோசல மன்னன் பிரசென்ஜித் நடத்திய யாகத்தின் விளக்கம் கொடுக்கப்பட்டுள்ளது. "ஐநூறு காளைகள், ஐநூறு கன்றுகள் மற்றும் பல இளம் காளைகள், ஆடுகள் மற்றும் செம்மறியாடுகள் யாகத்தில் பலியிட யூப தூணுக்கு கொண்டு செல்லப்பட்டன" என்று எழுதப்பட்டுள்ளது.

இத்தகைய சான்றுகள் இருக்கும் நிலையில், இந்துக்கள் - பிராமணர்களாக இருந்தாலும் சரி, பிராமணர்களாக இருந்தாலும் சரி, அசைவ உணவு உண்பவர்கள் மட்டுமல்ல, அசைவ உணவு உண்பவர்களாகவும் இருந்த காலம் இருந்தது என்பதில் யாருக்கும் சந்தேகம் இருக்க முடியாது.

12.
பிராமணரல்லாதவர்கள் மாட்டிறைச்சி சாப்பிடுவதை ஏன் நிறுத்தினார்கள்?

இந்துக்களின் வெவ்வேறு சாதிகள் அல்லது வகுப்புகளின் உணவுப் பழக்கம் மற்றும் இயல்புகள் அவர்களின் மற்ற பழக்கவழக்கங்கள் மற்றும் மரபுகளைப் போலவே நிலையானதாகவும் வேரூன்றியுள்ளன. இந்துக்களை அவர்களின் பழக்க வழக்கங்களின் அடிப்படையில் வகைப்படுத்துவது போல, அவர்களின் உணவுப் பழக்கத்தின் அடிப்படையிலும் வகைப்படுத்தலாம். வகுப்புவாதக் கண்ணோட்டத்தில் இந்துக்கள் சைவ அல்லது வைஷ்ணவர் என்பது போலவே, அவர்கள் அசைவம் அல்லது சைவ உணவு உண்பவர்கள்.

பொதுவாக அசைவம், சைவம் என்ற இந்த வகைப்பாடு போதுமானதாக இருக்கலாம். ஆனால், இது முற்றிலும் சரியான வகைப்பாடு அல்ல என்பதை ஒப்புக் கொள்ள வேண்டும். இன்னும் விரிவான வகைப்பாட்டிற்கு, அசைவ வகுப்பை இரண்டு பகுதிகளாகப் பிரிக்க வேண்டும் - (1) இறைச்சி சாப்பிடுபவர்கள், ஆனால் மாட்டிறைச்சி சாப்பிடாதவர்கள், (2) மாட்டிறைச்சி சாப்பிடுபவர்கள். வேறு வார்த்தைகளில் கூறுவதானால், உணவுப் பழக்கம் தொடர்பாக இந்து சமூகத்தில் மூன்று பிரிவுகள் இருக்கும் - (1) சைவம் சாப்பிடுபவர்கள், (2) அசைவம் சாப்பிடுபவர்கள், ஆனால் மாட்டிறைச்சி சாப்பிடாதவர்கள், (3) மாட்டிறைச்சி சாப்பிடுபவர்கள். இந்த வகைப்பாட்டைப் பொருத்து, இந்து சமுதாயத்தில் மூன்று வகுப்புகள் அல்லது வர்ணங்கள் உள்ளன: - (1) பிராமணர், (2) பிராமணரல்லாதவர், (3) தீண்டத்தகாதவர். இந்த வகைப்பாடு இந்து சமூகத்தின் சாதுர்வர்ணத்துடன் பொருந்தவில்லை என்றாலும், அது புறநிலை சூழ்நிலையுடன் முற்றிலும் பொருந்துகிறது. ஏனெனில் பிராமணர்களிடையே சைவமும், பிராமணரல்லாதவர்களிடையே இறைச்சி உண்ணும் ஆனால் மாட்டிறைச்சி உண்ணாத வகுப்பும், தீண்டத்தகாதவர்களிடையே மாட்டிறைச்சி உண்ணும் வர்க்கமும் உண்டு.

இந்த மூன்று மடங்கு வகைப்பாடு சுருக்கமானது மற்றும் பொருள் சூழ்நிலையுடன் பொருந்துகிறது. இந்த வகைப்பாட்டைப் பற்றி யாராவது கவனமாகச் சிந்தித்தால், பிராமணரல்லாதவர்களின் நிலைமை அவரது கவனத்தை ஈர்க்கும்.

சைவ உணவு உண்பவராக இருப்பது அர்த்தமுள்ளதாக இருக்கிறது, அசைவ உணவு உண்பவராக இருப்பதும் அர்த்தமுள்ளதாக இருக்கிறது. ஆனால், அசைவம் சாப்பிடுபவர்கள் மாட்டிறைச்சி என்ற ஒரு வகை இறைச்சியை மட்டும் சாப்பிடுவதை ஏன் எதிர்க்க வேண்டும் என்பதைப் புரிந்துகொள்வது கடினம்? இது தீர்க்கப்பட வேண்டிய புதிர். பிராமணரல்லாதவர்கள் மாட்டிறைச்சி சாப்பிடுவதை ஏன் கைவிட்டனர்? இதன் பொருள் என்னவென்றால், இது தொடர்பான சட்டம் அசோகரின் சட்டத்திலோ அல்லது மனுவின் சட்டத்திலோ இருக்கும்.

இந்த விஷயத்துடன் தொடர்புடைய அசோகரின் மூன்று கல்வெட்டுகள் உள்ளன. கல்வெட்டு எண் 1, தூண் எண் 2 மற்றும் 5 கல்வெட்டு எண் 1 பின்வருமாறு:-

“இயம் தம்மலிபி தேவநாம் பியேன பியதாஸி ராஜா லேகயித இதா ந கிசி ஜீவம் ஆரபித்வா ப்ரஜூஹித்வம் ந ச ஸமாஜ கதாதவ பாஹூகம் ஹி தோசம் ஸமாஜ ஹி பாஸதி தேவநாம் பியோ பியதாஸி ராஜா. அஸ்தி பிது ஏகச்ச ஸமஜ சாதுமத தேவாநாம் பிய பியதாஸிநோ ரஜோ, புர மஹாநாஸம் ஹி தேவநாம் பிய பியதாஸிநோ ரஜோ அநுதிஸம் லிபி லிகித தி ராட் ப்ராண ஆரபரே சூபதய, தோ மோர ஏகோ மகோ ஸோபி மகோ ந துபோ ப்ரந ஏதரேபி ந த்ரிபோ ப்ரந ஏதரேபி.

பொருள்: இந்த வேதம் தேவர்களுக்குப் பிரியமான பிரியதர்ஷி ராஜா என்பவரால் எழுதப்பட்டது. இங்கே இந்த மாநிலத்திலும் தலைநகரிலும் எந்த உயிரும் கொல்லப்படக்கூடாது, யாரும் எரிக்கப்படக்கூடாது, மகிழ்ச்சியான பண்டிகை கொண்டாடக்கூடாது, ஏனென்றால் தெய்வங்களின் அன்பான அரசன் சமூகத்தில் பல தவறுகளைக் காண்கிறான். (இது ஒரு வகையான 'சமாஜ்' திருவிழாவாகும், இதில் விளையாட்டு, நடனம், பாடல், இறைச்சி உண்பது, புகையிலை குடிப்பது போன்றவை ஆதிக்கம் செலுத்துகின்றன). இருப்பினும், அத்தகைய சமூகங்களில் ஒரு வகை உள்ளது. தேவர்களின் பிரியமான ராஜா யாரை விரும்புகிறார். முன்பு கடவுளுக்குப் பிடித்த அரசன் பிரியதர்ஷியின் சமையலறையில் தினமும் பல ஆயிரம் விலங்குகள் சூப் செய்ய கொல்லப்பட்டன, ஆனால் இப்போது இந்த வேதம் எழுதப்படும்போது, இரண்டு மயில்கள் மற்றும் ஒரு மான் மூன்று விலங்குகள் மட்டுமே கொல்லப்படுகின்றன. ஆனால் மான்களைக் கொல்வது விதியல்ல. இந்த மூன்று உயிரினங்களும் எதிர்காலத்தில் கொல்லப்படாது.

கட்டுரை எண் 2 பின்வருமாறு:-

“தேவானாம் பியே பியதாஸி லாஜா ஹேவம் அஹ- தம்மே சாது கியம் ச தம்மே தி அபஸின்வே பஹூகாயனே தயா தானே சேச்

சோசயா, சகுதன் பை மே பஹுவிதே தினே துபத் சதுபதாசு பகிவலிச்சலே சுவிவிதே மே அனுகா சாரே அபான் தானி அபான் தானி இயம் தம்மாலிபி லிகாயிதா ஹவம் அனுபரிபஜந்து பீடிகா ச ஹோதுதிதி, யே ச ஹேவம் ஸம்வாதிபாஜிஸதி ஸே ஸுகதா கதாதீதி.

பொருள்: தேவர்களுக்குப் பிரியமான பிரியதர்ஷி மன்னன் கூறுகிறான்: - மதம் செய்வது நல்லது. ஆனால் மதம் என்றால் என்ன? மன உளைச்சலைக் குறைத்தல், பல மங்களகரமான செயல்கள், கருணை, தொண்டு, உண்மை மற்றும் தூய்மையைக் கடைப்பிடித்தல் (தூய்மை). நானும் பல வழிகளில் அறிவை தானம் செய்தேன். நான் இரு கால்கள், நான்கு கால்கள், பறவைகள் மற்றும் நீர்வாழ் விலங்குகளிடம் மிகவும் அன்பாக இருந்தேன். நான் அவருக்கு பிராண-தக்ஷிணை அளித்து மேலும் பல வகையான உதவிகளைச் செய்தேன். மக்கள் அதற்கேற்ப நடந்துகொள்ளவும், அது நிரந்தரமாக இருக்கவும் இந்தக் கட்டுரையை எழுதினேன். இதைப் பின்பற்றுபவர் மகிழ்ச்சியாக இருப்பார்.

கட்டுரை எண் 5 பின்வருமாறு:-

"தேவானாம் பியதாஸி லாஜா ஹேவம் அஹ-ஸத் பிஸதி பஸ் அபிசிதேந மே இமானி ஜதானி அவதியானி கரணி சே யதா ஸுகே சாலிகா அலுஸே சக்வகே ஹன்ஸே நந்திமுகே, கலாதே, ஜதுகா,

அன்வக்-பிலிகா, டாடி, அந்திகாமாச்சே, வேத்வேகே, கங்காபுட்கே, சங்குஜம்சே, கஃபர் சைகே, பன்னாஸ்ஸே சிம்லே சாண்ட்கே ஓகாபிண்டே பலஸ்தே சேடகபோடே கம்கபோதே சவ் சதுபடயா பரிபாகா நோ எதி நா சா காதியாதி எட்கா சா சூக்னி வாதிகா வாதிகே வாதிகே க்குதே நோ வீயே ; துஸே ஸஜீவே நோ ஜ்ஞவேதிரயே; தவே அமதயே வா விஹிசயே பா நோ பவேதவியே, ஜீவேன ஜீவே நோ பூசிதவியே திசு சதுமசிசு திசையாம் பு நிமாசியம் தினி திவாஸனி சதுதாஸம் பன்னௌசய பரிபதயே துவாயே ச அனுபோஸ்த மச்சேப்தியே நோபி வாகிதவியே, ஏதானிப் ஜ்வாகிதவியே கயாநி நோ ஹந்த் வியனி அதமி பரவாயே யே பன்னௌசசய திசய புனவாசனே திசு சத்தும் மசிசு சுதிவாஸயே கௌனே நோ நீலகிதவியே, அஜ்கே அந்தே சூக்லே ஏவாபி அந்நே நீலகியாதி கௌனே ந நீலகிதவியே, திசகே புனவசுனே சதுமோசியே சாதும்மாசி பர்வாயே அஸ்வாச கோஞ்ச லக்னே நோ கரவியே, யவ ஸாதிஹந்ந விஸாதீஸதி கரணி.

பொருள்: தேவர்களுக்குப் பிரியமான மன்னன் பிரியதர்ஷி கூறுகிறார் - என் முடிசூட்டு 26 ஆண்டுகளுக்குப் பிறகு, நான் இந்த உயிரினங்களைக் கொல்ல மறுத்துவிட்டேன். சுகா, மைனா, அருண், சாகோர், ஹான்ஸ், நந்திமு, கெலாட், ஜதுகா (மட்டை), அம்பக்பிலிகா, துடி (ஆமை), எலும்பில்லாத மீன், வித்வயாகா (ஜீவன்ஜீவகா),

கங்காபூபூடகா, சங்குஜமத்ஸ்யா, ஆமை, முள்ளம்பன்றி, பர்னாஷாஷா, பர்ஹாசின்ஹா, காளை போன்றவை. , கருவேலம், மான், வெள்ளைப் புறா, கிராமப்புற புறா மற்றும் எந்த வகையிலும் பயன்படுத்தப்படாத அல்லது உண்ணப்படாத நான்கு கால் விலங்குகள். கருவுற்ற அல்லது பாலூட்டும் ஆடுகள், செம்மறி ஆடுகள் மற்றும் பன்றிகள் மற்றும் ஆறு மாதங்கள் வரை உள்ள குட்டிகளை கொல்லக்கூடாது. கோழிகளை காஸ்ட்ரேட் செய்யக்கூடாது. உயிருடன் சேர்த்து எரிக்கக் கூடாது. உயிரினங்களுக்கு தீங்கு விளைவிப்பதற்காகவோ அல்லது வன்முறையை ஏற்படுத்துவதற்காகவோ காடுகளுக்கு தீ வைக்கக்கூடாது. ஒரு உயிரைக் கொன்றுவிட்டு மற்றொரு உயிருக்கு உணவளிக்கக் கூடாது. ஒவ்வொரு நான்கு மாதங்களுக்கும் மூன்று பருவங்களில் மூன்று பௌர்ணமி நாட்களிலும், பவுஷ மாச பௌர்ணமியிலும், சதுர்த்தசி, அமாவாசை, பிரதிபத நாட்களிலும், ஒவ்வொரு விரத நாட்களிலும் மீன்களைக் கொல்லவோ விற்கவோ கூடாது. இந்த நாட்களில், யானைகள் மற்றும் பிற உயிரினங்கள் காடுகளிலும், குளங்களிலும் கொல்லப்படக்கூடாது. ஒவ்வொரு பக்ஷ, சதுர்தசி, அமாவாசை அல்லது பூர்ணிமாவின் அஷ்டமி மற்றும் புஷ்ய மற்றும் புனர்வ நட்சத்திரத்தின் நாட்களில், ஒவ்வொரு சாதுர்மாஸ்யத்தின் பௌர்ணமியிலும் எரிக்கப்படக் கூடாது. புஷ்ய மற்றும் புனர்வாச நட்சத்திர நாட்களிலும், ஒவ்வொரு சாதுர்மாஸ்யத்தின் பௌர்ணமி தினத்திலும், ஒவ்வொரு சாதுர்மாஸ்யத்தின் சுக்ல பக்ஷத்திலும் குதிரைகள் மற்றும் காளைகளை முத்திரை குத்தக்கூடாது. எனது முடிசூட்டு விழாவிற்குப் பிறகு 26 ஆண்டுகளுக்குள் 25 முறை சிறையிலிருந்து மக்களை விடுவித்துள்ளேன். இதுவரை அசோகர் சட்டம் பற்றி பேசப்பட்டது.

இப்போது மனுவைக் கவனிக்கலாம். அசைவ உணவு தொடர்பாக அதன் சட்டங்களில் பின்வரும் விதி உள்ளது:-

சதை உண்ணும் பறவைகள் மற்றும் கிராமவாசிகள் அனைத்தும்.
குறிப்பிடப்படாத எட்டு மற்றும் ஒரு வடிவ மற்றும் எண்பது
கண்களை ஒருவர் தவிர்க்க வேண்டும். 5-11

பொருள்: பச்சை இறைச்சியை உண்பவர்களும் (கழுகு முதலியன) கிராமங்களில் வசிப்பவர்களும் (புறாக்கள் முதலியன) பறவைகளின் இறைச்சியை உண்ணக்கூடாது. பெயர் குறிப்பிடப்படாத ஒரு குளம்பு கொண்ட குதிரைகள் மற்றும் கழுதைகள் போன்றவையும் உண்ண முடியாதவை. திதிஹாரி பறவையின் இறைச்சியும் தடைசெய்யப்பட்டுள்ளது.

அன்னம் ஊர் கோழியை மிதக்கச் செய்தது
அன்னத்திற்கு கயிறு கொடுக்கும் அன்னம் அன்னம். 5,12

பொருள்: கல்பிங்கா (குருவி), பாபிஹா, அன்னம், சக்வா, கிராமக் கோழி (சேவல்), சரக், வாத்து, ரஜ்ஜுவால், கார்மோரண்ட், சுகா மற்றும் மைனா ஆகியவற்றின் இறைச்சியை உண்ணாதீர்கள்.

அவர் வலை அடிகளையும், நகங்களைக் கடித்த மாடுபிடி
வீரர்களையும் அடித்தார்.
மீன்கள் நீரில் மூழ்கும் போது ஷௌனாவையும் வல்வுரையையும்
உண்பதையும் கண்டனர் 5,13

பொருள்: மரங்கொத்திகள் மற்றும் வலையில் பிடிபட்டவை, நீர்ப்பறவைகள், மீன்களை நகத்தால் உண்ணும் பறவைகள் (பருந்துகள் போன்றவை), தண்ணீரில் மூழ்கி மீன் சாப்பிடும் பறவைகள், இறைச்சிக் கூடங்களிலிருந்து வரும் இறைச்சி மற்றும் உலர்ந்த இறைச்சி ஆகியவை தடைசெய்யப்பட்டுள்ளன.

வாத்து மற்றும் பலாக்கா மற்றும் குத்து கிரீடம்.
அவர்கள் எல்லா வகையிலும் மீன் மற்றும் பன்றிகள் மற்றும் மீன்களை
சாப்பிட்டனர் 5,14

பொருள்: ஹெரான், வலக்கா, துரோன்காக்கா, கஞ்சன், மீன், உண்ணக்கூடிய நீர்வாழ் உயிரினங்கள் (முதலை முதலியன), கிராமத்துப் பன்றி மற்றும் அனைத்து வகை மீன்களையும் உண்ணாதீர்கள்.

யாருடைய சதையை உண்கிறாரோ அவர் அந்த சதையிலிருந்து
உயர்ந்தவர்.
மீனை உண்பவன் அனைத்து இறைச்சியையும் உண்ண வேண்டும்
எனவே மீனைத் தவிர்க்க வேண்டும். 5,15

பொருள்: ஒருவரின் சதையை உண்பவர் சதை உண்பவர் என்று அழைக்கப்படுகிறார். மீன் எல்லாருடைய சதையையும் தின்னும், மீனை உண்பவன் சதை முழுவதையும் தின்னுவான், ஆதலால் மீனை உண்ண வேண்டாம்.

ஹஜ்யாவின் கவிதைகளுக்கு பத்தினாவும் ரோஹிதாவும்
நியமிக்கப்பட்டனர்.
அரசனின் கொக்கையும் சிங்கத்தின் கொக்கையும் பார்த்தனர் 5,16

பொருள்: பதின் (புவாரி) மற்றும் ரோஹித் (ரோஹு) மீன்கள் ஹைகாயாவிற்கு நன்மை பயக்கும் என்று கூறப்படுகிறது. ராஜீவ்,

சிங்துண்ட் மற்றும் அடர்த்தியான தோல் கொண்ட அனைத்து மீன்களும் உண்ணக்கூடியவை.

தெரியாத விலங்குகள் மற்றும் பறவைகளை சாப்பிட வேண்டாம்.
ஐந்து விலங்குகளும் பறவைகளும் உணவாகக் குறிப்பிடப்படுகின்றன.
1,17

பொருள்: தனித்து நடக்கும், தனித்து வாழும் சாதுவான உயிரினங்களையும், உணவில் சொல்லப்பட்ட விலங்குகளையும், பறவைகளையும், ஐந்து நகங்களையுடைய குரங்குகளையும் உண்ணாதீர்கள்.

நாய்கள், அரிவாள்கள், மாடுகள், ஆமைகள் மற்றும் முயல்கள்.
ஒட்டகங்கள் ஐந்து நகங்களில் உண்ணக்கூடியவை என்றும் அவை
ஒற்றைக் கண்ணுடையவை என்றும் சொல்கிறார்கள்.

பொருள் : பஞ்சநாகிகளில் முள்ளம்பன்றி, முள்ளம்பன்றி, காண்டாமிருகம், ஆமை, முயல் ஆகியவை உணவுப் பொருட்களாகவும், ஒட்டகம், ஆடு போன்றவை தவிர மற்றவை உண்ணக்கூடியவை என்றும் கூறப்படுகிறது. கொண்ட விலங்குகள்

விலங்குகளைக் கொல்வது தொடர்பான அசோகர் மற்றும் மனுவின் சட்டங்கள் இங்கு வந்துள்ளன. நிச்சயமாக எங்கள் தலைப்பு முக்கியமாக பசு வதை. அசோகரின் சட்டத்தை ஆராய்ந்தால், பசு வதை தடை செய்யப்பட்டதா என்ற கேள்வி எழுகிறது. இதில் கருத்து வேறுபாடு இருப்பதாக தெரிகிறது. ப்ரோ. வின்சென்ட் ஸ்மித் அசோகர் பசுவதையை தடை செய்யவில்லை என்பது கருத்து. அசோகரின் சட்டங்களைப் பற்றி கருத்து தெரிவித்த பேராசிரியர். ஸ்மித் கூறியதாவது:-

"அசோகரின் சட்டங்களில் பசு வதை தடை செய்யப்படவில்லை என்பது கவனிக்கத்தக்கது, எனவே அது சட்டவிரோதமானது அல்ல."

ப்ரோ. ராதாகுமுத் முகர்ஜி பேராசிரியர். ஸ்மித் உடன்படவில்லை, அசோகர் பசுக்கொலையை முற்றிலுமாக நிறுத்தியதாக அவர் கூறுகிறார். ப்ரோ. முகர்ஜியின் மூலக்கல்லானது, கட்டுரை எண். 5ல் உள்ள மேற்கோள் ஆகும், இது கொலையிலிருந்து விலகி அனைத்து நால்வருக்கும் பொருந்தும். இதன் மூலம் பசு வதைக்கு விலக்கு அளிக்கப்பட்டது என்பது அவர்களின் வாதம். பத்தி கட்டுரையில் சொல்லப்பட்டிருப்பதற்கு இது சரியான பொருள் அல்ல. பத்தியில் உள்ள அறிக்கை சிறப்பு. அது எல்லா நால்வருக்கும் பொருந்தாது. எந்த வகையிலும் பயன்படுத்தப்படாத அல்லது உண்ணப்படாத விலங்குகளுக்கு மட்டுமே இது பொருந்தும். எந்த வேலைக்கும் பயன்படாத,

உண்ணப்படாத பசுவை நாம் நால்வர் என்று சொல்ல முடியாது. பேராசிரியர் என்று தெரிகிறது. அசோகர் பசு வதையை நிறுத்தவில்லை என்று ஸ்மித் சொல்வது சரிதான். ப்ரோ. அசோகரின் காலத்தில் மாட்டிறைச்சி உண்ணப்படவில்லை, எனவே அவரது தடை உத்தரவு பசுவிற்கும் பொருந்தும் என்று முகர்ஜி இந்த சிரமத்தைத் தவிர்க்க முயற்சிக்கிறார். ப்ரோ. முகர்ஜியின் கூற்று முற்றிலும் அபத்தமானது, ஏனெனில் பசு அனைத்து வகுப்பு மக்களாலும் உண்ணப்படும் ஒரு விலங்கு.

ப்ரோ. அசோகர் பசுக்கொலையை சட்டத்தின் மூலம் தடை செய்திருப்பதைக் குறிக்க, அசோகரின் தூண் கல்வெட்டில் முகர்ஜியைப் போல் இழுக்க வேண்டிய அவசியமில்லை. அசோகருக்கு பசுவின் மீது சிறப்பு அக்கறை இல்லை, பசுவை கொல்லப்படாமல் காப்பாற்றுவது தனது சிறப்புக் கடமையாக கருதவில்லை. அசோகர் மனிதனாக இருந்தாலும் சரி, மிருகமாக இருந்தாலும் சரி, ஒவ்வொரு உயிரினத்தின் மீதும் கருணை காட்ட விரும்பினார். தேவையில்லாத மிருகக் கொலைகள் நடக்கும் இடங்களையெல்லாம் தடுத்து நிறுத்துவது தன் கடமை என்று அவருக்குத் தெரியும். யாகத்திற்காக மிருகங்களைக் கொல்வதைத் தடை செய்ததற்கு இதுவே காரணம். இது அவருக்கு தேவையற்றதாகத் தோன்றியது. எந்தப் பயனும் இல்லாத அல்லது உண்ணப்படாத அந்த 'விலங்குகளையும்' அவர் தடை செய்தார்.

செல்ல. படுகொலைக்கு எதிராக சட்டம் எதுவும் இயற்றப்படவில்லை. பௌத்தக் கண்ணோட்டத்தைப் புரிந்து கொண்டால், இந்த விஷயத்தில் அசோகர் மீது எந்தக் குற்றமும் சுமத்த முடியாது.

மனுவை எடுத்துக் கொள்ளும்போது, அவரும் பசு வதைக்கு எதிராக எந்தச் சட்டத்தையும் இயற்றவில்லை, மாறாக விசேஷ சமயங்களில் மாட்டிறைச்சி சாப்பிடுவதைக் கட்டாயமாக்கினார்.

அப்படியென்றால் பிராமணரல்லாதவர்கள் மாட்டிறைச்சி சாப்பிடுவதை ஏன் கைவிட்டனர்? மேலோட்டமாகப் பார்த்தால் மட்டுமே தெரியும் - அவருடைய 'தியாகத்துக்கு' காரணம் எதுவும் இருப்பதாகத் தெரியவில்லை. ஆனால் இதற்கு ஏதாவது காரணம் இருக்க வேண்டும். நான் நினைப்பதற்குக் காரணம், பிராமணரல்லாதவர்கள் பிராமணர்களைப் பின்பற்றும் முயற்சியில் மாட்டிறைச்சி உண்பதைக் கைவிட்டனர். இது ஒரு புதிய பரிந்துரையாக இருக்கலாம்; ஆனால் இது சாத்தியமற்ற பரிந்துரை அல்ல. மிஸ்டர் ஜாப்ரில் டார்ட் என்ற பிரெஞ்சு எழுத்தாளர் கலாச்சாரம் பற்றி எழுதியுள்ளார், அது தன்னை விட உயர்ந்த வகுப்பினரின் கலாச்சாரத்தை நகலெடுப்பதன் மூலம் கீழ் வகுப்பில் பரவுகிறது. இந்த நகலெடுப்பு மெதுவாக நடந்தாலும், எந்தவொரு

இயற்கை விதியையும் போல இது ஒரு இயந்திரம் போல செயல்படுகிறது. ஜாப்ரில் டார்ட் விவாதிக்கும் சாயல் விதிகளில் ஒன்று, கீழ் வகுப்பைச் சேர்ந்தவர்கள் எப்போதும் உயர் வகுப்பைச் சேர்ந்தவர்களை நகலெடுப்பதாகும். இது மிகவும் பொதுவான அறிவு, அதன் நம்பகத்தன்மையை யாரும் மறுக்க மாட்டார்கள்.

பிராமணரல்லாதார் மத்தியில் தோன்றி மாட்டிறைச்சி உண்பதை நிறுத்திய பசு வழிபாட்டு உணர்வு அவர்களை விட உயர்ந்த அந்தஸ்துள்ள பிராமணர்களைப் பின்பற்றும் முயற்சியின் விளைவு என்பதில் சந்தேகமில்லை. பசு வழிபாட்டுக்கு ஆதரவாக பிராமணர்களால் நிறைய பிரச்சார வேலைகள் செய்யப்பட்டுள்ளன என்பதும் உண்மை. இந்தப் பிரச்சாரப் பணிக்கு காயத்ரி புராணம் ஒரு உதாரணம். ஆனால் அடிப்படையில் இது நகலெடுக்கும் இயற்கை விதியின் விளைவு. ஆம், இப்போது இது மற்றொரு கேள்வியை எழுப்புகிறது - பிராமணர்கள் ஏன் மாட்டிறைச்சி சாப்பிடுவதை நிறுத்தினார்கள்?

13.
பிராமணர்கள் ஏன் சைவ உணவு உண்பவர்களாக மாறினார்கள்?

பிராமணரல்லாதார் மத்தியில் ஒரு புரட்சி ஏற்பட்டது என்பது தெளிவாகிறது. மாட்டிறைச்சியை கைவிடுவது ஒரு புரட்சி. ஆனால் பிராமணரல்லாதவர்களிடையே ஒரு புரட்சி என்றால், பிராமணர்களிடையே ஒரு தீவிரமான இரட்டை எதிர்ப்புரட்சி இருந்தது. மாட்டிறைச்சி சாப்பிடுவதை கைவிட்டார், இது ஒரு புரட்சி, அசைவ உணவை என்றென்றும் விட்டுவிட்டு சைவமாக மாறியது மற்றொரு புரட்சி.

அது உண்மையில் ஒரு புரட்சிதான். ஏனென்றால் ஒரு காலத்தில் பிராமணர்கள் மாட்டிறைச்சி உண்பவர்களாக இருந்தார்கள். பிராமணரல்லாதவர்களும் மாட்டிறைச்சி சாப்பிட்டாலும், அது அவர்களுக்கு தினமும் கிடைப்பதில்லை. பசு ஒரு மதிப்புமிக்க விலங்காக இருந்தது, பிராமணர் அல்லாதவர்கள் உணவுக்காக மாடுகளைக் கொல்வது மிகவும் கடினமாக இருந்தது. ஒரு தெய்வத்தைப் பிரியப்படுத்த மதக் கடமையாலோ அல்லது தனிப்பட்ட ஆர்வத்தினாலோ கட்டாயப்படுத்தப்பட்ட சில நேரங்களில் மட்டுமே அவர்கள் அவ்வாறு செய்ய முடியும். ஆனால் பிராமணர் விஷயம் வேறு. அவர் ஒரு பாதிரியார். சடங்குகள் நிறைந்த அந்தக் காலத்தில், சில யாகங்களுக்குப் பசுவைக் கொல்லப்படாத, பிராமணர் அல்லாதவர் பிராமணரை அழைக்காத நாளே இல்லை. ஒரு பிராமணருக்கு ஒவ்வொரு நாளும் மாட்டிறைச்சி உண்ணும் நாளாக இருந்தது. அதனால்தான் பிராமணர்கள் மாட்டிறைச்சி உண்பவர்களாக இருந்தனர். பிராமணர்களின் யாகம் மதத்தின் பெயரால் அப்பாவி விலங்குகளைக் கொல்வதைத் தவிர வேறில்லை. இது மிகுந்த ஆடம்பரத்துடனும், ஆடம்பரத்துடனும் செய்யப்பட்டது மற்றும் அவரது மாட்டிறைச்சி மோகத்தை மறைக்க அதை 'மர்மமாக' மாற்ற முயன்றார். இந்த மர்மமான சிறப்பைப் பற்றிய சில தகவல்களை ஐதரேய பிராமண உரையில் மிருகக் கொலை குறித்து கொடுக்கப்பட்டுள்ள தகவல்களிலிருந்து பெறலாம்.

விலங்கைக் கொல்வதற்கு முன், எண்ணற்ற நீண்ட மற்றும் மாறுபட்ட மந்திரங்களுடன் பூர்வாங்க சடங்குகள் செய்யப்பட்டன. யாகத்தின் முக்கிய புள்ளிகளுக்கு கற்பனையான உதாரணம் கொடுத்தால் போதும். யாகத் தூணே 'யப்' என்று

அழைக்கப்படுகிறது. யாகம் அதன் ஸ்தாபனத்துடன் தொடங்குகிறது. யூப்பின் தேவையை விளக்கிய பிறகு, ஐதரேய பிராமணர் அதன் பொருளைக் கொடுத்தார்:-

“ப்ரஜோ வா ஏஷ யதியுபேன் ஸோ அஷ்டிஸ்ரஹ கர்த்வ்யா
அஷ்டஶ்ரிர்வே வஜ்ரஸ்த தம் ப்ரஹரதி. தன் சகோதரனைக்
கொன்றதற்காக தாகம் கொண்டவனைத் தொடங்கு” என்றார்.
"பலிபீடத்தின் இடிமுழக்கம் எதிரியைக் கொல்லத் தயாராக உள்ளது,
எனவே அதை வைத்திருப்பவர்
இந்த பலிபீடம் இந்த மனிதருக்கானது மற்றும் பலவற்றைக் கண்டு
தேஷ்டி அவர் மீது அதிருப்தி அடைகிறாள்.

பொருள்: 'ஆமாம்' என்பது ஒரு ஆயுதம். அதன் முடிவில் எட்டு விளிம்புகள் இருக்க வேண்டும். ஏனெனில் ஒரு ஆயுதம் (இரும்புப் பந்து) எட்டு மூலைகளைக் கொண்டது. எந்த எதிரியையோ அல்லது எதிரியையோ அவர் தாக்கும் போதெல்லாம், இந்த ஆயுதம் மூழ்கடிக்கப்பட வேண்டிய நபரை வீழ்த்துகிறது. 'ஆமாம்' என்பது எதிரியின் அழிவுக்கு நேராக நிற்கும் ஆயுதம். இதன் காரணமாக, யாகம் செய்பவரின் எதிரி, (யாகத்தில்) இருப்பவர், அந்த 'யூப்' பார்த்து வருத்தப்படுகிறார்.

யாகம் நடத்தும் யாகத்தின் நோக்கத்திற்கு ஏற்ப யூப்பிற்கான பல்வேறு வகையான மரங்கள் தேர்ந்தெடுக்கப்படுகின்றன. ஐதரேய பிராமணர் கூறுகிறார்:-

"சொர்க்கத்தை விரும்புகிறவன் பேரீச்சம்பழம் பலிபீடத்தைச் செய்ய
வேண்டும், பேரீச்சம்பழத்தின் பலிபீடத்தால் தேவர்கள்
சொர்க்கலோகத்தை வென்றார்கள், அதனால் இந்த பலிபீடத்தால்
தேவலோகத்தை வெற்றி கொள்கிறார்.

பொருள்: சொர்க்கத்தை விரும்புபவன் தன் 'யப்'பை கதிர் மரத்தால் ஆக்க வேண்டும், ஏனென்றால் தேவர்கள் கதிர் மரத்தின் 'யூப்' மூலம் தான் தெய்வீக உலகத்தை வென்றார்கள். அதேபோல, யாகம் செய்பவர் கதிரின் மரத்தால் செய்யப்பட்ட 'யப்' மூலம் தெய்வீக உலகத்தை வெல்கிறார்.

“உணவும் போஷாக்கையும் விரும்புகிறவன் வில்வ யாகம் செய்ய
வேண்டும், போஜனம் விரும்புகிறவன் வில்வ யாகம் செய்ய வேண்டும்.
உணவு மற்றும் பானத்தின் வடிவம் வேர்கள் மற்றும் கிளைகளுக்கு
ஏற்றது அல்ல; இதுவரை."

பொருள்: உணவை விரும்பி, பருமனாக இருக்க விரும்புபவன், பெல் (வில்வா) மரத்தால் 'யப்' செய்ய வேண்டும். திராட்சை மரம்

ஒவ்வொரு ஆண்டும் பழங்களைத் தரும். இது கருவுறுதலின் சின்னமாகும், ஏனெனில் இது வேர் முதல் கிளைகள் வரை (வருடாந்திரம்) அளவு அதிகரித்துக்கொண்டே இருக்கிறது, எனவே இது உடல் பருமனின் சின்னமாகும். இதை அறிந்து, அதனால் மரத்தால் 'யப்' செய்பவன், கொழுத்த குழந்தைகளையும், விலங்குகளையும் பெறுவான்.

"அறிஞரின் பலிபீடத்தைச் செய்பவர் மக்களையும் கால்நடைகளையும் வளர்க்கிறார் என்பது ஐதீகம்.

வல்வன் 3 அல்லது வில்வ ஜோதி என்று அழைக்கப்படுகிறது.

அவர்களில் ஒளி இருக்கிறது, அவர்களில் சிறந்தவர் இதை அறிந்தவர்.

பொருள்: வில்வத்தை 'ஒளி' என்று திரும்பத் திரும்ப அழைக்கும் வில்லோ மரத்தால் செய்யப்பட்ட யூப்பைப் பற்றி இவ்வளவு சொல்ல வேண்டும், இதனால் அவர் தனது சொந்த உரிமையில் 'ஒளி'யாக மாறுகிறார், மேலும் தனது சொந்த உரிமையில் உயர்ந்தவர்.

"தாமரை பலிபீடம், ஒளியே பிரம்மவர்ச்சகத்திற்குச் சமம், ஒளியே பிரம்மவர்ச்சம், மரங்களே மரங்கள்.

பொருள்: அழகையும், புனிதமான அறிவையும் விரும்புபவன், பலாஷ் மரத்தால் 'யப்' செய்ய வேண்டும். ஏனெனில் பலாஷ் அழகு மற்றும் புனிதமான அறிவின் மரம். இது யாருக்குத் தெரியும் மற்றும் எனவே அவர் பலாஸ் மரத்தால் தனது 'யப்' ஐ உருவாக்குகிறார், அவர் அழகாக மாறுகிறார் மற்றும் புனிதமான அறிவைப் பெறுகிறார்.

"தாமரை 3 அல்லது அனைத்து தாவரங்களின் கருப்பை, இது தாமரை, எனவே தாமரையின் தாமரையால் அழைக்கப்படுகிறது, இது தாமரையின் தாமரை ரத்தினம் என்று அழைக்கப்படுகிறது

"பார்லியை அறிந்தவன் சிரிப்புச் செடிகள் அனைத்தின் ஆசையையும் நிரப்புகிறான்.

பொருள்: பலாஷ் மரத்தால் செய்யப்பட்ட 'யப்' பற்றி (இன்னும் பல அறிக்கைகள் உள்ளன) பலாஷ் அனைத்து மரங்களின் கருவாகும். அதனால்தான், அந்த மரத்தின் பலாஸ் பற்றி பேசுகிறார்கள், ஒரு மரத்திலிருந்து கூட தனது விருப்பங்கள் அனைத்தும் நிறைவேறும் என்பதை அறிந்தவர்.

இதைத் தொடர்ந்து அஞ்சமோவில் 'யப்' கும்பாபிஷேகம் நடக்கிறது.

யுபமநுப்ரு ஹோத்யாஹத்வர்யா꞉ அதந்தி த்வமா꞉வரே தேவயந்த இதிஞ்ச꞉, இதி ।

யாகத்தில் நம்மைத் தெய்வங்களுக்குச் சமர்ப்பிப்பார்கள், காட்டில்

தெய்வத்தால் தேன் கொண்டு, இதுவே தெய்வத்தின் தேன், இது யாகத் தீயில் செலுத்தப்படும், செல்வத்துடன் இங்கு அளிக்கப்படும், அல்லது தாயின் இருப்பின் சிதைவு.

மேலும் நீ தங்கி படுத்தாலும், அதே செல்வத்தையே எமக்குக் கொடுத்தாய், என்றான்.

பொருள்: அதியர்பு கூறுகிறார் - "யூப்' என்று பிரதிஷ்டை செய்கிறோம். தேவையான மந்திரத்தைச் சொல்லுங்கள்." பிறகு ஹோதா மந்திரம் கூறுகிறது - "அஞ்சந்தி த்வான் அத்வாரே" அதாவது ஓ மரத்தின் ஆசார்யாள் தெய்வீக தேனுடன் (வெண்ணெய்) உங்களை வரவேற்கிறார், அல்லது நீங்கள் உங்கள் தாயின் மீது (பூமியில்) படுத்திருந்தால், எங்களுக்கு செல்வத்தை கொடுங்கள். "திவ்ய மது' என்பது உருகிய வெண்ணெய் ஆகும், அதில் அர்ச்சகர் 'யப்' என்று அபிஷேகம் செய்கிறார். (3,8,1)

"ஜாதோ ஜாயதே ஸுதிந்த்வே அன்ஹ்மிதி, இதி.
ஜாடோ ஹைஸ் எட்ஜேதே, அது.
முடியும் வளரும். அவர்கள் அதை அதிகரிக்கிறார்கள், அது.
உறுதியானவர்கள் மனதின் தண்ணீரைச் சுத்திகரிக்கிறார்கள், அவர்கள் அவரைத் தூய்மைப்படுத்துகிறார்கள், அதாவது. எழுவாய்ச் சொல்லே செல்வம் என்று கூறி அதைத் தெய்வங்களுக்கு வழங்குகிறாள்.

பொருள்: (பின்னர் மீண்டும்) - "தோற்றத்திற்குப் பிறகு, அவர் (யூபா) தனது வாழ்க்கையின் இடைப்பட்ட காலத்தில் மரண மனிதர்களின் தியாகங்களை அனுபவிக்க வருகிறார். அறிவுள்ள மக்கள் அவரை (யூபா) அலங்கரிப்பதில் ஈடுபட்டுள்ளனர். அவர் தெய்வங்களின் தூதுவர். விரிவுரைகளில் நன்கு தேர்ச்சி பெற்ற அவர், தெய்வங்கள் கேட்கும் வகையில் 'யப்' என குரல் எழுப்புகிறார்." அவர் (Yup) 'ஜாத்' என்று அழைக்கப்படுகிறார், அதாவது பிறந்தவர். வசனம். வர்தமான் என்ற சொல்லைக் கொண்டு ('வர்த்தமான்' என்ற சொல்லில் இருந்து 'அதிகரிப்பது' என்று பொருள்படும்) அதை (Yup) இவ்வாறு அதிகரிக்கிறார்கள். புனந்தி (சொல்லில் இருந்து) என்றால் தூய்மைப்படுத்துதல், அலங்கரித்தல் என்று பொருள்படும்

உள்ளன. 'ஒரு விரிவுரை - படு தூதுவர்' என்ற வார்த்தைகளால் யூபாவின் இருப்பை தெய்வங்களுக்குத் தெரிவிக்கிறார். ஹோதா யாகம் தூணைப் பிரதிஷ்டை செய்யும் சடங்கு முடிவடைகிறது. அந்த நேரத்தில் அவர் படித்தார்-

“இளைஞன் நேர்த்தியான ஆடைகளை அணிந்து, சிறந்த ஆடைகளை அணிந்திருக்கிறான். பிராணோ இளமையும், நல்ல ஆடையும் அணிந்து, உடலால் சூழப்பட்டவர்; இதுவரை."

ஸ உ ஶ்ரேயாந் பவதி ஜயமான் இதி ஷ்ரேயச்சே யந்ஹ்யேச ஏதத்பவதி ஜயமான்; இவ்வாறு உறுதியான கவிஞர்கள் அவரை உயர்த்துகிறார்கள், சுயக்கட்டுப்பாடு கொண்ட கவிஞர்கள் அவரை மனத்தால் தெய்வமாக்குகிறார்கள், அல்லது தெரியாத கவிஞர்கள் அவரை உயர்த்துகிறார்கள்.

பொருள்: அதாவது, யூப் கட்டுகளால் அலங்கரிக்கப்பட்டவராக வந்தார். (எப்போதும் எழுந்திருக்கும் எல்லா மரங்களையும்) விட இது பெரியது, ஞான குருமார்கள் தங்களுக்குள் நன்கு ஒழுங்கமைக்கப்பட்ட எண்ணங்களின் மந்திரங்களைச் சொல்லி அதை வளர்க்கிறார்கள். கட்டையால் அலங்கரிக்கப்பட்ட இளைஞன் உடல் உறுப்புகளால் மூடப்பட்டிருக்கும் உயிர் கொடுக்கும் காற்று (ஆன்மா). 'அது அருமை' முதலானவற்றைச் சொல்வதன் மூலம், அவர் 'அவ்வா' பெரும் பெறுகிறார் என்று பொருள். (மிகவும் சிறப்பானது, அழகானது) இந்த மந்திரத்தின் சக்தியுடன்.

அடுத்த சடங்கு யாகத் தூணில் அக்கினியை வலம் வருதல். இது தொடர்பாக ஐதரேய பிராமணன் பின்வரும் தகவலைக் கொண்டுள்ளது "பர்யாக்னேய க்ரியாணாமனுபு ஹேத்யத்வர்யு, இதி.

“அக்னிர்ஹோதா நோ அத்வர இதி த்ரிச்சமக்நேயம் காயத்ரமன்வஹ பர்யாக்னி க்ரீமணே ஸ்வயவைன ததைவதயா ஸ்வேனாச்சந்தாஸ ஸமர்ததி, இதி.

பொருள்: மிகுதியைச் சுற்றி நெருப்புச் சுழலும் போது, அத்வர்யு ஹோதையிடம் கூறுகிறார் - உங்கள் மந்திரத்தைச் சொல்லுங்கள். பிறகு, அக்னியை நோக்கி, 'அக்னிர்' ஹோதா நோ அத்வாரே.... (4, 15, 1-3) என்ற காயத்ரி சுலோகங்களில் இயற்றப்பட்ட மூன்று மந்திரங்களை ஓதுகிறார். குதிரை இருந்தது. தேவர்களில் தியாகத்தின் கடவுள் அவர். (2) அக்கினிப் பலிக்கு அருகில் மூன்று முறை செல்லும் தேரோட்டியைப் போல, அவர் தெய்வங்களுக்குப் பிரசாதத்தை எடுத்துச் செல்கிறார். (3) 'அக்னிரிஷி', உணவின் முதன்மை தெய்வம், பிரசாதத்தைச் சுற்றி வந்தது; தியாகத்திற்கு பணம் கொடுக்கிறார்.

"வாஜி சன்பரிணியத் இதி வாஜின்மிவ ஹ்யேனம் சாந்தம் பரிணய்யந்தி இதி. தீண்டத்தகாதவர்கள் யார், அவர்கள் எப்படி தீண்டத்தகாதவர்கள் ஆனார்கள்?

மூவுலகின் யாகத்திற்கு அக்கினி ஒரு தேர் போல் செல்கிறது, ஏனெனில் அவர் ஒரு தேர் போல யாகத்திற்கு செல்கிறார், என்று கூறப்படுகிறது. பரிவஜபதி கவி, ஏனெனில் அவர் குதிரைகளின் அதிபதி.

பொருள்: விலங்கைச் சுற்றி நெருப்பை எடுத்துச் செல்லும்போது, அது அதன் தெய்வம் மற்றும் அதன் சந்தங்கள் மூலம் அதை பிரபலமாக்குகிறது. அவர் 'குதிரையைப் போல் சுமக்கப்படுகிறார்' அதாவது அவர்கள் அவரை ஒரு குதிரையைப் போல நகர்த்துகிறார்கள். ஒரு தேரோட்டியைப் போல அக்னி யாகத்தை மூன்று முறை கடந்து செல்கிறான்

கடந்து செல்கிறாள்' என்றால் அவள் ஒரு தேரோட்டியைப் போல யாகத்தைச் சுற்றி (விரைவாக) நகர்கிறாள். அவர் வாஜ்பதி (உணவு மாஸ்டர்) என்று அழைக்கப்படுகிறார், ஏனெனில் அவர் (பல்வேறு) உணவுகளின் அதிபதி. அர்த்வயா கூறுகிறது:

“அத்தஃ உபப்ரேஷ்ய ஹோதர்ஹவ்யா தேவாப்ய இத்யாஹத்வர்யுஃ இதி.

பொருள்: ஹே ஹோதா! தெய்வங்களுக்கு பலி செலுத்த கூடுதல் உத்தரவு கொடுங்கள். ஹோட்டா கொள்ளைக்காரர்களுக்கு கட்டளையிடுகிறார்:

"தெய்வீகமானது, "தனிப்படுத்துபவர்களிடமிருந்து தொடங்குங்கள், ஆனால் மனிதர்களிடம் இருந்து தொடங்குங்கள், மேலும் அவர் தெய்வங்களைத் திருப்திப்படுத்துபவர்களையும், மனிதர்களைத் திருப்திப்படுத்துபவர்களையும் ஆட்சி செய்கிறார்.

பொருள்: ஓ தெய்வீக முனிவர்களே! (உங்கள் வேலையை) தொடங்குங்கள், மனித கொலையாளியான நீங்களும் கூட. தெய்வங்களுக்கிடையில் இருந்தாலும் சரி, மக்களிடையே இருந்தாலும் சரி, அவர் அனைத்து பதிகங்களையும் (தொடங்க) கட்டளையிடுகிறார் என்று அர்த்தம்.

'உபநயாத் மேத்ய ஆஷாஸனனா மேதா பதிப்ய மேகம், இதி.

பொருள்: கொல்வதற்கான ஆயுதங்களை இங்கே கொண்டு வாருங்கள், யாகத்தின் இரு தலைவர்கள் சார்பாக நீங்கள் என்ன கட்டளையிடுகிறீர்கள்.

"விலங்கு பலியிடுவது பலியின் பலியாகும், தியாகம் செய்பவர் தனது சொந்த தியாகத்தால் தியாகத்தை வளப்படுத்துகிறார்.

“ஒரு தெய்வத்தின் மிருகம் யாகத்தின் தலைவனாக இருந்தால், அது பிரயா மற்றும் பிறர் போன்ற இரு தெய்வங்களின் பலிக்கு சமமானதாகும், மேலும் பல தெய்வங்களின் பலி பலியின் அதிபதியாகும்.

பொருள்: மிருகம் யாகம், யாகம் செய்பவன் யாகத்தின் தலைவன். இவ்வாறே, யாகம் செய்பவர் தனது சொந்த தியாகத்தின் மூலம் வெற்றி பெறுகிறார். அதனால்தான் அவர்கள் உண்மையைச் சொல்கிறார்கள் - மிருகம் எந்த தெய்வம் வெட்டப்படுகிறதோ அதன் உரிமையாளர். ஒரு தெய்வத்திற்காக மட்டுமே 'மிருகம்' பலியிடப்பட்டால், பூசாரி 'மேதபதயே' என்று சொல்ல வேண்டும், அதாவது யாகத்தின் அதிபதிக்கு (ஒரு சொல்), இரண்டு கடவுள்களுக்கு என்றால், அவர் இரட்டை வார்த்தையைப் பயன்படுத்த வேண்டும் - யாகத்தின் அதிபதி. இரு உரிமையாளர்களுக்கும். பல தெய்வங்களுக்கு என்றால், ஒருவர் பன்மையைப் பயன்படுத்த வேண்டும் - யாகத்தின் அதிபதிகளுக்கு. இதுவே உறுதியான மதம்.

"பிரஷ்மா தீ நிரம்புகிறது, அது.
அவர் மிருகங்களால் தூக்கிச் செல்லப்பட்டதால் இறந்தார், மேலும்
தெய்வங்கள் அவரைத் தெய்வங்களைப் பின்பற்றச் சொன்னார்கள்
வருடத்தில், சொர்க்கத்தில், நாம் உலகிற்குச் செல்வோம், "அப்படியே
ஆகட்டும்" என்று அவர் கூறினார், "உங்களில் ஒருவர் எனக்கு முன்
செல்லட்டும்.
எனவே அனைத்து விலங்குகளும் நெருப்பு என்று அவர்கள்
கூறுகிறார்கள், ஏனென்றால் அதுதான் நெருப்பின் ஆதாரம்.
ஆதலால் பசுவின் நெருப்பை அவர்கள் முன்னே எடுத்துச் செல்கிறார்கள்.

பொருள்: நீங்கள் அவருக்காக நெருப்பைக் கொண்டு வருகிறீர்கள். அந்த மிருகம் கொல்லப்படும் இடத்திற்கு கொண்டு செல்லப்பட்டபோது, அது எதிரில் மரணத்தை கண்டது. அவர் தெய்வங்களுக்குச் செல்ல விரும்பவில்லை, பிறகு தேவர்கள் அவரிடம் சொன்னார்கள் - "வா, நாங்கள் உங்களை சொர்க்கத்திற்கு அழைத்துச் செல்கிறோம்." விலங்கு ஒப்புக்கொண்டு, "உங்களில் ஒருவர் எனக்கு முன்னால் நடக்க வேண்டும்" என்று சொன்னது. தேவர்கள் ஏற்றுக்கொண்டனர். அப்போது அக்னி விலங்கின் முன் நடந்து பின் தொடர்ந்து சென்றது. அதனால்தான் ஒவ்வொரு மிருகத்தின் மீதும் அக்னிக்கு சக்தி இருக்கிறது என்று சொல்கிறார்கள், ஏனென்றால் விலங்குகள் அக்னியைப் பின்பற்றுகின்றன. அதனால்தான் அவர்கள் மிருகத்தின் முன் நெருப்பை சுமக்கிறார்கள்.

"ஸ்த்ரீநித் வர்ஹிரித்யோஷத்யாத்மா வாந் பஶு பஶுமேவ
தத்ஸ்ராத்மநா கரோதி, இதி.

பொருள்: புனிதப் பால் பரப்பு! விலங்குகள் தாவரங்களை நம்பி வாழ்கின்றன. இதனால் விலங்குக்கு அதன் முழு ஆன்மாவையும் கொடுக்கிறது (தாவரம் அதன் ஒரு பகுதியாகக் கருதப்படுவதால்).

விலங்கைச் சுற்றி நெருப்பு வட்டமிட்ட பிறகு, யாகத்திற்காக அர்ச்சகர்களுக்கு விலங்கு கொடுக்கப்படுகிறது. யாகத்திற்காக மிருகத்தை யார் அர்ப்பணிக்க வேண்டும்? இந்த விஷயத்தில் ஐதரேய பிராமணரின் கட்டளை: - "அன்வேனம் மாதா மன்யதாமநு பிதாநு ப்ரதா சாகர்யோ'னு சகா சாயுத்ய இதி."

ஜானிவைரேதைந் தத்ஸமாநு மாத்மலாபந்தே இதி."

பொருள்: தாய், தந்தை, சகோதரன், சகோதரி, நண்பர்கள் மற்றும் தோழர்கள் மிருகத்தை படுகொலைக்காக சரணடைய வேண்டும். (இந்த வார்த்தைகள் சொல்லப்பட்ட நேரத்தில், அவர்கள் விலங்கைப் பிடிக்கிறார்கள், இது எப்போதும் பெற்றோரால் கைவிடப்பட்டதாக நம்பப்படுகிறது.)

இந்த தகவலைப் படிக்க ஆச்சரியமாக இருக்கிறது - கிட்டத்தட்ட அனைவருக்கும் இது ஏன் அவசியம்?அதாவது பிராணியை யாகம் செய்யும் சடங்குகளில் பங்கு கொள்ள வேண்டும். காரணம் தெளிவாக உள்ளது. யாகத்தில்

பங்குபெற தகுதியுடைய பாதிரியார்களின் மொத்த எண்ணிக்கை பதினேழு. இயற்கையாகவே அவர்கள் இறந்த விலங்கின் முழு உடலையும் தங்களுக்கு எடுக்க விரும்பினர்.

இறந்த உடல்கள் அனைத்தையும் கண்டுபிடித்தவர் பிராமணர் என்று அர்த்தம். மிருகத்தின் கால்கள் மட்டுமே யாகம் செய்பவருக்கும் அவரது மத மனைவிக்கும் பங்காக வந்தது.

உண்மையில், அவர்கள் இறந்த உடலை முழுவதுமாகப் பெறவில்லை என்றால், அவர்களால் பதினேழு பாதிரியார்களுக்கு அதை சரியாக விநியோகிக்க கூட முடியாது. சட்டத்தின்படி, பிராமணர்களால் விலங்குகளின் மீது எந்த வகையான உரிமையையும் கோரக்கூடிய அனைவரும் அந்த உரிமையை என்றென்றும் விட்டுவிட்டால் ஒழிய, பிராமணர்களால் விலங்குகளின் முழு உடலையும் பெற முடியாது. அதனால்தான், அந்தத் தகவலில், விலங்குகளுடன் வந்தவர்களும் தங்கள் உரிமைகளை விட்டுக்கொடுக்க உத்தரவிடப்படுகிறார்கள்.

இப்போது விலங்குகளைக் கொல்லும் 'சட்டம் ஒழுங்கு' வந்துவிட்டது. ஐதரேய பிராமணர் ஒரு மிருகத்தை கொல்லும் 'சட்டம் மற்றும் ஒழுங்கு' பற்றிய விவரங்களை பின்வருமாறு கூறுகிறார்.

வடநாட்டுக்காரர்கள் அவருடைய பாதங்களையும், சூரியனையும்
கண்களிலிருந்தும், காற்றிலிருந்தும், உயிர் சக்தியிலிருந்தும்,
வாழ்க்கையின் நிலையிலிருந்தும் வைத்திருக்கிறார்கள்.

பொருள்: அதன் பாதங்களை வடக்கு நோக்கித் திருப்புங்கள். அதன் கண்களை சூரியனுக்கும், அதன் சுவாசத்தை காற்றிற்கும்,

அதன் உயிர்காற்றுக்கும், அதன் செவிப்புலனை திசைகளுக்கும், அதன் உடலை பூமிக்கும் ஒப்படைக்கவும். இவ்வாறு (ஹோத்ரி) அதை உலகங்களுடன் இணைக்கிறது.

"ஒருவழியாகத் தன் தோலை மறைத்துக் கொண்டு, முன்னொரு காலத்தில் விலங்குகளில் உயிரைப் போட்டான்.

பொருள்: (வெட்டாமல்) தோலையெல்லாம் கழற்றி விடு. தொப்புளை வெட்டுவதற்கு முன், ஓஜடியை கிழிக்கவும். உள் சுவாசத்தை நிறுத்துங்கள் (அவரது வாயை மூடுவதன் மூலம்). இந்த வழியில் அவர் விலங்குகளுக்கு காற்றை சுவாசிக்கிறார்.

"ஷ்யேனத்தின் மார்பு துண்டிக்கப்பட்ட துதி ஆயுதங்கள் ஷல தோஷனி அஷ்யபேவாஞ்ச'ச்சித்ரே இடுப்பு கவஷோருஸ்தேகபர்ணதஷ்டிவண்ண ஷது விஞ்சதிரஸ்ய வடுக்ரயஸ்தா அனுஷ்டயோ ச்யவய்தது. கத்ர கோத்ரமஸ்ய நுநே க்ரு'ணுதஹ் தித்யாங்காந்யேவத்ய தத் கத்ராணி.

பொருள்: அதன் மார்பின் ஒரு பகுதி கழுகு வடிவில் இருந்தது, அதன் கருப்பு கைகளின் இரண்டு துண்டுகள் கோடரி வடிவில் இருந்தன, அதன் முன் கால்களின் இரண்டு துண்டுகள் நெல் முடியின் வடிவத்தில் இருந்தன, அதன் தோள்களில் இரண்டு துண்டுகள் இருந்தன. இரண்டு பாசிகளின் வடிவம், இடுப்புக்கு கீழே உள்ள பகுதி உடைக்கப்படாமல் இருக்க வேண்டும், இரண்டு முழங்கால்களின் இரண்டு துண்டுகள் முடி வடிவில், அதன் 26 விலா எலும்புகள் முறையே எடுக்கப்பட வேண்டும். அதன் ஒவ்வொரு பகுதியும் பாதுகாப்பாக வைக்கப்பட வேண்டும். இந்த வழியில் அவர் அதன் அனைத்து பகுதிகளுக்கும் நன்மைகளைப் பெறுகிறார்.

யாகத்திற்காக விலங்குகளைக் கொல்வது தொடர்பாக இரண்டு சடங்குகள் எஞ்சியுள்ளன. ஒன்று, கசாப்புக் கடையாகப் பணிபுரிந்த பிராமணப் பாதிரியாரை 'கொலை' பாவத்திலிருந்து விடுவிக்கும் சடங்கு. கோட்பாட்டளவில் அவர்கள் 'கொலையாளிகள்' என்று கருதப்படுவார்கள், ஏனெனில் விலங்கு தியாகம் செய்பவருக்கு மாற்றாக மட்டுமே உள்ளது. 'கொலை'யின் விளைவுகளிலிருந்து அவர்களைக் காப்பாற்ற, ஐதரேய பிராமணர் ஹோத்ரிக்கு பின்வரும் கட்டளையை வழங்கியுள்ளார்.

"வநிஷ்டா மஸ்ய வா ரவிஸ்தோகம் மனமனா நேதுவாதஸ்தோ கே தனயே ரவிதரகச்சமிதர இதி யே சைவ தேவானம் ஶமிதரோ யே ச மநுஷ்யாநாம் தேப்ய ஏவயிந த பரிகதாதி.

பொருள்: "ஆந்தையின் வடிவில் இருக்கும் ஓஜாதியை வெட்டாதீர்கள், அதை வெட்டுபவர்கள் உங்கள் குழந்தைகளிலோ

அல்லது உங்கள் சந்ததியினரிலோ இருக்கக்கூடாது." இந்த வார்த்தைகளைச் சொல்லி, கடவுள் மற்றும் மனிதர்களில் உள்ள கொலைகாரர்களுக்குக் கொடுக்கிறார்.

பிறகு ஹோதாவிடம் மூன்று முறை கூறுவார்:-

அதிங்கோ ஷமித்வம் ஸுஷமி ஶமேத்வம் ஷமித்வமாத்ரிகோ 3 உ இதி த்ரிபு யதயபேதி கதியுவ தேவானம் ஷமித'பாபோ நிக்ரமித ஷாபித்ரிப்ய சவைநம் தன்னிக்ரமித்ருப்ய ச சவப்ரயச்சிதி."

பொருள்: ஓ ஆதிரிகு! மற்றும் ஏய் மற்றவர்கள்! மிருகத்தைக் கொல், அதை நன்றாகச் செய், அதைக் கொல், ஓ அத்ரிகுவே! விலங்கு கொல்லப்பட்ட பிறகு, அதை மூன்று முறை சொல்ல வேண்டும். இந்தக் கொலையின் விளைவுகள் நம்மீது இருக்கட்டும். ஏனெனில் தெய்வங்களில் மிருகத்தை அடக்கும் அத்ரிகுவும், அதை கீழே வீசும் அத்ரிகுவும் (துர்) உள்ளனர். இந்த வார்த்தைகளைச் சொல்லி மிருகத்தை அவர்களிடம் ஒப்படைக்கிறார். வாயை அடைத்து அவனை மௌனமாக்குபவர்கள், கொலை செய்பவர்கள்.

பின்னர் ஹோத்ரி கோஷங்கள்:-

"ஷமிதாரோ, நீ இங்கு எதைச் சிறப்பாகச் செய்தாயோ, எங்களில் தீயவற்றைச் செய்வாயாக, மற்ற இடங்களில் நீ என்ன தவறு செய்தாயோ, அதைச் செய் என்று அக்னி சொல்கிறான், நீ தேவர்களுக்கு அர்ச்சகர். அவ்வாறு அறிந்தவன் வாழ்நாள் முழுவதும் வாழ்கிறான்."

பொருள்: முட்டாள்களே! உனது அறம் இங்கே எங்களிடம் நிலைத்திருக்கட்டும்; உங்கள் பாவங்கள் வேறு எங்காவது போகட்டும். அந்த அறிக்கையுடன், ஹோத்ரி விலங்குகளை கொல்ல உத்தரவிடுகிறார். ஏனெனில் அக்னி தேவர்களின் விருந்தாளியாக இருந்தபோது, அவர்

இந்த வார்த்தைகளால் விலங்கைக் கொல்லும் உத்தரவும் வழங்கப்பட்டது.

மேற்கூறியவற்றைக் கோஷமிடுவதன் மூலம், மிருகத்தின் மூச்சை நிறுத்துபவர்கள் அல்லது அதைக் கொல்பவர்கள், அதன் ஒரு துண்டைப் பெரிதாக வெட்டினால் அல்லது மற்றொரு துண்டை மிகச் சிறியதாக வெட்டுவதால் ஏற்படும் பாவத்தின் தீய விளைவுகளிலிருந்து ஹோத்ரி விடுவிக்கிறார். இதை அனுபவித்த ஹோத்ரி எல்லா பாவங்களிலிருந்தும் தன்னை விடுவித்துக் கொள்கிறார். இந்த அறிவு உள்ளவன்,

அவரது முழு வாழ்க்கையை அடைகிறார். மேலும் ஐதரேய பிராமணர் இறந்த விலங்கின் உடல் பாகத்தை அகற்றுவது பற்றிய கேள்வியைக் கருதுகிறார். அவரது உத்தரவு:-

"கொல்லப்பட வேண்டிய மாடு பூமி, தோண்டுவதற்கும் பிற பொருட்களுக்கும் மருந்து அல்லது கொல்லப்பட வேண்டிய ஒன்று.

எனவே மூலிகைகளின் ஸ்தாபனம் இறுதியில் அந்த சாரத்தை நிறுவுவதில் அவற்றை நிறுவுகிறது. "அரக்கன் நம்மைப் படைக்கட்டும்," என்று அவர் கூறினார், "அசுரர்களால் பயந்த தேவர்கள், துஷோர்வின் பழங்களால் யக்ஷர்களுக்கு பலி கொடுத்தனர்.

மகா யாகத்தில் இருந்து ஸ்நானத்தால் பாதுகாவல் உண்டாக்கினார் என்றும், ராக்ஷஸர்களின் பாதுகாப்பில் தனக்குரிய பங்கினால் யாகத்தைக் கலைக்கிறார் என்றும் கூறுகிறார்.

பிறகு யாகத்தில் ராக்ஷஸங்களை ஓத வேண்டும், ராக்ஷஸங்கள், படைப்பின் ராக்ஷஸங்கள், யாகம் என்ன? அது அல்லது கிட்டியேதேவா என்று சொல்கிறார்கள்.

தன் பங்காளிக்குத் தன் பங்கைக் கொடுக்காதவன், வேனைத் தேர்ந்தவன், தன் மகனைத் தேர்ந்தெடுக்காதவன், அல்லது தன் பேரனைத் தேர்ந்தெடுவான், இக்காரணத்தால் சொல்லப்படுகிறது. ஸே யதி கீர்தயேதுஷாந்ஷு கிதயேத்திர இவ வா ஏதத்வச்சோ யதுபஞ்சு திர் இவைதத்ய ரக்ஷாந்ஸி இதி

அப்போது அவர் உரக்கப் பாடியது குதிரைக்காரனின் சிரிப்பு அரக்கனின் மொழி என்று.

'இந்தப் பேய் வாயில் பேசுபவன்.

நீங்கள் எதைப் பெருமையாகப் பேசுகிறீர்களோ, அந்தப் பெருமைப் பேச்சினால்தான் மக்களின் பெயர் பிறக்கிறது. தன்னால் அல்ல, மக்கள் பெயரால், அவர் பெருமை பிறந்தார், எனவே வழிபடுகிறார், என்று கூறப்படுகிறது.

பொருள்: அதன் சாணத்தை மறைப்பதற்கு நிலத்தில் குழி தோண்டி. ஆலை சாணம் என்பது; ஏனென்றால் பூமி தாவரங்கள் நிறைந்த இடம். எனவே, ஹோத்ரி இறுதியாக பசுவின் சாணத்தை அதற்குரிய இடத்தில் வைக்கிறார். பேய்களுக்கு இரத்தம் கொடுங்கள், ஏனென்றால் ஹவிர்யாக்ய பூர்ணிமா மற்றும் பிரதிபதா நாளில் கடவுள்கள் தங்கள் பங்கை பேய்களுக்கு கொடுக்கவில்லை, அவர்கள் அவர்களுக்கு சோம்பு மற்றும் சிறிய நெல்லை மட்டுமே அளித்தனர், பின்னர் சோமா மற்றும் மிருக பலி போன்ற பெரிய யாகங்களில் இருந்து விலக்கினர். அவர்களுக்கு ரத்தம் கொடுத்தார். அதனால்தான் ஹோத்ரி இந்த மந்திரத்தை உச்சரிக்கிறார், ஆவிகளுக்கு இரத்தம் கொடுங்கள். அவர்களுக்கு

இந்தப் பங்கைக் கொடுத்த பிறகு, அவர்கள் யாகத்திலிருந்து வேறு எதையும் எடுக்க முடியாமல் போய்விடுகிறார்கள். அவர்கள் சொல்கிறார்கள்- தீய ஆவிகள் யாயில் நினைவுகூரக்கூடாது. பேய்கள், பிசாசுகள், தீய ஆவிகள்; ஏனெனில் யாகம் அவர்களின் தடையின்றி நடத்தப்பட வேண்டும். ஆனால் மற்றவர்கள் நினைவில் வைக்க வேண்டும் என்று நினைக்கிறார்கள். ஏனென்றால், ஒருவனுடைய பங்கை ஒருவன் பறித்தால், அவன் பறித்தவனுக்கு அவன் வேதனையளிப்பான். தண்டனையில் இருந்து தப்பினால், மகன் துன்பப்பட வேண்டும், அவரும் தப்பித்தால், பேரன் அவதிப்பட வேண்டியிருக்கும். இந்த வழியில், நீங்கள் எந்த வலியை அனுபவித்தாலும், உங்கள் மகன் அல்லது பேரன் பாதிக்கப்படுகிறார்.

எப்படியிருந்தாலும், ஹோத்ரி உரையாற்றினால், அது மெதுவான குரலில் செய்யப்பட வேண்டும், ஏனென்றால் 'மெதுவான குரல்' மற்றும் பேய்கள் இரண்டும் மறைக்கப்படுகின்றன. உரத்த குரலில் பேசினால், பேய் ஆவிகளின் குரலில் பேசினால், ரக்ஷஸ் ஸ்வரத்தில் (பயங்கரமான குரல்) பேச ஆரம்பிக்கலாம். கோபமும் குடிகாரனும் பேசும் மொழி பேய்களின் மொழி. இந்த அறிவைப் பெற்ற ஒருவன் தனக்குத் தானே கோபம் கொள்ள மாட்டான், அத்தகைய குழந்தைகளைப் பெற மாட்டான்.

பின்னர் இறுதி சடங்குகள் எஞ்சியுள்ளன, விலங்கின் உடல் பாகங்கள் தெய்வங்களுக்கும் தெய்வங்களுக்கும் அர்ப்பணிக்கப்படுகின்றன.

செய்யும் சடங்கு. இதற்கு 'மனோட்' என்று பெயர். ஆத்ரேய பிராமின் கருத்துப்படி:-

“உற்சவத்தில் காணிக்கை செலுத்தும் அர்ச்சகர் அனுப்ருஹி.

ஓ ஹாக்னே, நீயே முதல் மனோத், அவன் சுக்தாவைப் பின்பற்றினான், மற்றும் பல.

பொருள்: அத்வர்யு ஹோத்ரியிடம் கூறுகிறார் - 'மனோத்துக்காக வெட்டப்பட்ட யாகச் சிறகுகளின் உடல் பாகங்களை கடவுளுக்கு அர்ப்பணிக்க பொருத்தமான மந்திரங்களைச் சொல்லுங்கள்.' பின்னர் அவர் இந்த மந்திரத்தை மீண்டும் கூறுகிறார் - 'ஓ அக்னி! நீதான் முதல் மனோத்.

இப்போது விலங்கு இறைச்சி விநியோகம் பற்றிய கேள்வி எஞ்சியுள்ளது. இந்த விஷயத்தில் ஆத்ரேய பிராமின் கருத்து

அந்த முடிவு வருமாறு:-

"அதாவது, மிருகத்தை துண்டுகளாகப் பிரிப்பதைச் சொல்வோம்."

“ஹனு சாஜிஹே தொகுப்பாளினியின் மார்பு பருந்தால் உயர்த்தப்படுகிறது, கழுத்தை கரப்பான் பூச்சியால் உயர்த்தப்படுகிறது, வலது இடுப்பு இடதுபுறத்திற்கு காரணம்

பிராமணர்கள்

மைத்ரேயன் மற்றும் வருணனின் தெற்குத் தொடை, பிராமணனின் இடது, சிலுவை, பராசவனின் வலது, பூசாரியின் சதை

பாடகர்களின் இடது

சர்யோ'சா டோர்னெஷ்டுவின் வலது, பொட்டுவின் இடது, உச்சார் சாவகாவின் வலது, மற்றும் அக்னிக்ராவின் இடது ஆகியவற்றைக் குறிக்கிறது.

தெற்கு

மூச்சின் இடது அங்கத்தினரின் கை, வீட்டுக்காரரின் வலது கால், வீட்டுக்காரரின் வலது கால் மற்றும் வீட்டுக்காரரின் வலது கால்

படௌ க்ரபதி-

சபதத்தின் உதடுகள் பொதுவாக மனைவியின் கணவனால் நிரப்பப்படுகின்றன

அது பிராமணனுக்கு

அவர்கள் தோள்கள் மற்றும் ரத்தினங்களுக்கு கிகாசாவின் மூன்று குதிரைகளை கிகாசாவின் மூன்று குதிரைகளையும், கிகாசாவின் மூன்றையும், வான்கார்டாஸின் பாதியையும், பாதி வான்கர்த்தாவையும் கொடுப்பார்கள்.

கர்ப்பக்கிரகத்தில் நாளை சுப்ரமணியர் மீது பிராமணர் தலை வைக்கவில்லை என்றால் வைக்கர்த்தா மற்றும் ஷமிதுவின் குளோமாவை பிராமணருக்கு கொடுக்க வேண்டும்.

பிரஹ்

இது குதிரைகள் மற்றும் அனைத்து ஹவுதுர்வாக்களின் கலவையாகும்.

பொருள்: இப்போது உலகின் பல்வேறு பகுதிகளில் உள்ள அர்ச்சகர்களிடையே பலியிடப்பட்ட விலங்குகளை விநியோகிப்பது பற்றிய கேள்வி எழுகிறது. அது நடக்கும். அதை விவரிப்போம். தாடை எலும்புகள் மற்றும் நாக்கு இரண்டையும் வழங்குபவருக்கு கொடுக்க வேண்டும். கழுகு வடிவில், மார்பு உகதாவுக்கும், தொண்டை மற்றும் அண்ணம் பிரதிஹர்த்தாவுக்கும், இடுப்புக்கு கீழே வலது பக்கம் ஹோத்ரிக்கும், இடது பக்கம் பிரம்மாவுக்கும், வலது தொடை மைத்ரவருணனுக்கும், இடது பக்கம் பிராமணச்சோசோவுக்கு

அர்ப்பணிக்கப்பட்டுள்ளது, தோள்பட்டையுடன் வலது பக்கம் அத்வர்யுவுக்கு அர்ப்பணிக்கப்பட்டுள்ளது, மேலும் இடதுபுறம் மந்திரங்களை உச்சரிப்பதற்காக அர்ப்பணிக்கப்பட்டுள்ளது நெஷ்டத்திற்கு (நேஷ்ட), இடது கையின் கீழ் பகுதி பேரனுக்கு, வலது தொடையின் மேல் பகுதி அச்சவாக்கிற்கு, இடது தொடையின் மேல் பகுதி அக்னிதர், வலது கை மேல் பகுதி ஆத்ரேயாவுக்கு தலை, இடது கையின் மேல் பகுதி உறுப்பினருக்கு, முதுகு எலும்பு மற்றும் விரைகளின் மேல் பகுதி உறுப்பினருக்கு, முதுகு எலும்பு மற்றும் விரைகளை யாகம் செய்யும் வீட்டுக்காரருக்கு, வலது கால் விருந்தளிக்கும் வீட்டுக்காரருக்கு , வீட்டுக்காரருக்கு இடது கால் மேல் உதடு கொடுப்பவரின் கணவரின் மனைவிக்கு வழங்கப்படுகிறது, இது கணவனுக்கும் அவரது மனைவிக்கும் சம உரிமையில் உள்ளது, இது கணவனால் பிரிக்கப்படும். அவர்கள் தங்கள் மனைவிகளுக்கு விலங்குகளின் வாலைக் கொடுக்கிறார்கள். ஆனால் அவர்கள் அதை ஒரு பிராமணருக்கு மட்டுமே கொடுக்க வேண்டும், கழுத்தில் ஒரு ரூபி மற்றும் மூன்று கிகாஸ் கிராவஸ்துட்.

மூன்று தலைகளுக்கும் முதுகின் சதைப்பகுதிக்கும், பாதி கொல்பவருக்கும், பாதி கழுத்தின் சதைப்பகுதிக்கும், (கில்கள்) கொல்பவருக்கும். கொலை செய்பவன் பிராமணன் இல்லை என்றால் ஒரு பிராமணனுக்கு கொடு. நேற்று சோம் யக்ஞத்தின் (ஸ்வசுத்யா) நேரத்தில், யாகப் போஜனத்தின் ஒரு பகுதியான சோம யாகத்தில் பலியிடப்பட்ட மிருகத்தின் ஒரு பகுதி, எல்லா புரோகிதர்களுக்கும் சொந்தமானது, அது ஹோத்ரிக்கு மட்டுமே என்று சுப்ரமணியருக்கு தலை கொடுக்கப்பட வேண்டும். விருப்பமானது.

"இவை அல்லது இந்த முப்பத்தாறு ஒரு சமைத்த யாகங்கள்
முப்பத்தாறு எழுத்துக்களால் சுமக்கப்படுகின்றன, பெரியது.

பொருள்: பலி விலங்கின் இந்த அனைத்து துண்டுகளின் எண்ணிக்கை 36 ஆகும். ஒவ்வொரு பகுதியும் யாகம் நடத்தப்படும் வசனங்களின் ஒரு கட்டத்தைக் குறிக்கிறது. பிருஹதி சந்தா 36 எழுத்துக்களைக் கொண்டுள்ளது; மேலும் தெய்வீக உலகங்கள் பிருஹதியின் இயல்புடையவை. இப்படி விலங்கை 36 பாகங்களாகப் பிரித்து இம்மையிலும் சொர்க்கத்திலும் வாழ்வு பெறுகிறார்கள்; மேலும் (இது மற்றும் அந்த உலகம்) இரண்டிலும் தங்களை நிலைநிறுத்திக் கொண்டு, அவர்கள் அங்கு செல்கிறார்கள்.

“இவ்வாறு பிரிந்து கிடக்கும் இந்த சொர்க்க மிருகம், அப்படியென்றால்,
சௌகா தா, அல்லது பாவ மிருகம் என்று விமந்திரம்ஸ்தடக்தத்
கூறுபவர்.

அது அல்லது இந்த மிருகத்தின் பிரிவு, ஷ்ரெட், முனிவர் மற்றும் கடவுளின் பகுதி, அவரை அவர்களுக்குத் தெரியப்படுத்தியது, மேலும் அவர் அவர்களிடம், ஹப்ராச்யைவ என்றார்.

வஸ்மலோகடுச்சக்ரமத், அது. அப்போது பப்ரவ்யாவின் ஆள் கிரிஜாவிடம், அப்படியானால் இவர்தான் தர்வங்காவின் ஆள் என்றார். இது ஆய்வு செய்யப்பட்டு ஆய்வு செய்யப்படுகிறது.

பொருள்: மேற்கூறிய முறையில் விலங்கு இறைச்சியை விநியோகிப்பவர்களுக்கு இது சொர்க்கத்திற்கு படிக்கட்டு ஆகும். ஆனால் இதற்கு நேர்மாறாகப் பகிர்ந்துகொள்பவர்கள் குண்டர்கள் மற்றும் குறும்புக்காரர்கள், இறைச்சிக்காக மட்டுமே விலங்குகளை பலியிடுகிறார்கள். பலியிடும் விலங்குகளின் இந்த பிரிவு ஷ்ருதாவின் மகன் தேவ்பாக்கின் கண்டுபிடிப்பு. அவர் இந்த வாழ்க்கையை விட்டு வெளியேறும்போது, இந்த ரகசியத்தை அவர் யாரிடமும் ஒப்படைக்கவில்லை. ஆனால் சில அமானுஷ்ய தேவதைகள் எல்லாச் செய்திகளையும் பாப்ருவின் மகன் கிரிஜாவிடம் சொன்னார்கள். அவர் காலத்திலிருந்தே மக்கள் அதைப் படிக்கிறார்கள்.

ஐதரேய பிராமணத்தில் சொல்லப்பட்டவை இரண்டு விஷயங்களை தெளிவாக்குகின்றன. ஒரு விஷயம் என்னவென்றால், பலியிடப்பட்ட மிருகத்தின் அனைத்து இறைச்சியும் பிராமணர்களால் எடுத்துச் செல்லப்பட்டது. ஒரு சிறிய துண்டைத் தவிர, யாகம் செய்யும் வீட்டுக்காரரை அவர்கள் எதையும் எடுக்க அனுமதிக்கவில்லை; இரண்டாவதாக, பிராமணர்களே விலங்குகளை அறுப்பதற்கு கசாப்புக் கடைகளாக வேலை செய்து வந்தனர். கோட்பாட்டின் பார்வையில், யாகத்தில் பலியிடப்படும் விலங்கு பூதம் என்பது கோட்பாடு, தெய்வங்களுக்கு தன்னை தியாகம் செய்பவர், தனது உயிரைக் காப்பாற்றுவதற்காக மட்டுமே. அவன் உயிரைக் காப்பாற்றினான்

இதற்காக அவர் தனக்கு பதிலாக ஒரு மிருகத்தை பலியிடுகிறார். இதன் பொருள் விலங்குகளின் இறைச்சியை உண்பவர், மனிதர்களின் இறைச்சியையும் சாப்பிடுகிறார், ஏனென்றால் இங்கு விலங்குகள் மக்களுக்கு மாற்றாக உள்ளன. இந்த எண்ணம் பிராமணர்களின் சுயநலத்திற்கு மிகவும் ஆபத்தானது. பிராமணன் தானே மிருகத்தின் இறைச்சி அனைத்தையும் கைப்பற்ற விரும்பினான். ஐதரேய பிராமணர் இந்த யோசனையை ஏற்றுக்கொள்வதன் மூலம் பிராமணர்களின் கைகளில் இருந்து பலியிடப்பட்ட மிருகத்தின் இறைச்சியை இழக்கும் அபாயம் இருப்பதைக் கண்டார். எனவே இந்தக் கருத்தை முற்றாக நிராகரித்து விளக்க முற்பட்டுள்ளார்.

"அக்கினியைத் தொடங்குபவர், அனைத்து தெய்வங்கள், சந்திரன், கடவுள், நல்ல நெருப்புக்குப் பலி செலுத்துபவர், எல்லா கடவுள்களிடமிருந்தும், யாகம் செய்பவருக்கு தன்னை அர்ப்பணிப்பவர்களிடமிருந்தும் அவர் உங்கள் அனைவரிடமிருந்தும் தன்னைப் பெறுகிறார். . பொருள்: தியாகத்தின் மர்மங்களில் தீட்சை பெற்றவர்கள் தெய்வங்களுக்குத் தங்களைத் தியாகம் செய்கிறார்கள். அக்னி அனைத்து கடவுள்களின் பிரதிநிதி, மற்றும் சோமா அனைத்து கடவுள்களின் பிரதிநிதி. அவர் பலியிடும் பிராணியை நெருப்புக்கும் சந்திரனுக்கும் பலியிடும் போது, அவர் அனைத்து தெய்வங்களுக்கும் தன்னை அர்ப்பணிக்கிறார்

நோக்கி தியாகம் செய்யப்படுவதிலிருந்து ஒருவரை விடுவிக்கிறது.

"அப்போது அவர்கள், "அக்னி-பௌமியார்களின் விலங்குகளை உண்பவர், ஆனிசோமியார்களின் விலங்குகளை உண்பவர், அர்ச்சகர் இதன் மூலம் மரியாதையை மீட்டெடுக்கட்டும்.

பொருள்: அக்னி சோமத்தில் பலியிடப்பட்ட பிராணியின் இறைச்சியை உண்ணாதீர்கள் என்று கூறுபவர்கள். அத்தகைய விலங்கின் இறைச்சியை உண்பவன், மக்களின் இறைச்சியை உண்பவன், ஏனென்றால் மிருகத்தை பலியிடுவதன் மூலம் பலியிடுபவர் தன்னை பலியிடுவதில் இருந்து காப்பாற்றுகிறார். ஆனால் இந்த யோசனைக்கு கவனம் செலுத்துங்கள்

தேவையற்றது. இவற்றை வைத்துப் பார்த்தால், பிராமணர்கள் அசைவம் சாப்பிடுபவர்கள் மட்டுமல்ல, கசாப்புக் கடைக்காரர்களும் கூட என்பதை நிரூபிக்க வேறு ஆதாரம் தேவையில்லை.

பிறகு ஏன் பிராமணர்கள் தந்திரங்களை மாற்றிக்கொண்டார்கள்? அவர்களின் தந்திரோபாயங்களை இரண்டு பகுதிகளாக மாற்றுவது பற்றி நாங்கள் பேசுகிறோம். முதலில், அவர் ஏன் மாட்டிறைச்சியை கைவிட்டார்?

மேலே காட்டப்பட்டுள்ளபடி, அசோகர் ஒருபோதும் சட்டப்படி பசுக்கொலையைத் தடை செய்யவில்லை. தடை செய்யப்பட்டாலும், புத்த சக்கரவர்த்தி இயற்றிய சட்டத்தை பிராமணர்கள் எப்போது ஏற்கப் போகிறார்கள்?

பசு வதையை மனு தடை செய்ததா? அப்படிச் செய்திருந்தால், அது பிராமணர்களால் ஏற்றுக்கொள்ளப்பட்டதாக இருக்கும், மேலும் பிராமணர்களின் இந்த மாற்றத்தைப் பற்றிய திருப்திகரமான விளக்கத்தையும் புரிந்து கொள்ள முடியும். மனுஸ்மிருதியில் பின்வரும் வசனங்கள் காணப்படுகின்றன:-

உயிர்களின் பந்தம் மற்றும் கொல்லுதல் போன்ற துன்பங்களை விரும்பாதவர், அனைவரின் நலனையும் நாடுகிறார், அவர் மிகுந்த மகிழ்ச்சியை அனுபவிக்கிறார். 15,46

உயிரினங்களைக் கட்டவோ, கொல்லவோ, சித்திரவதை செய்யவோ விரும்பாதவர், அனைத்து உயிர்களின் நலன் நேசிப்பவன் அளவற்ற மகிழ்ச்சியைப் பெறுகிறான்.

அவர் எதைத் தியானிக்கிறார், எதைச் செய்தாலும், எங்கும் பொறுமையைக் கட்டுகிறார்.

முயற்சியால் எதையும் கொல்லாதவன் அதை அடைகிறான்.

பொருள்: எந்த ஒரு உயிருக்கும் துன்பம் தராதவன், தன் இதயத்திலிருந்து எந்த மதத்தை விரும்புகிறானோ, எந்தத் தொழிலைச் செய்தாலும், எந்தத் தொண்டு செய்தாலும், அதை எளிதாகப் பெறுகிறான்.

விலங்குகளை கொல்லாமல் இறைச்சி உற்பத்தி செய்யப்படுவதில்லை

ஒரு மிருகத்தைக் கொல்வது பாதுகாப்பானது அல்ல, எனவே ஒருவர் இறைச்சியைத் தவிர்க்க வேண்டும். 5.48

பொருள்: உயிரினங்களுக்கு எதிரான வன்முறை இல்லாமல் இறைச்சியை ஒருபோதும் உற்பத்தி செய்ய முடியாது. மிருகங்களைக் கொல்வதால் சொர்க்கம் செல்லாது. எனவே இறைச்சி சாப்பிடுவதை நிறுத்த வேண்டும்.

சதையின் தோற்றம் மற்றும் உடலமைப்பின் கொலை மற்றும் அடிமைத்தனத்திற்காக. அதைப் பரிசீலித்த பிறகு, அவர் எல்லா இறைச்சியையும் சாப்பிடுவதைத் தவிர்க்க வேண்டும் 5.46

பொருள்: இறைச்சியின் தோற்றம் (ராஜா - விந்து) மற்றும் உயிர்களைக் கொல்வது (கொடுமையின் தோற்றத்திலிருந்து). இதைப் பற்றி கவனமாகச் சிந்தித்து அனைத்து வகையான இறைச்சி உண்பதையும் கைவிட வேண்டும்.

இந்த வசனங்கள் உறுதியான தடைகளாக ஏற்றுக்கொள்ளப்பட்டால், பிராமணர்கள் ஏன் அசைவ உணவை விட்டுவிட்டு சைவ உணவு உண்பவர்கள் என்பதற்கு இதுவே போதுமான விளக்கமாகிறது. ஆனால் இந்த வசனங்களை சட்டமாகவும் உறுதியான தடை கட்டளைகளாகவும் ஏற்றுக்கொள்ள முடியாது. பிராமணர்கள் சைவமாக மாறிய பிறகு அவர்களின் செயலைப் பாராட்டி வந்த இவை வெறும் தூண்டுதல்கள் அல்லது இடைச்செருகல்கள்.

இல் பின்னர் செருகப்பட்டன. இரண்டாவது விஷயம் சரி, ஏனென்றால் மனுஸ்மிருதியின் ஐந்தாவது அத்தியாயம் அதை அடுத்த இரண்டு வசனங்களில் நிரூபிக்கிறது: அசையும் மற்றும் அசையாத அனைத்து உயிரினங்களும் அனைத்து உயிரினங்களுக்கும் உணவாகும். 5.25

பொருள்: பிரம்மா இதையெல்லாம் வாழ்க்கைக்கான உணவாகக் கற்பனை செய்திருக்கிறார். அசையாது (தானியங்கள், பழங்கள் போன்றவை) மற்றும் அசையும் (விலங்குகள், பறவைகள் போன்றவை) அனைத்தும் ஆன்மாவின் உணவாகும்.

நகரும் விலங்குகளின் உணவு, நகரும் விலங்குகளின் கோரைப் பற்களின் உணவாகும். ஆயிரக்கணக்கான துணிச்சலான மனிதர்களின் கைகள் பயமுறுத்தியது 5.6

பொருள்: கால்நடைகளின் உணவு அசையாது (புல் முதலியன), கடைவாய்ப் பற்கள் உள்ளவர்களின் உணவு பற்கள் இல்லாதது (மான் முதலியன), கைகள் உள்ளவர்களின் உணவு ஆயுதமற்ற உயிரினங்கள் (மீன் முதலியன) மற்றும் சிங்கங்களின் உணவு பிரு. (ஆண்கள்).

விலங்குகளால் மாசுபடுத்தப்படும் உணவை, நாளுக்கு நாள் கூட கொடுக்கவில்லை. அவர் அனைத்து உயிரினங்களுக்கும் தாய், நிகழ்காலத்தையும் எதிர்காலத்தையும் படைத்தவர். 5.30

பொருள்: உண்ணக்கூடிய உயிரினங்களைத் தினமும் உண்ட பிறகும் உண்பவர் எந்தப் பழியையும் அடைவதில்லை; ஏனெனில் பிரம்மா உணவு மற்றும் உண்பவர் இரண்டையும் படைத்துள்ளார்.

இறைச்சி சாப்பிடுவதும், மதுவுடன் உடலுறவு கொள்வதும் தவறல்ல இதுவே அனைத்து உயிர்களின் உள்ளுணர்வாகும், துறத்தல் மிகவும் பலனளிக்கும். 5.56

பொருள்: இறைச்சி உண்பதும், மது அருந்துவதும், உடலுறவு கொள்வதும் தவறில்லை, ஏனெனில் இது மனிதர்களின் போக்கு, ஆனால் அதைத் தவிர்ப்பது மிகவும் பலனளிக்கும்.

பிராமணர்களின் விருப்பத்துடன் தண்ணீர் தெளிக்கப்பட்ட இறைச்சியை உண்ண வேண்டும்
பின்னர், விதிக்கப்பட்ட சடங்குகளின்படி, உயிர் சக்தி ஆழ்நிலையானது. 5.27

பொருள்: மந்திரங்களால் சுத்திகரிக்கப்பட்ட இறைச்சியை உண்ண வேண்டும், சாஸ்திரப்படி உண்ண வேண்டும், உயிருக்கு ஆபத்து ஏற்படும் போது மட்டுமே உண்ண வேண்டும்.

இது யாகத்திற்கான ஜாக்கிரதை மாதத்தின் தெய்வீக விதி என்று கூறப்படுகிறது. மற்றபடி ராட்சசர்களின் உள்ளுணர்வு விதி எனப்படும் 5.31

பொருள்: யாகத்திற்காக இறைச்சி உண்பது தெய்வீக சடங்கு என்று அழைக்கப்படுகிறது. இதற்கு நேர்மாறாக, இறைச்சி உண்ணும் போக்கு ஒரு அசுரப் போக்கு.

உங்களை வாங்குதல் அல்லது பிறருக்கு உற்பத்தி செய்தல் அல்லது உதவுதல். தேவர்களையும், முன்னோர்களையும் தேர்ந்தெடுத்து இறைச்சியை உண்பவர் அசுத்தம் அடையமாட்டார். 5.32

பொருள்: யாரேனும் இறைச்சியை எங்கிருந்தோ வாங்கி வந்தாலோ, கடவுளுக்கும், முன்னோர்களுக்கும் பிரசாதமாகப் படைத்துவிட்டுச் சாப்பிட்டாலோ, உண்பவன் குற்றமில்லை.

வேதங்களின் உண்மையையும் பொருளையும் அறிந்த பிராமணன், இந்த உன்னத இடங்களில் மிருகங்களைக் கொல்பவன் அவர் தானும் மிருகமும் உயர்ந்த இலக்கை அடைகிறார் (5,42).

பொருள்: வேதங்களின் கொள்கைகளை அறிந்த ஒரு த்விஜா, மேற்கூறிய மதுபர்கட் செயல்களில் மிருகங்களுக்கு வன்கொடுமை செய்வதால், தனக்கும் விலங்குகளுக்கும் நல்ல பலன்களை அடைகிறான்.

தியாகத்துக்கான விலங்குகள் குத்புவாவால் உருவாக்கப்பட்டன. எல்லா யாகங்களின் நலனுக்காகவும் யாகத்தில் கொல்வது கொலையே (5,36).

பொருள்: யாகத்திற்காகவும் அனைத்து யாகங்களின் செழிப்பிற்காகவும் பாஹ்மாவே விலங்குகளைப் படைத்துள்ளார், எனவே ஒரு மிருகத்தைக் கொல்வது அகிம்சையாகும்.

மருந்துகள், விலங்குகள், மரங்கள், விலங்குகள் மற்றும் பறவைகள். தியாகத்திற்காக மரணத்தை அடைந்தவர்கள் மீண்டும் அதை அடைகிறார்கள் 5.40

பொருள்: மருந்துகள், விலங்குகள், மரங்கள், ஆமைகள் மற்றும் பறவைகள், இவை அனைத்தும் யாகத்திற்காக கொல்லப்படும்போது, சிறந்த வாழ்க்கை பிறக்கும். மனு இதையும் தாண்டி அசைவ உணவை கட்டாயமாக்குகிறது. பின்வரும் வசனங்கள் கவனிக்கத்தக்கவை:-

இறைச்சி சாப்பிடாத மனிதன் நீதியின்படி நியமிக்கப்படுகிறான் அவர் மரணத்திற்குப் பிறகு ஒரு விலங்காக முடிந்தால் இருபத்தி ஒன்று 115,34

பொருள்: விதியின்படி நியமிக்கப்பட்ட பிறகு இறைச்சி சாப்பிடாதவர், இறந்த பிறகு இருபத்தொரு பிறவிகளுக்கு மிருகமாக இருக்கிறார். மனு அசைவ உணவைத் தடை செய்தது தெளிவாகிறது. மனுவும் பசு வதையை தடை செய்தார். இது மனுவிடமிருந்து மட்டுமே நிரூபிக்கப்பட்டுள்ளது. முதலாவதாக, மனுஸ்மிருதியில் பசு குறிப்பிடப்பட்டிருப்பது, மனுவின் படி, பட்டதாரிகளுக்கான விதிகளின் பட்டியலில் மட்டுமே.

செல்லுபடியாகும். அவை கீழே கொடுக்கப்பட்டுள்ளன:-

1. பசுவின் மோப்பம் பிடித்த உணவு இளங்கலைக்கு தடைசெய்யப்பட்டுள்ளது. (4,201)
2. கன்று கட்டப்பட்டிருக்கும் கயிற்றின் மேல் பட்டதாரி குதிப்பது தடைசெய்யப்பட்டுள்ளது. (4,38)
3. பட்டதாரி கோ-பிராஜில் லகு-ஷாகா செய்வது தடைசெய்யப்பட்டுள்ளது. (4,45)
4. பட்டதாரிகளுக்கு பசுவை நோக்கி சிறுநீர் மற்றும் மலம் கழிப்பது தடைசெய்யப்பட்டுள்ளது. (4,48)
5. செல் - பிரஜுக்குள் நுழையும் போது, பட்டதாரி தனது வலது கையை ஏந்த வேண்டும். (4,48)
6. ஒரு பசு தன் கன்றுக்கு பாலூட்டினால், பட்டதாரி அதை குறுக்கிடவோ அல்லது அதைப் பற்றி யாருக்கும் தெரிவிக்கவோ தடை விதிக்கப்பட்டுள்ளது. (4,56)
7. பட்டதாரிகளுக்கு மலையேறுவது தடைசெய்யப்பட்டுள்ளது. (4,72)
8. பசுக்களுக்கு எதிரான வன்முறை, அதாவது அவர்களுக்கு வலியை ஏற்படுத்துவது பட்டதாரிகளுக்கு தடை செய்யப்பட்டுள்ளது. (4,162)
9. திறந்த வாயால் பசுவைத் தொடுவது தடைசெய்யப்பட்டுள்ளது. (4,142)

மனு பசுவை புனித விலங்காகக் கருதவில்லை என்பதை இந்தக் குறிப்புகள் நிரூபிக்கின்றன. மறுபுறம், அவர் அதை ஒரு தூய்மையற்ற விலங்கு என்று கருதினார், அதன் தொடுதல் கலாச்சார அசுத்தத்தை ஏற்படுத்தும்.

மனுஸ்மிருதியில் மாட்டிறைச்சி சாப்பிடுவது தடை செய்யப்படவில்லை என்பதை நிரூபிக்கும் வசனங்கள் உள்ளன. இது சம்பந்தமாக, மூன்றாம் அத்தியாயத்தின் மூன்றாவது வசனத்தைக் குறிப்பிடலாம். அது பின்வருமாறு:-

அவர் தனது தந்தையின் பிராமணர்களை எரிப்பவராக தனது சொந்த நீதியால் உணரப்பட்டார் ஒரு மாடு முதலில் ஒரு மாலை அணிவித்து படுக்கையில் அமர வேண்டும் 3,3

பொருள்: மதமாற்றத்தால் புகழ் பெற்றவர், தந்தையிடமிருந்து மதத்தின் ஆஸ்தியைப் பெற்றவர், நல்லவராகக் கருதப்படுகிறார்.

இருக்கையில் அமர்ந்து, மலர் மாலை அணிவித்து, பசுவை (மதுபார்க்) வைத்து வழிபட வேண்டும்.

பட்டதாரிக்கு கோ கொடுக்க மனு ஏன் பரிந்துரைக்க வேண்டும் என்ற கேள்வி எழுகிறது? இது வெளிப்படையானது - அதில் அவர் மதுபார்க் செய்ய முடியும். இது அப்படி என்றால், பிராமணர்கள் மாட்டிறைச்சி சாப்பிடுவது பற்றி மனுவுக்கு அறிவு இருந்தது என்று அர்த்தம். மேலும் அவர் அவற்றை மறுக்கவில்லை.

இரண்டாவது குறிப்பு, விலங்குகளின் உண்ணக்கூடிய மற்றும் சாப்பிட முடியாத இறைச்சியைப் பற்றி மனு நடத்திய விவாதம்.

என்பது. இது ஐந்தாம் அத்தியாயத்தின் 18வது வசனத்தில் எழுதப்பட்டுள்ளது.

நாய்கள், அரிவாள்கள், பசுக்கள், வாள்கள், ஆமைகள் மற்றும் முயல்கள். உணவை ஐந்து நகங்கள் உண்பதாகவும், ஒரு பக்கம் உள்ள பற்களால் உண்ணப்படுவதில்லை என்றும் சொல்கிறார்கள் 5,18

பொருள்: பஞ்சநாகி விலங்குகளில் முள்ளம்பன்றி, உடும்பு, காண்டாமிருகம், ஆமை, முயல் போன்ற விலங்குகளும், ஒட்டகம், ஆடு முதலிய பற்களையுடைய பிராணிகளுள் உண்ணப்படும் என்று கூறப்படுகிறது. ஆனால் பசுவை மனு விதிவிலக்காக ஏற்கவில்லை என்பது குறிப்பிடத்தக்கது. மாட்டிறைச்சி உண்பதில் மனுவுக்கு எந்த ஆட்சேபனையும் இல்லை என்பது தெளிவாகிறது.

பசுவதைக் குற்றமாக மனு கருதவில்லை. அவரது பார்வையில், மூன்று வகையான பாவச் செயல்கள் உள்ளன: (1) பெரும் சீரழிவு, (2) துணைச் சீரழிவு. இவர்கள் சில சிறந்த எழுத்தாளர்களா?

மது அருந்தும் பிராமணனைக் கொன்று திருடுவதும், ஆசானைப் பார்ப்பதும் அவர்களுடன் பழகுவது பெரும் பாவம் என்கிறார்கள்

பொருள்: பிரம்மஹத்யா, குடி, களவு, ஆசிரியப் பெண்ணிடம் செல்வது, இவை (நான்கு) பெரும் பாபங்கள் என்றும், இந்தப் பாவிகளுடன் பழகுவதும் பெரும் பாவமாகும். சில உபபதகங்கள், அதாவது சிறு குற்றங்கள்:-

கோவதோ'யஜ்ய ஸாந்யஜ்ய பர்தா்யம் விக்ரயாஹ். ஆசிரியர், தாய், தந்தையின் தியாகம், படிப்பின் நெருப்பு மற்றும் மகனின் நெருப்பு 1,56

பொருள்: பசு வதை, குல கர்மத்தால் அசுத்தமான மனிதர்களுக்கு யாகம் செய்தல், ஆனால் ஒரு பெண்ணை திருமணம் செய்தல், தன்னை விற்பது, குரு, தாய், தந்தைக்கு சேவை துறத்தல், சுய கல்வியைத் துறத்தல், புத்திசாலித்தனமான தீ மற்றும் மகனைப் பராமரிப்பதைத் துறத்தல். .

இதிலிருந்து மனுவின் பார்வையில் பசுக்கொலை ஒரு சிறு பாவம் அல்லது 'உபபடகம்' என்பது தெளிவாகிறது. முறையான மற்றும் போதிய காரணமின்றி மாடு கொல்லப்படுவது கண்டிக்கத்தக்கது. அது அவ்வாறு இல்லாவிட்டாலும், அது மிகவும் கொடூரமான செயல் அல்ல. யாக்ஞவல்கியருக்கும் இதே எண்ணம் இருந்தது.

பரம்பரை பரம்பரை பரம்பரை பரம்பரை பரம்பரையாக பிராமணர்கள் அசைவம் உண்பவர்கள் என்பதை இவையெல்லாம் நிரூபிக்கின்றன. மாட்டிறைச்சி சாப்பிடுவதை ஏன் கைவிட்டார்? அவர்கள் முற்றிலும் மாறுபட்ட எல்லைக்கு சென்றனர். மாட்டிறைச்சி மட்டுமல்ல, இறைச்சியையும் கைவிட்டு சைவ உணவு உண்பவராக மாறினார். இவை இரண்டும் ஒரே நேரத்தில் நடந்த புரட்சிகள். அவர்களின் தெய்வீக நினைவேந்தரான மனுவின் போதனைகளால் அவர்கள் இதைச் செய்யவில்லை, பிராமணர்கள் ஏன் இதைச் செய்தார்கள்? ஏதோ கொள்கை காரணமா? அல்லது இதன் பெருமை போர்க் கொள்கைக்கு மட்டும் வழங்கப்படுமா?

இந்த கேள்விக்கு இரண்டு பதில்கள் கொடுக்கப்பட்டுள்ளன. ஒரு பதில் என்னவென்றால், பசு வழிபாடு என்பது அத்வைத தத்துவத்தின் விளைவாகும், இது முழு பிரபஞ்சத்திலும் ஒரே ஒரு 'பிரம்மம்' இருப்பதாகவும், அதனால் மனிதனோ அல்லது மிருகமோ எதுவாக இருந்தாலும், எல்லா உயிர்களும் புனிதமானவை என்று போதிக்கிறது. இந்த விளக்கம் திருப்திகரமாக இல்லை. முதலில், இது யதார்த்தத்துடன் எந்த ஒற்றுமையும் இல்லை. 'பிரம்மா' ஐக்கியத்தைப் போதிக்கும் வேதாந்த சூத்திரங்கள், முதலில் இதை யதார்த்தத்துடன் ஒத்துப்போவதில்லை. இது இரண்டாம் அத்தியாயத்தின் 28வது சூத்திரத்திலிருந்து தெளிவாகிறது. இரண்டாவதாக, வேதாந்தத்தின் கட்டளைகளை நடைமுறைப்படுத்தியதன் விளைவுதான் இந்த மாற்றம் என்றால், பசுவை மட்டும் ஏன் நிறுத்த வேண்டும்? இது மற்ற எல்லா விலங்குகளுக்கும் பொருந்தியிருக்க வேண்டும்.

முதல் விளக்கத்தை விட இரண்டாவது விளக்கம் 'அடிப்படை'. இதன்படி, பிராமணரின் வாழ்க்கையில் இந்த மாற்றத்திற்குக் காரணம், ஆன்மா மறுபிறப்பு எடுக்கும் கொள்கையாகும். இந்த விளக்கமும் யதார்த்தத்துடன் பொருந்தவில்லை. ஆன்மா மறுபிறப்பு எடுக்கும் கோட்பாடு பிருஹதாரண்யக உபநிஷத்தில் முன்வைக்கப்பட்டுள்ளது. இன்னும், ஒரு சிறந்த மகன் பிறக்க

வேண்டும் என்று மக்கள் விரும்பினால், அவருக்கு ஆட்டு இறைச்சியை அரிசி மற்றும் நெய்யுடன் கொடுக்க வேண்டும் என்று அவர் கூறுகிறார். அப்படியானால், உபநிடதங்களில் விவரிக்கப்பட்டுள்ள இந்த கொள்கை மனுவின் காலம் வரை, அதாவது சுமார் 400 ஆண்டுகளுக்குப் பிறகு பிராமணர்களின் நடத்தையில் எந்த தாக்கத்தையும் ஏற்படுத்தவில்லை என்பதற்கான காரணம் என்ன? மூன்றாவதாக, ஆன்மாவின் மறுபிறப்புக் கோட்பாட்டின் காரணமாக பிராமணர்கள் சைவ உணவு உண்பவர்கள் என்றால், பிராமணர் அல்லாதவர்களும் ஏன் சைவமாக மாறவில்லை? என் பார்வையில், பிராமணர்கள் அசைவ உணவு உண்பதற்குப் பதிலாக, பசுவை வணங்குபவர்களாக மாறியது அவர்களின் உத்தியின் ஒரு பகுதி. இந்த 'பசு வழிபாட்டின்' மர்மம், பௌத்தர்களுக்கும் பிராமணர்களுக்கும் இடையேயான மோதலிலும், அவர்கள் எடுத்த நடவடிக்கைகளாலும் உருவானது

பௌத்தர்களை தோற்கடிக்க பிராமணர்கள் என்ன செய்தார்கள் என்பதை நாம் கண்டுபிடிக்க வேண்டும். இந்தியாவில் பௌத்தர்களுக்கும் பிராமணர்களுக்கும் இடையே மோதல். வரலாற்றில் இது ஒரு தீர்க்கமான நிகழ்வு. இந்த யதார்த்தத்தை ஏற்காமல், இந்து மதத்தின் சில பகுதிகளை விளக்க முடியாது. துரதிர்ஷ்டவசமாக, இந்திய வரலாற்றாசிரியர்களின் பார்வையில், இந்த புத்த-பிராமண மோதலின் முக்கியத்துவம் முற்றிலும் மறைமுகமாக உள்ளது. பிராமணியம் என்று ஒரு விஷயம் இருந்ததை அவர்கள் அறிந்திருக்கிறார்கள், ஆனால் இந்த கருத்துக்கள் கிட்டத்தட்ட 400 ஆண்டுகளாக ஒன்றையொன்று முறியடிக்க போராடியது மற்றும் இந்திய மதம், சமூகம் மற்றும் அரசியலில் அவற்றின் தாக்கம் இன்னும் அழியாத அடையாளமாக உள்ளது.

முழுப் போராட்டத்தின் கதையைச் சொல்ல இங்கு இடமில்லை. இரண்டு அல்லது நான்கு முக்கியமான விஷயங்களைக் குறிப்பிடுங்கள் செய்ய முடியும். பெரும்பாலான இந்தியர்கள் பௌத்தர்களாக இருந்த காலம் ஒன்று இருந்தது. இது பல நூறு ஆண்டுகளாக

அது இந்திய மக்களின் மதமாக இருந்தது. பிராமணியத்தின் மீது இத்தகைய கருத்தியல் மற்றும் கலாச்சார தாக்குதல்களை அது செய்தது முன்பு யாரும் செய்யாதது போல. பிராமணியம் வீழ்ச்சியில் இருந்தது மற்றும் அது முற்றிலும் குறைந்திருந்தால் ஆனால் இல்லாவிட்டாலும், அவர் தன்னைப் பாதுகாத்துக் கொள்ள வேண்டும். பௌத்தத்தின் விரிவாக்கத்தால் பிராமணர்களின் பெருமை

அரச சபையிலோ அல்லது பொது வெளியிலோ அவர் பௌத்தத்தால் அடைந்த தோல்வியால் அவர் தவிக்கவில்லை.

கைகள் மற்றும் அதன் சக்தி மற்றும் புத்திசாலித்தனத்தை அடைய எல்லா வழிகளிலும் முயற்சிக்கிறது.

இருந்தன. பௌத்தம் மக்கள் மனதிலும் அவர்கள் மனதிலும் ஆழமான தாக்கத்தை ஏற்படுத்தியது பிராமணர்கள் புத்த மதத்துடன் போட்டியிடுவது முற்றிலும் சாத்தியமற்றது என்று அவள் ஈர்க்கப்பட்டாள். அது சாத்தியமற்றது. அவரது ஒரே தீர்வு பௌத்தர்களின் வாழ்க்கை முறையை ஏற்றுக்கொள்வது மற்றும்

இந்த விஷயத்தில் அவர் அவர்களைத் தாண்டி உச்சகட்டத்திற்குச் சென்றார். புத்தரின் பரிநிர்வாணத்திற்குப் பிறகு பௌத்தர்கள்

பிராமணர்கள் புத்தரின் சிலைகள் மற்றும் ஸ்தூபிகளை உருவாக்கத் தொடங்கினர், இதைப் பின்பற்றினர். அவர்கள் சொந்தமாக கோவில்களை கட்டி அதில் சிவன், விஷ்ணு, ராமர் மற்றும் கிருஷ்ணர் போன்றவர்களின் சிலைகளை நிறுவினார்.

புத்தர் சிலை வழிபாட்டினால் பாதிக்கப்பட்ட மக்களை ஏதோ ஒரு வகையில் தங்கள் பக்கம் கொண்டு வருவதே நோக்கமாக இருந்தது.

வரையவும். இதனால், இந்து மதத்தில் இடமில்லாத கோவில்கள் மற்றும் சிலைகள் அவர்களுக்கென்று ஒரு இடம் ஒதுக்கப்பட்டது. பௌத்தர்கள் பிராமண மதத்தை நிராகரித்தனர், இதில் விலங்கு பலி மற்றும் சிறப்பு வடிவங்கள் அடங்கும் 1850 ஆம் ஆண்டு முதல் பசு வதை யாகங்கள் நடத்தப்பட்டு வருகின்றன, கைவிடப்பட்டன

அது ஆழமான தாக்கத்தை ஏற்படுத்தியது. இரண்டு காரணங்கள் இருந்தன - ஒன்று, அவர்கள் விவசாய மக்கள், இரண்டாவது, அவர்களிடம் நிறைய கால்நடைகள் இருந்தன. பயனுள்ளதாக இருந்தது. அக்காலத்தில் பிராமண பசு ஆபத்தானதாகக் கருதப்பட்டு வெறுக்கப்பட்டிருக்க வாய்ப்புகள் அதிகம்.

விருந்தினரைப் போலவே கதாபாத்திரங்களும் 'மாட்டிறைச்சி' ஆவதால் நிகழ்வுகளாக மாறிவிட்டன. அவர்கள் கேவலமாக கருதத் தொடங்கினர். ஏனெனில் விருந்தினர் வரும்போதெல்லாம் அவர் மரியாதைக்காக பசுவைக் கொல்ல வேண்டும். அத்தகைய சூழ்நிலையில் உங்கள் நிலைமையை மேம்படுத்த

பிராமணர்கள் யாகம் செய்து வந்த வழிபாட்டையும், பசுக்கொலையையும் கைவிட்டதில். பிராமணர்கள் மட்டுமே அதை தங்கள் சொந்த நலன் என்று கருதினர். மாட்டிறைச்சி உண்பதைக் கைவிட்ட பிராமணர்களின் நோக்கம், புத்த பிக்குகள் மீதான அவர்களின் மேன்மையை பறிப்பதாகும்

தா - பிராமணர்கள் சைவமாக மாறியதன் மூலம் இது நிரூபிக்கப்பட்டுள்ளது. இல்லையெனில் பிராமணர் ஏன் சைவ உணவு உண்பவர் ஆனார்? பௌத்தம் பரவியதன் விளைவாக காலடியில் இருந்து நழுவிய நிலத்தை அவர் சைவ உணவு உண்பவராக மாறாமல் மீண்டும் பெற்றிருக்க முடியாது என்பதே இதற்கான பதில். இது சம்பந்தமாக, பௌத்தர்களுடன் ஒப்பிடுகையில், பிராமணர்கள் ஒரு வகையில் பொதுமக்களின் பார்வையில் தாழ்ந்தவர்களாகக் கருதப்பட்டனர் என்பதை நினைவில் கொள்ள வேண்டும். இந்த விஷயம் பிராமணியத்தின் சாராம்சமாக இருந்த விலங்குகளை வதைத்தது மற்றும் பௌத்தம் முற்றிலும் எதிர்க்கப்பட்டது. விவசாயத்தை நம்பி வாழும் மக்களிடம் பௌத்த மதத்தின் மீது மரியாதையும், பசுக்களையும் காளைகளையும் மற்ற விலங்குகளுடன் சேர்த்து அறுக்கும் பிராமண மதத்தின் மீது வெறுப்பும் இருப்பது இயல்பு. பிராமணர்கள் தங்களுடைய கடந்த கால கௌரவத்தை காப்பாற்ற என்ன செய்யலாம்? புத்த பிக்குகளை விட ஒரு படி மேலே சென்று மாட்டிறைச்சி உண்பதை மட்டும் கைவிடாமல் சைவ உணவு உண்பவராக மாற வேண்டுமே தவிர. பிராமணர்கள் சைவ உணவு உண்பதில் இதுவே நோக்கமாக இருந்தது. இதை பல வழிகளில் நிரூபிக்க முடியும்.

பிராமணர்கள் மிருக பலியை கெட்டது என்று கருதி, கொள்கை அடிப்படையில் தங்கள் நடத்தையை மாற்றியிருந்தால், அவர்கள் யாகங்களுக்கு விலங்குகளை கொல்ல மறுத்திருந்தால் போதும். அவர் சைவ உணவு உண்பவராக மாற வேண்டிய அவசியமில்லை, ஆனால் அவர் சைவ உணவு உண்பவராகவே இருந்தார். அவரது பார்வை ஆழமானது என்பதை இது தெளிவாக்குகிறது, மேலும் அவர் வேறு வழியில் சைவமாக மாறுவது முற்றிலும் தேவையற்றது; ஏனெனில் அனைத்து பௌத்த பிக்குகளும் சைவ உணவு உண்பவர்கள் அல்ல. இந்த அறிக்கை சிலருக்கு ஆச்சரியமாக இருக்கலாம்; ஏனெனில் அகிம்சைக்கும் சைவத்திற்கும் இடையே அவசியமான மற்றும் அத்தியாவசியமான தொடர்பு இருப்பதாக ஒரு பொதுவான நம்பிக்கை உள்ளது. பௌத்த பிக்குகள் இறைச்சியைத் தொட மாட்டார்கள் என்பது பொதுவான நம்பிக்கை. ஆனால் இது ஒரு தவறு. உண்மையான விஷயம் என்னவென்றால், துறவி திரிகதி - பரிசுத்த (மூன்று வழிகளில் தூய்மையான) மீன் இறைச்சியை உட்கொள்ளலாம். பின்னர் அது ஐந்து வகையாக மாறியது. சீனப் பயணி ஹியூன் சுவாங் அதை நன்கு அறிந்திருந்தார். அவர்களிடமிருந்து தூய இறைச்சி வகைகள் சான்-சிங் என்று அழைக்கப்படுகின்றன. திரு தாமஸ்

துறவிகள் மத்தியில் இந்த நடைமுறையின் தோற்றம் பற்றி வால்டர்ஸ் இந்த விளக்கத்தை அளித்துள்ளார். அவர் சொன்ன கதையின்படி: - "புத்தர் காலத்தில் வைஷாலியில் சிங் என்ற பணக்கார தளபதி ஒருவர் இருந்தார், அவர் பௌத்தத்தை ஏற்றுக்கொண்டார், அவர் துறவிகளின் தாராளமான தலைவராக ஆனார், மேலும் துறவிகளுக்கு எந்த குறையும் இல்லை. இறைச்சி மற்றும் உணவை துறவிகள் உண்பது தெரிய வந்ததும், துறவிகள் அதைக் கேட்டு, அவர்கள் கூடிவந்தபோது, பகவான் அவர்களை நோக்கி, துறவிகளே, அப்படிப்பட்ட மிருகங்களின் இறைச்சியை உண்ணாதீர்கள் !

உனக்காக யாரைக் கொன்று பார்த்தாய், யாரைப் பற்றிக் கேள்விப்பட்டாய் உனக்காக கொல்லப்பட்டான். ஆனால் அவர் துறவிகளுக்கு மூன்று கிலோ சுத்தமான மீன் இறைச்சியை அனுமதித்தார்.

டி என்பது நமக்காகக் கொல்லப்பட்டதாகக் காணப்படாத, கேள்விப்படாத அத்தகைய மிருகத்தின் இறைச்சி அவர் எங்களுக்காக கொல்லப்பட்டார், அவர் நமக்காக கொல்லப்பட்டார் என்பதில் எந்த சந்தேகமும் இருக்கக்கூடாது. பாலி மற்றும் சுஃபென்-வினய பிடகாவின் படி, புத்தருக்கும் துறவிகளுக்கும் மதிய உணவு வழங்கப்பட்டது. அந்த உணவுக்காக ஒரு காளை மாடு ஏற்பாடு செய்யப்பட்டது. ஜைன நிக்ரந்தாக்கள் (நிகந்தாக்கள்) துறவிகளை விமர்சித்தார். புத்தர் இந்த புதிய திரிகோடி பரிசுத்த விதியை உருவாக்கினார். 'திரிகோடி-பரிசுதா' சீன மொழிபெயர்ப்பில், 'பார்க்கவில்லை, கேள்விப்பட்டதில்லை, சந்தேகிக்கப்படவில்லை' என்ற முறையில், இறைச்சி உண்ணும் துறவிகள் இனிமேல் செய்யக்கூடியவர்கள் எனக்காகத் தாக்கப்பட்டனர். பின்னர் துறவிகளுக்கு மேலும் இரண்டு வகையான இறைச்சிகள் பரிந்துரைக்கப்பட்டன. இயற்கை மரணம் அடைந்த ஒரு விலங்கு, கொள்ளையடிக்கும் பறவை அல்லது வேறு ஏதேனும் காட்டு விலங்குகளால் கொல்லப்பட்டது. இவ்வாறு ஒரு பௌத்தர் சுதந்திரமாக உட்கொள்ளக்கூடிய ஐந்து வகையான இறைச்சிகள் இருந்தன. பிறகு இந்த 'பார்க்காத, கேட்காத, கேட்காத' சாதியாகி, அதனுடன் 'இயற்கை மரணம்', 'பறவைக் கொலை' என்று சேர்த்து, குறியீடாக மாறுகிறது.

பௌத்த துறவிகள் இறைச்சியை உண்ணும் போது, பிராமணர்கள் அதை கைவிட வேண்டிய அவசியம் இல்லை. பிறகு ஏன் பிராமணர்கள் அசைவ உணவை விட்டுவிட்டு சைவமாக மாறினார்கள்? பௌத்த பிக்குகளுடன் பொது மக்களின்

பார்வையில் ஒரே மட்டத்தில் நிற்க அவர் விரும்பவில்லை என்பதே இதற்குக் காரணம்.

பிராமணர்கள் யாகம் செய்வதையும், அதில் பசுக்களை அறுப்பதையும் வெறுமனே கைவிட்டிருந்தால், அது ஒரு குறிப்பிட்ட பலனைத் தந்திருக்கும். அதிகபட்சமாக, இது பிராமணர்களையும் பௌத்தர்களையும் சம நிலையில் வைக்கும். அசைவ உணவு விஷயத்தில் புத்த துறவிகளைப் பின்பற்றியிருந்தால் இதேதான் நடந்திருக்கும். இதன் காரணமாக, பிராமணர்கள் தங்களை பௌத்தர்களை விட உயர்ந்தவர்களாக ஆக்கிக் கொள்ளும் வாய்ப்பு கிடைக்கவில்லை. எது அவனுடைய ஆசையாக இருந்தது. யாகங்களில் பசுக்கொலையை எதிர்ப்பதன் மூலம், பௌத்தர்கள் மக்களின் இதயங்களில் மரியாதையைப் பெற்றனர் மற்றும் பிராமணர்கள் அவர்களை இந்த நிலையில் இருந்து வெளியேற்ற விரும்பினர். தங்கள் நோக்கத்தை நிறைவேற்ற, பிராமணர்கள் ஒரு துணிச்சலான கொள்கையைப் பின்பற்ற வேண்டியிருந்தது, அதில் முடிவுகளுக்கு எந்தக் கருத்தும் இல்லை. இது 'அதீதத்தை' 'பிரசண்டா' மூலம் தோற்கடிக்கும் கொள்கை. இடதுசாரிகளை விரட்ட அனைத்து வலதுசாரிகளும் பயன்படுத்தும் போர் உத்தி இது. பௌத்தர்களை தோற்கடிக்க ஒரே வழி அவர்களை விட ஒரு படி மேலே சென்று சைவமாக மாறுவதுதான்.

பசு வழிபாட்டைத் தொடங்கி அசைவ உணவைத் துறந்து சைவமாக மாறிய பிராமணர்கள் பௌத்தர்களைத் தோற்கடிக்கத்தான் செய்தார்கள் என்ற கருத்துக்கு ஆதரவாக; இன்னொரு சான்றும் தரலாம். பசு வதை ஒரு பெரிய சடங்காக மாறிய தேதி இது. அசோகர் பசுவதை குற்றமாக கருதவில்லை என்பது அனைவரும் அறிந்ததே. பசு வதையை தடுக்க நடவடிக்கை எடுத்திருக்க வேண்டும் என பலரும் அவரிடம் எதிர்பார்க்கின்றனர். ப்ரோ. வின்சர் ஸ்மித் இதை ஆச்சரியமாக காண்கிறார், ஆனால் இதில் ஆச்சரியப்படுவதற்கு ஒன்றுமில்லை.

பௌத்தம் பொதுவாக மிருக பலியை எதிர்த்தது. பசுவின் மீது அவருக்கு தனி பாசம் இல்லை. எனவே, அசோகருக்கு இந்த 'பசு பாதுகாப்பு' சிறப்பு தேவை இல்லை அதற்கான சட்டங்களை உருவாக்குங்கள். 'பசுவைக் கொல்வதை' பெரும் பாவம் என்று அறிவித்தவர்கள், ஹிந்து மதத்தைப் பரப்பிய குப்த மன்னர்கள் என்பது மிகவும் ஆச்சரியம். யாகங்களுக்கு பசுவைக் கொல்ல அனுமதிக்கும் அந்த இந்து மதம். டாக்டர் பண்டார்கர் கூறுகிறார்:-

"ஐந்தாம் நூற்றாண்டிலேயே நமக்கு மறுக்க முடியாத கல்வெட்டுச் சான்றுகள் உள்ளன ஆரம்ப காலத்தில், பசுக்கொலை ஒரு பயங்கரமான பாவமாக கருதப்பட்டது, அதே அளவு பயங்கரமானது ஒரு பிராமணனைக் கொல்வது போல்

பயங்கரமானது. எங்களிடம் கி.பி 645 ஆம் ஆண்டு செப்புத் தகடு கல்வெட்டு உள்ளது அது குப்த வம்சத்தைச் சேர்ந்த ஸ்கந்த குப்தரின் ஆட்சிக்காலம். இது ஒரு நன்கொடை கடிதம், இதன் கடைசி சரணம் அதில் எழுதப்பட்டுள்ளது - கொடுக்கப்பட்ட இந்த தானத்தில் தலையிடுபவர் பசு கொலை, குரு கொலை அல்லது

பிராமணனைக் கொன்ற பாவத்திற்கு ஆளாக நேரிடும். ஸ்கந்தகுப்தரின் தாத்தா இரண்டாம் சந்திரகுப்தாவைப் பற்றிய கட்டுரையும் பசு வதையை பிரம்ம கொலைக்கு சமமான பாவமாக கருதுபவர். 93 குப்த சம்வத்சரங்கள் அதில் கொடுக்கப்பட்டுள்ளன இது கி.பி 412க்கு சமம். மேற்கில் அமைந்துள்ள மத்திய மாகாணத்தில் உள்ள சாஞ்சியின் புகழ்பெற்ற புத்த ஸ்தூபி அந்த அமைப்பை சீர்குலைப்பவர்கள் 'பசுக்கொலை', 'பிராமணர் கொலை' அல்லது தண்டிக்கப்படுவார்கள். 'பஞ்ச-ஆந்தர்ய' பாவம் சுமத்தப்படும். பிரச்சனையை உருவாக்குபவர் பிராமண மதத்தை பின்பற்றலாம் என்பதே இந்த அறிக்கையின் நோக்கம்.

இந்து மதம் அல்லது பௌத்தம் பின்பற்றுபவர்கள் இருவரையும் பயமுறுத்துங்கள். ஐந்து அனந்தர்ய பௌத்தர்களில் ஐந்து பேர் பெரிய பாவிகள். அவை- மாத்ரிக் கொலை, தந்தைவழி கொலை, ஆராஹத்யா, புத்தரின் உடல் இரத்தம் சிந்துதல், துறவிகள் சங்கம்.

வித்தியாசத்தை உருவாக்க. ஒரு சன்மார்க்க பிராமணன் பயப்பட வைக்கும் பெரும் இடர்ப்பாடுகள் இரண்டு மட்டுமே. அவை - பசுவைக் கொல்வது, பிராமணனைக் கொல்வது, பிராமணனைக் கொல்வது வெளிப்படையாகப் பெரும் பாவம்; ஏனெனில்

எல்லா நினைவுகளிலும், ஒரு பிராமணனைக் கொல்வது பெரும் பாவம் ஆனால் பசுவைக் கொல்கிறது ஆபஸ்தம்ப, மனு, யாக்ஞவல்கியர் போன்றவற்றில் உபபதகம் மட்டுமே கருதப்படுகிறது. ஆனால் இங்கு பிரம்மம் என்று அழைக்கப்படுகிறது

அவர்களை கொலையுடன் தொடர்புபடுத்தி, பௌத்தர்களின் போதனைகளுடன் இருவருக்கும் சம அந்தஸ்து வழங்குவதன் மூலம். மேற்கூறியவற்றிலிருந்து ஐந்தாம் நூற்றாண்டின் தொடக்கத்தில் பசுக்கொலை பெரும் பாவமாக வகைப்படுத்தப்பட்டது என்பது தெளிவாகிறது.

சேர்க்கப்பட்டுள்ளது. ஆகக் குறைந்தது ஒரு நூற்றாண்டுக்கு முன்பே பசுக்கொலை 'மகாபதகா' என்று கருதப்பட்டது. இது நான்காம் நூற்றாண்டின் தொடக்கத்தில் நடந்திருக்க வேண்டும்."

பசு வதைக்கு எதிராக அதாவது மனுவுக்கு எதிராக ஒரு விதியை உருவாக்க ஒரு இந்து மன்னருக்கு எது இருந்தது என்ற கேள்வி எழுகிறது. புத்த துறவிகளை விட பிராமணர்கள் தங்கள் மேன்மையை நிரூபிக்க வேத மதத்தின் ஒரு பகுதியை

விட்டுவிடுவது கட்டாயமாகிவிட்டது என்பதே பதில். எங்கள் பகுப்பாய்வு சரியாக இருந்தால், இது தெளிவாக இருக்கும். பசு வழிபாடு பௌத்தத்திற்கும் பிராமண மதத்திற்கும் இடையிலான மோதலின் விளைவு. பிராமணர்கள் தங்கள் இழந்த நிலையை மீண்டும் பெற இது ஒரு வழியாகும்.

14.
மாட்டிறைச்சி மற்றும் அசைவம் உண்பது ஏன் பிரிந்த மக்களை தீண்டத்தகாதவர்களாக ஆக்கியது?

பிராமணர்களும், பிராமணர் அல்லாதவர்களும் மாட்டிறைச்சி உண்பதை நிறுத்திவிட்டு, பிரிந்த மக்கள் தொடர்ந்து மாட்டிறைச்சி உண்ணும் நிலை ஏற்பட்டபோது, பழைய நிலைமையிலிருந்து மாறுபட்ட ஒரு நிலை உருவானது. இப்போது வித்தியாசம் என்னவென்றால், பழைய சூழ்நிலையில் எல்லோரும் மாட்டிறைச்சி மற்றும் பசுவை சாப்பிடுவார்கள். இந்த புதிய சூழ்நிலையில், ஒரு வகுப்பினர் சாப்பிடுவதை நிறுத்திவிட்டனர், மற்றொரு வகுப்பினர் சாப்பிடுகிறார்கள். இந்த வித்தியாசம் கண்கொள்ளாக் காட்சியாக இருந்தது. எல்லோரும் அதைப் பார்க்க முடிந்தது. இருந்த போதிலும், இந்த வேறுபாட்டின் விளைவு, இந்த தீண்டாமையில் காணப்படுவது போல், சமூகத்தில் இவ்வளவு பெரிய வேறுபாட்டை ஏற்படுத்தியிருக்க முடியாது. இது ஒரு சமூக வேறுபாடாக இருந்திருக்கலாம். ஒரு இனத்தின் வெவ்வேறு பகுதிகள் வெவ்வேறு வகையான உணவை உட்கொள்வதற்கு பல எடுத்துக்காட்டுகள் உள்ளன. ஒருவர் எதையாவது விரும்பினாலும், மற்றவர் விரும்பாவிட்டாலும், இந்த வேறுபாடு இருவருக்குள்ளும் எந்தவிதமான சுவரை உருவாக்காது.

எனவே, இந்தியாவில் பசு-அசைவம் குடியேற்றப்பட்ட சாதிகளுக்கும் தனிமைப்படுத்தப்பட்ட மக்களுக்கும் இடையே ஒரு சுவரை உருவாக்குவதற்கு ஏதேனும் சிறப்புக் காரணம் இருக்க வேண்டுமா? இதற்கு என்ன காரணம் இருக்க முடியும்? எனது பதில் என்னவென்றால், மாட்டிறைச்சி சாப்பிடுவது மதத்துடன் எந்தத் தொடர்பும் இல்லை என்றால் - அது தனிப்பட்ட ரசனை மற்றும் ஆர்வமின்மை மட்டுமே என்றால், மாட்டிறைச்சி சாப்பிடுபவர்களுக்கும் சாப்பிடாதவர்களுக்கும் இடையே ஒரு சுவர் இருந்திருக்காது. துரதிர்ஷ்டவசமாக, அசைவம் சாப்பிடுவது ஒரு பொதுவான உலக விஷயமாக இல்லாமல், மதத்தின் கேள்வியாக மாறியது. பிராமணர்கள் பசுவை புனித விலங்காக ஆக்கியதால் இது நடந்தது. இதன் காரணமாக மாட்டிறைச்சி உண்பது

'மதச்சார்பின்மை' ஆனது. இந்த பிரிக்கப்பட்ட மக்கள் 'சட்டமில்லாதவர்கள்' என்பதால் சமூகத்திலிருந்து ஒதுக்கி வைக்கப்பட்டனர்.

சமூகத்தின் வாழ்வில் மதத்தின் இடத்தைப் புரிந்து கொள்ளாதவர்களுக்கு இந்த பதில் தெளிவாக இருக்காது என்று அவர்கள் கேட்கலாம், இந்த வேறுபாடுகளுக்கு மதம் ஏன் காரணம்? மதம் பற்றிய பின்வரும் இரண்டு விஷயங்களை மனதில் வைத்துக் கொண்டால், இது தெளிவாகும்.

முதலில் 'மதம்' என்பதன் வரையறையை எடுத்துக் கொள்வோம். இது அனைத்து மதத்தினருக்கும் பொருந்தும் ஒரு பரந்த கூற்று. ஒவ்வொரு மதமும் ஏற்றுக்கொள்ளப்பட்ட நம்பிக்கைகள் மற்றும் நடைமுறைகளின் தொகுப்பாகும், இது (1) 'மத' விஷயங்களைக் கையாள்கிறது, மேலும் (2) அந்த விஷயங்களை நம்பும் மக்களை ஒரு 'இனம்' ஆக்குகிறது. இதை வேறுவிதமாகக் கூறினால், ஒவ்வொரு மதத்திலும் இரண்டு விஷயங்கள் உள்ளன. ஒன்று, புனிதமான விஷயங்களிலிருந்து மதத்தைப் பிரிக்க முடியாது; இரண்டாவது, 'மதம்' என்பது சமூகத்திலிருந்து பிரிக்க முடியாத ஒரு கூட்டுப் பொருள்

தர்மத்தின்' முதல் பகுதி, பொருள் அல்லது பொருள் அல்லாதவை, மனிதனின் எண்ணங்களின் எதிர்காலத்தை உருவாக்கும் இரண்டு தெளிவான வகைகளாகப் பிரிக்கப்படுகின்றன, அவை மதம் மற்றும் மதமற்றவை அல்லது சாதாரண உலகியல் என்று அழைக்கப்படுகின்றன.

இது 'மதம்' என்பதை வரையறுக்கிறது. 'தர்மத்தின்' கடமையைப் புரிந்து கொள்ள, 'தர்மம்' தொடர்பான பின்வரும் விஷயங்களைக் கவனிக்க வேண்டியது அவசியம்.

முதலில் கவனிக்க வேண்டிய விஷயம் என்னவென்றால், புனிதமானதாகக் கருதப்படும் விஷயங்கள் உலக விஷயங்களை விட உயர்ந்த நிலை அல்லது அந்தஸ்தைப் பெறுவதில்லை. அவை முற்றிலும் வேறுபட்டவை. புனிதம் மற்றும் உலகப் பொருள்களின் 'சாதி' ஒன்றல்ல, இரண்டுக்கும் இடையே முழு எதிர்ப்பு உள்ளது. ப்ரோ. துரைக்கீன் வெளியிட்ட அறிக்கை:-

'நல்லது' மற்றும் 'கெட்டது' என்ற பாரம்பரிய எதிர்ப்பு இதைத் தவிர வேறொன்றுமில்லை, ஏனெனில் 'நல்லது' மற்றும் 'கெட்டது' இரண்டும் ஒரே 'சாதி' அதாவது அடிப்படையின் இரண்டு எதிர் கூறுகள்; ஆரோக்கியமும் நோய்களும் ஒரே வாழ்க்கைச் சுழற்சியின் இரண்டு வெவ்வேறு அம்சங்கள். ஆனால் மனித மனதின் புனிதம் மற்றும் மதச்சார்பற்ற கற்பனை எல்லா இடங்களிலும் இரண்டு வெவ்வேறு 'சாதிகள்' - இரண்டு முற்றிலும் வேறுபட்ட உலகங்கள் பொதுவான எதுவும் இல்லை.

மிகவும் ஆர்வமுள்ள மனிதர்கள், உலகில் மனிதர்கள் புனிதம் மற்றும் 'மதச்சார்பின்மை' ஒன்றை ஒன்றுக்கொன்று எதிராக கற்பனை செய்யும்படி கட்டாயப்படுத்தியது என்ன என்பதை அறிய விரும்புவார்களா? இந்த விவாதத்திற்குள் நாம் இங்கு நுழைய வேண்டியதில்லை, ஏனென்றால் நமது தற்போதைய நோக்கத்தை நிறைவேற்ற வேண்டிய அவசியமில்லை.

"இந்த விஷயத்தில் கவனிக்க வேண்டிய இரண்டாவது விஷயம், 'புனிதப் பொருட்களின்' எண்ணிக்கை நிர்ணயிக்கப்படவில்லை. ஒரு மதத்தின் புனிதப் பொருட்களுக்கும் மற்றொரு மதத்தின் 'புனிதப் பொருட்களுக்கும்' எல்லையற்ற வித்தியாசம் உள்ளது. 'ஆன்மா' மற்றும் 'கடவுள்'. ஒரு பாறை, ஒரு விலங்கு, ஒரு நீர் ஆதாரம், ஒரு கல், ஒரு வீடு, ஒரு வார்த்தையில் எதையும் புனிதமாகக் கருதலாம்.

புனிதமான விஷயங்கள் எப்போதும் 'தடை'களுடன் தொடர்புடையவை, அவை தடை செய்யப்பட்ட விஷயங்கள் (தடைகள்) என்று அழைக்கப்படுகின்றன. ப்ரோ. துர்க்கைனை மீண்டும் மேற்கோள் காட்டினால் - "புனிதமான விஷயங்கள் தடைகளால் பாதுகாக்கப்படுபவை மற்றும் 'தடைகள்' பிரிக்கப்படுகின்றன, மேலும் 'மதச்சார்பற்ற' விஷயங்கள் இந்தத் தடைகள் பொருந்தும் மற்றும் முதல் விஷயங்களிலிருந்து பிரிக்கப்பட்டவை. இருக்க வேண்டும்."

மதத் தடைகள் பல வடிவங்களில் உள்ளன. இவற்றில் மிக முக்கியமான தடை உறவுமுறை. உறவைத் தடைசெய்வதன் அடிப்படை என்னவென்றால், 'உலகம்' என்பது புனிதமானவற்றுடன் எந்தவிதமான உறவையும் கொண்டிருக்கக்கூடாது. 'தொடுதல்' தவிர, வேறு பல வழிகளில் இணைப்பை ஏற்படுத்தலாம். 'ஒரு பார்வை பார்ப்பது' என்பதும் ஒரு வகையான உறவை ஏற்படுத்துவதாகும். ஏனென்றால், சில சூழ்நிலைகளில் உலக (புனிதமற்ற) மக்கள் புனிதமான விஷயங்களைப் பார்ப்பது தடைசெய்யப்பட்டுள்ளது. ஷப்தா, அதாவது மக்களின் ஒரு பகுதியாக இருக்கும் மற்றும் மக்களிடமிருந்து பரவும் சுவாசம் உறவின் மற்றொரு வடிவமாகும். எனவே அண்டவியல்

புனிதமான விஷயங்களைப் பேசவோ அல்லது பேசவோ (அசுத்தமான) இது தடைசெய்யப்பட்டுள்ளது. உதாரணமாக, ஒரு பிராமணர் மட்டுமே வேதங்களைப் படிக்க வேண்டும், ஒரு சூத்திரன் அல்ல. சாப்பிடுவதால் ஒரு அசாதாரண நெருக்கம் ஏற்படுகிறது. எனவே புனித விலங்குகள் அல்லது புனித தாவரங்களை சாப்பிடுவது தடைசெய்யப்பட்டுள்ளது.

புனிதமான விஷயங்களுடன் தொடர்புடைய தடைகளை மறுக்க முடியாது. அவை சர்ச்சைக்கு அப்பாற்பட்டவை, மேலும்

அவைகள் எதுவும் இல்லாமல் ஏற்றுக்கொள்ளப்பட வேண்டும். புனிதமாக இருப்பவர்கள் தீண்டத்தகாதவர்கள், தீண்டத்தகாதவர்கள், அதாவது சர்ச்சைகள் அவர்களை எந்த வகையிலும் தொட முடியாது. செய்யக்கூடியது புனிதமானவற்றை மதிப்பதும், கீழ்ப்படிவதும் மட்டுமே.

மேலும் கடைசி விஷயம் என்னவென்றால், இந்த 'புனிதப் பொருள்கள் தொடர்பான தடைகள்' அனைவருக்கும் பொருந்தும். அவை சுயமாக வெளிப்படும் உண்மைகள் அல்ல. அவை கட்டளைகள். அவர்கள் கீழ்ப்படிய வேண்டும், வார்த்தையின் சாதாரண அர்த்தத்தில் அல்ல, அவை மீற முடியாத கட்டளைகள். அவர்களைப் பின்பற்றாமல் இருப்பது 'குற்றம்' என்பதை விட மேலானது. இது 'பாவம்'.

மதத்தின் நோக்கத்தையும் செயல்பாட்டையும் விளக்க மேலே உள்ள சுருக்கம் போதுமானதாக இருக்க வேண்டும், மேலும் அந்த விஷயத்தைப் பற்றிய விவாதம் தேவையற்றது. புனிதமானதைக் கையாள்வதற்கான விதிகளையும், அதன்படி செயல்படும் முறையையும் பகுப்பாய்வு செய்வதன் மூலம், மாட்டிறைச்சி சாப்பிடுவது ஏன் பிரிந்த மக்களை தீண்டத்தகாதவர்களாக ஆக்கியது என்பதை யாரும் புரிந்து கொள்ள முடியும். இந்தக் கேள்விக்கு எனது பதில் சரியானது. நான் சொன்ன பதில். அந்த பதிலின் ஆழத்தை அடைய, எது புனிதமானது என்ற விதிகளின்படி செயல்படும் முறையை பகுப்பாய்வு செய்து, பசுவை புனிதமான விஷயமாக புரிந்துகொள்வது மட்டுமே அவசியம். 'புனித விலங்கு' பசுவை உண்ணும் தடையை உடைத்ததன் விளைவுதான் தீண்டாமை என்பது தெளிவாகும்.

மேலே கூறியது போல், பிராமணர்கள் பசுவை புனித விலங்காக ஆக்கினர். உயிருடன் இருக்கும் பசுக்களுக்கும், இறந்த மாடுகளுக்கும் இடையில் எந்த வேறுபாடும் செய்ய வேண்டியதன் அவசியம் அவருக்குப் புரியவில்லை. பசு உயிருடன் இருந்தாலும் சரி, இறந்தாலும் சரி புனிதமானது. மாட்டிறைச்சி உண்பது வெறும் 'குற்றம்' அல்ல. அது ஒரு 'குற்றம்' என்றால், விளைவு 'தண்டனை' மட்டுமே. மாட்டிறைச்சி உண்பது 'பாவம்' என்று கருதப்பட்டது. யாராவது பசுவை புனிதமான விலங்காகக் கருதவில்லை என்றால், அவர் 'பாவம்' செய்தவர் மற்றும் அதனுடன் பழகுவது தடைசெய்யப்பட்டது. பிரிந்த மக்கள், தொடர்ந்து மாட்டிறைச்சி சாப்பிட்டு, 'பாவம்' குற்றவாளிகள்.

பசுவை புனிதமாகக் கருதி, 'பிரிந்த பழங்குடியினர்' அதன் இறைச்சியைத் தொடர்ந்து சாப்பிட்டு வந்தவுடன், அவர்கள் விதியில் ஒரே ஒரு விஷயம் மட்டுமே இருந்தது, அவர்களுடன் பழகுவதை

நிறுத்த வேண்டும், அதாவது அவர்கள் 'தீண்டத்தகாதவர்களாக' மாறுவார்கள்.

இந்த விஷயத்தை முடிப்பதற்கு முன், இந்த யோசனைக்கு எதிரான இரண்டு சாத்தியமான ஆட்சேபனைகளுக்கு பதிலளிக்க வேண்டியது அவசியம். இந்த யோசனைக்கு எதிராக இரண்டு வெளிப்படையான எதிர்ப்புகள் உள்ளன. ஒன்று

அப்படியானால், 'பிரிந்த மக்கள்' இறந்த மாடுகளின் இறைச்சியை சாப்பிட்டார்கள் என்பதற்கு என்ன ஆதாரம்? இரண்டாவது கேள்வி, பிராமணர்களும், பிராமணர் அல்லாதவர்களும் மாட்டிறைச்சி உண்பதைக் கைவிட்டபோது, அவர்களும் ஏன் அதைச் சாப்பிடவில்லை? இந்தக் கேள்விகள் 'தீண்டாமை'யின் தோற்றம் குறித்து இந்தப் புத்தகத்தில் முன்வைக்கப்பட்டுள்ள கோட்பாட்டுடன் நேரடியாக தொடர்புடையவை. எனவே இவை தீர்க்கப்பட வேண்டும்.

உண்மையில் முதல் கேள்வி பொருத்தமானது மற்றும் ஒரு வகையான அளவுகோலாகும். ஆரம்பத்திலிருந்தே 'பிரிந்தவர்கள்' அசைவ உணவு உண்பவர்கள் என்றால், நமது புதிய கோட்பாட்டிற்கு இடமில்லை என்பது தெளிவாகிறது, ஏனென்றால் அவர்கள் ஆரம்பத்திலிருந்தே அசைவ உணவு உண்பவர்களாக இருந்திருந்தால், அவர்கள் தீண்டத்தகாதவர்களாக கருதப்படவில்லை என்றால், அது அவர்கள் அசைவ உணவு உண்பவர்கள் என்று கூறுவது தவறாகும் இரண்டாவது கேள்வி ஒரு அளவுகோலாக இருக்காது, ஆனால் அது பொருத்தமானது. பிராமணர்கள் மாட்டிறைச்சி உண்பதை விட்டுவிட்டு, பிராமணரல்லாதவர்கள் அவர்களைப் பின்பற்றினால், இந்த 'பிரிந்தவர்களும்' ஏன் அதைச் செய்யவில்லை? பசுவை பிராமணர்களுக்கும் பிராமணர் அல்லாதவர்களுக்கும் புனிதப் பிராணியாகிவிட்டதால் பசுவைக் கொல்வதைப் பெரும் பாவமாகச் சட்டம் மாற்றியிருந்தால், பிரிந்தவர்களும் ஏன் மாட்டிறைச்சி உண்பதைத் தடுக்கவில்லை. மாட்டிறைச்சி உண்பதைத் தடுத்திருந்தால், தீண்டாமை தோன்றியிருக்காது.

முதல் கேள்விக்கான பதில் என்னவென்றால், ஒரே இடத்தில் குடியேறிய சாதியினரும், இந்த பிரிந்த மக்களும் அசைவ உணவு உண்பவர்களாக இருந்த காலத்தில், அந்த நேரத்தில் ஒரு பாரம்பரியம் தொடங்கியது, அதன் காரணமாக ஒரே இடத்தில் குடியேறியவர்கள் புதியதாக சாப்பிடுவார்கள். மாட்டிறைச்சி, ஆனால் பிரிக்கப்பட்ட மக்கள் இறந்த மாட்டிறைச்சி. குடியேற்றப்பட்ட மக்கள் யாரும் இறந்த பசுவின் இறைச்சியை உண்டதாக எங்களிடம் உறுதியான ஆதாரம் இல்லை, ஆனால் இறந்த பசு இந்த 'பிரிந்த மக்கள்' ஏகபோகமாக இருந்தது என்பதைக்

காட்டும் எதிர்மறையான சாட்சியம் எங்களிடம் உள்ளது. இந்த சாட்சியம் மகாராஷ்டிராவின் மஹர்களுடன் தொடர்புடையது, மகாராஷ்டிராவின் மஹர்கள் இறந்த விலங்கின் மீது தங்களுக்கு உள்ள உரிமையை கருதுகின்றனர். கிராமத்தில் உள்ள ஒவ்வொரு இந்துக்களுடனும் போட்டியிட்டு தனது அதிகாரத்தை நிரூபிக்கிறார். அதாவது ஒரு இந்து தன் இறந்த மிருகத்தின் இறைச்சியைக் கூட உண்ண முடியாது. அவர் அதை மஹர்களிடம் மட்டுமே ஒப்படைக்க வேண்டும். மாட்டிறைச்சி சாப்பிடுவது ஒரு பொதுவான நடைமுறையாக இருந்தபோது, மஹர்கள் இறந்த மாட்டிறைச்சியை சாப்பிட்டார்கள், இந்துக்கள் புதிய மாட்டிறைச்சியை சாப்பிட்டார்கள் என்று சொல்ல இது மற்றொரு வழி. இப்போது ஒரே ஒரு கேள்வி எழுகிறது, அதுதான் நிகழ்காலத்திற்கு உண்மை, கடந்த காலத்திற்கும் உண்மையா? மகாராஷ்டிராவைப் பொருத்தவரை இது, இந்தியா முழுவதும் குடியேறிய கட்சிகளுக்கும் பிரிந்த மக்களுக்கும் இடையிலான உறவுக்கு உதாரணமாகக் கருத முடியுமா? இது சம்பந்தமாக, மஹர்களிடையே நிலவும் பாரம்பரிய நாட்டுப்புறக் கதைகளைக் குறிப்பிடலாம். விதர்பாவின் (பிதார்) முஸ்லீம் அரசர் தனக்கு 52 உரிமைகளை வழங்கியதாகவும், அவை மற்ற இந்துக்களுக்குக் கிடைக்காததாகவும் அவர் கூறுகிறார். அந்த உரிமைகள் விதர்ப்ப நாட்டு மன்னரால் அவர்களுக்கு வழங்கப்பட்டதாக ஏற்றுக் கொள்ளப்பட்டால், அந்த மன்னன் முதல் முறையாக அந்த உரிமைகளைப் பெற்றிருக்க மாட்டான். அவர் தொலைதூர கடந்த காலத்திலிருந்து வந்திருக்க வேண்டும். அரசர் அவர்களிடம் கூறினார்

இப்போதுதான் நிலைபெற்றிருக்க வேண்டும். அதாவது, இந்த 'பிரிந்த மக்கள்' இறந்த விலங்குகளை உண்ணும் பழக்கம் மற்றும் இந்த குடியேறிய குழுக்களின் புதிய இறைச்சியை உண்ணும் பழக்கம் பண்டைய காலங்களிலிருந்து நடைமுறையில் உள்ளது. இவ்வாறான நடைமுறைகள் பரவுவது மிகவும் இயற்கையானது. ஒரே இடத்தில் குடியேறிய மக்கள் செல்வந்தர்கள். விவசாயமும் கால்நடை வளர்ப்பும் இவர்களின் வாழ்வாதாரமாக இருந்தது. இந்த 'பிரிந்த மக்கள்' பிச்சைக்காரர்களின் சாதி, வாழ்வாதாரம் இல்லாதவர்கள் மற்றும் எப்போதும் ஒரே இடத்தில் குடியேறிய மக்களைச் சார்ந்தவர்கள். மாட்டிறைச்சி இருவரின் உணவிலும் பிரதானமாக இருந்தது, மேலும் குடியேற்றவாசிகள் உணவுக்காக எந்த மிருகத்தையும் அறுப்பது சாத்தியமாக இருந்தது. ஏனென்றால் அவர்களிடம் விலங்குகள் இருந்தன. இந்த பிரிந்தவர்களால் இதைச் செய்ய முடியவில்லை, ஏனென்றால் அவர்களிடம் ஒரு விலங்கு கூட இல்லை. இவ்வாறான சூழ்நிலையில், ஒரே இடத்தில் குடியேறிய மக்கள், பிரிந்த மக்களுக்குக் கூலியாகத் தங்களின் இறந்த

விலங்குகளைக் கண்காணிப்பதற்கு ஈடாக கொடுப்பதை ஏற்றுக்கொள்வது இயற்கைக்கு மாறானதா? நிச்சயமாக இல்லை. எனவே, தொலைதூரத்தில், இரு பிரிவினரும் எல்லா இடங்களிலும் குடியேறினர், மேலும் இந்த 'பிரிந்த மக்கள்' அந்த நேரத்தில் மாட்டிறைச்சியை சாப்பிட்டனர், குடியேறிய குழுக்கள் ஒரு இடத்தில் புதிய மாட்டிறைச்சியையும் மற்றொன்று இறைச்சியையும் சாப்பிட்டன இறந்த மாடு . மகாராஷ்டிராவில் மட்டுமின்றி இந்தியா முழுவதும் இந்த நடைமுறை இருந்தது என்பதும் உண்மை.

இது முதல் ஆட்சேபனையைத் தீர்த்தது. இப்போது இரண்டாவது எதிர்ப்பைக் கவனியுங்கள். குப்த மன்னர்கள் பசுவைக் கொல்பவர்களுக்கு எதிராகச் சட்டம் இயற்றினர். பிரிந்த மக்களுக்கு இது பொருந்தாது, ஏனென்றால் அவர்கள் பசுக்களை வெட்டவில்லை. அவர்கள் இறந்த மாடுகளின் இறைச்சியை மட்டுமே சாப்பிட்டார்கள். அவரது நடத்தை பசுவதைத் தடைச் சட்டத்திற்கு எதிரானது அல்ல. எனவே இறந்த பசுவின் இறைச்சியை உண்ணும் பழக்கம் தொடர அனுமதிக்கப்பட்டது. பிராமணர்களும் பிராமணர் அல்லாதவர்களும் மாட்டிறைச்சி உண்பதைக் கைவிடுவது அகிம்சையுடன் தொடர்புடையது என்று நாம் கருதினால், அவர்களது நடத்தை அகிம்சைக்கு எதிரானது அல்ல. பசுவை அறுப்பது வன்முறை, ஆனால் இறந்த மாட்டின் இறைச்சியை உண்பது வன்முறை அல்ல. எனவே, 'இறந்த பசுவின் இறைச்சியைத் தொடர்ந்து உண்பதில் இந்த பிரிந்த மக்கள் வருத்தப்படுவதற்கு எந்த காரணமும் இல்லை. அவர்கள் செய்யும் எந்தச் செயலுக்கும் சட்டமோ, கொள்கையோ தடையாக இருக்க முடியாது.

அது சட்டத்திற்கு எதிரானது அல்ல, கொள்கைக்கு எதிரானது அல்ல என்பதால் மட்டுமே.

அவர்கள் ஏன் பிராமணர்களையும் பிராமணர் அல்லாதவர்களையும் பின்பற்றவில்லை? இதற்கு இரண்டு பதில்கள் உள்ளன - முதலாவதாக, நகலெடுப்பது அவர்களுக்கு மிகவும் விலையுயர்ந்த ஒப்பந்தம். இது இல்லாமல் அவர்கள் பசியால் இறந்திருப்பார்கள். இரண்டாவதாக, இறந்த மாடுகளைச் சுமந்து செல்வது ஆரம்பத்தில் ஒரு உரிமையாக இருந்தபோதிலும், பின்னர் அது ஒரு கட்டாயக் கடமையாக மாறியது, ஏனெனில் அவர்கள் இறந்த பசுவை சுமக்க வேண்டியிருந்தது. எனவே, அவர்கள் முன்பு சாப்பிட்டதைப் போலவே, அதன் சதையைத் தொடர்ந்து சாப்பிடுவதில் எந்தத் தீங்கும் ஏற்படவில்லை. எனவே, மேற்கண்ட ஆட்சேபனைகள் காரணமாக நமது கோட்பாடு எந்த வகையிலும் பகுத்தறிவற்றதாக இல்லை.

பகுதி-6 தீண்டாமை மற்றும் அதன் தோற்ற காலம்

15. புனிதமற்ற மற்றும் தீண்டத்தகாத

'தீண்டாமை' எப்போது வந்தது? இது பழங்காலத்திலிருந்தே நடந்து வருவதாக அடிப்படைவாத அல்லது பழமைவாத இந்துக்கள் கூறுகிறார்கள். 'தீண்டாமை' என்பது ஸ்மிருதிகளில் மட்டுமல்ல, சில எழுத்தாளர்களின் கூற்றுப்படி, கிறிஸ்துவுக்கு சில நூற்றாண்டுகளுக்கு முன்பிருந்த தர்மசூத்திரங்களிலும் ஆதரிக்கப்படுகிறது என்று அவர் கூறுகிறார்.

'தீண்டாமை'யின் தோற்றம் பற்றி ஆய்வு செய்ய, 'தீண்டாமை' நடைமுறையில் சொல்லப்படும் அளவுக்கு பழமையானதா என்று தொடங்க வேண்டிய கேள்வி?

இந்த கேள்விக்கு பதிலளிக்க, நாம் தர்ம சூத்திரங்களை ஆராய வேண்டும், தீண்டாமை மற்றும் தீண்டத்தகாதவர்கள் பற்றி பேசும்போது தர்ம சூத்திரங்கள் எதைக் குறிக்கின்றன என்பதை நாம் தீர்மானிக்க முடியுமா? இன்று நாம் புரிந்துகொள்ளும் தீண்டாமையின் அர்த்தம் அவர்களுக்குப் புரிகிறதா? அல்லது இன்று தீண்டத்தகாதவர் என்ற சொல்லை நாம் கையாளும் அதே அர்த்தத்தில் அவர்கள் வகுப்பினரை தீண்டத்தகாதவர் என்ற வார்த்தையால் நடத்துகிறார்களா?

முதல் கேள்வியை முதலில் எடுத்துக் கொள்ளுங்கள். மத நூல்களை விவரிப்பது சந்தேகத்திற்கு இடமின்றி அவற்றில் ஒரு வர்க்கத்தின் விளக்கம் இருப்பதை வெளிப்படுத்துகிறது, அதை அவர்கள் 'தீண்டத்தகாதவர்கள்' என்று அழைக்கிறார்கள். 'அஸ்பர்ஷ்யா' என்ற சொல்லுக்கு 'தீண்டத்தகாதவர்' என்று பொருள் என்பதில் சந்தேகமில்லை. தர்மசூத்திரங்களின் 'தீண்டத்தகாதவர்கள்' நவீன இந்தியாவில் உள்ளவர்களா என்பது இன்னும் கேள்வியாகவே உள்ளது? அந்த்ய, அந்தியஜா, அந்தியவாசின் மற்றும் பஹயவதா போன்ற பல சொற்களை தர்ம சூத்திரங்கள் பயன்படுத்துகின்றன என்பதை நாம் அறிந்தால் இந்தக் கேள்வி முக்கியமானது. முந்தைய நினைவுகளும் இந்த

வார்த்தைகளைப் பயன்படுத்தியுள்ளன, வெவ்வேறு ஆதாரங்கள் மற்றும் நினைவுகள் இந்த வார்த்தைகளை எந்த அர்த்தத்தில் பயன்படுத்தியுள்ளன என்பதை அறிவது பயனுள்ளதாக இருக்கும். கீழே உள்ள அட்டவணை இந்த நோக்கத்திற்காக உதவுகிறது

(1) தீண்டத்தகாதவர்

தர்மசூத்திரம்	நினைவேந்தல்
1. விஷ்ணு 5, 104	1.காத்யாயன காரிகா 433,783

(2) முடிவு

தர்மசூத்திரம்	நினைவேந்தல்
1. வசிஷ்டர் 16, 30	1. மனு 4. 79, 8.68
2. அபஸ்தம்ப 3, 1	2. யாக்ஞவல்கியர் 1, 148, 197
	3. அத்ரி 25

(3) வெளி

தர்மசூத்திரம்	நினைவேந்தல்
1. அபஸ்தம்ப 12. 39. 18 7	1. மனு 2, 8
2. விஷ்ணு 15, 14 7	2. நாரதர் 1, 114

(4) அந்தியவாசி

தர்மசூத்திரம்	நினைவேந்தல்
1. கௌதமர் 31, 23, 32	1. மனு 4, 79; 10, 39
2. வசிஷ்டர் 18, 3	2. மகாபாரதம் சாந்திபர்வா 141, 29, 32
3. மத்தியமங்கிரஸ் யாக்ஞவல்கியர்	3. 280 இல் மிதக்ஷராவில் மேற்கோள் காட்டப்பட்டது

(5) தீண்டத்தகாதவர்கள்

நினைவேந்தல்	தர்மசூத்திரம்
1. விஷ்ணு 36, 7	1. மனு 4, 61; 8,279
	2. யாக்ஞவல்கியர் 12, 73
	3. வ்ரிஹத்யம் ஸ்மிருதி மிடாக்ஷரத்தில் யாக்ஞவல்கியர் 3,
	4. அத்ரி
	5. வேத வியாஸ் 1, 12, 13

இரண்டாவது கேள்வி என்னவென்றால், அந்தியா, அந்தியவாசி, பாஹ்யா என்ற வார்த்தைகளால் புரிந்து கொள்ளப்பட்ட வகுப்புகள், தீண்டத்தகாதவர் என்ற வார்த்தையால் புரிந்து கொள்ளப்படுமா? வேறு வார்த்தைகளில் கூறுவதானால், இந்த வெவ்வேறு பெயர்கள் ஒரே வகுப்பினருக்கானதா?

இந்த கேள்விக்கு பதிலளிக்க தர்ம சூத்திரங்கள் உதவாதது துரதிர்ஷ்டவசமானது. தீண்டத்தகாத வார்த்தை இரண்டு இடங்களில் (சூத்திரத்தில் ஒன்று மற்றும் ஸ்மிருதியில் ஒன்று) வருகிறது. ஆனால் இந்த வார்த்தை குறிக்கும் சாதிகள் எந்த இடத்திலும் கணக்கிடப்படவில்லை. 'அந்தியா' என்ற வார்த்தையும் அப்படித்தான். 'அந்தியா' என்ற வார்த்தை ஆறு முறை வந்தாலும் (இரண்டு சூத்திரங்களிலும் நான்கு ஸ்மிருதிகளிலும்) ஒருமுறை கூட அவர்கள் யார் என்று குறிப்பிடப்படவில்லையா? அதுபோல, 'புறம்' என்ற வார்த்தையும் நான்கு இடங்களில் காணப்படுகிறது.

இது (இரண்டு சூத்திரங்கள் மற்றும் இரண்டு ஸ்மிருதிகளில்) வந்துள்ளது, ஆனால் அவை எதிலும் இந்த வார்த்தையின் கீழ் எந்த சாதிகள் வருகின்றன என்று எழுதப்படவில்லை. அந்தியவாசின் மற்றும் அந்தியஜ் ஆகிய இரண்டு சொற்களும் விதிவிலக்குகள். ஆனால் இங்கேயும், சில தர்ம சூத்திரங்களில், அவற்றின் எண்ணிக்கை ஸ்மிருதிகளில் கொடுக்கப்பட்டுள்ளது - அத்ரி ஸ்மிருதியில் அந்தியஜ் மற்றும் வியாஸ் ஸ்மிருதியில் வேதம். அவர்கள் யார் என்பது கீழே உள்ள கட்டுரையிலிருந்து தெளிவாகும்.

அந்தியவாசனம் முடிவு	**மத்திய ஆங்கிராஸ்**	**வேத-வியாஸ்**
1. சண்டல	1. நட்டு	1. சண்டல்
2. போதைப்பொருள	2. மீட்	2. போதைப்பொருள்
3. மொட்டை மாடி	3. பில்	3. கொட்டைகள்
4. நூல்	4. ராஜாக்	4. கொழுப்பு
5. வைதேஹிகா	5. தோல் பதனிடுபவர்	5. பில்
6. மகத்	6. துப்பாக்கி தூள்	6. ராஜாக்
7. தோல் பதனிடுபவர்	7. கமிஷன்	7. கைவார்ட்
		8. விராட்
		9. தாஸ்
		10. பட்
		11. கோலிக்
		12. புஷ்கரன்

அந்த்யவாசின் மற்றும் அந்த்யாஜ் ஆகிய சொற்களின் பயன்பாட்டைப் பொறுத்த வரையில், அதில் திட்டவட்டமான எதுவும் இல்லை அல்லது அர்த்தத்தில் எந்த வகையான ஒற்றுமையும் இல்லை என்பது மேலே உள்ள அட்டவணையில் இருந்து தெளிவாகிறது. எடுத்துக்காட்டாக, சண்டாளர்கள் மற்றும் ஷ்வபாக்கள் இருவரும் மத்யமங்கிரர்கள் மற்றும் வேதவியர்களின்படி அந்தியவாசிகள் மற்றும் அந்தியஜாக்களில் கணக்கிடப்படுகிறார்கள், ஆனால் மத்யமங்கிரஸை அத்ரியுடன் ஒப்பிடும்போது. எனவே இவை பல்வேறு வகைகளாகப் பிரிக்கப்பட்டதாகத் தெரிகிறது. 'அந்த்யாஜ்' படத்திற்கும் அப்படித்தான். உதாரணமாக, வேதவ்யாஸின் கூற்றுப்படி, 'சண்டாலா' மற்றும் 'ஷ்வபக்' ஆகியவை அந்தியஜம் ஆனால் அத்ரியின் கூற்றுப்படி, அவை அந்தியஜா அல்ல. அத்ரியின் கூற்றுப்படி, புருத் மற்றும் கைவர்தம் அந்தியஜா, ஆனால் வேத வியாசரின் கூற்றுப்படி அவை இல்லை. வேத வியாசரின் கூற்றுப்படி (1) விராட் (2) தாஸ் (3) பட் (4) கோலிகா மற்றும் (5) புஷ்கரம் அந்தியஜஸ், ஆனால் அத்ரியின் படி அல்ல.

தீண்டத்தகாதவர்கள் யார் என்பதைத் தீர்மானிக்க மத ஆதாரங்களோ அல்லது நினைவுகளோ நமக்கு எந்த உதவியும் செய்யவில்லை என்பது மட்டுமே அதன் சாராம்சம். அதேபோல, அந்த்யவாசி, அந்தியஜ் அல்லது பாஹ்யா என்று அழைக்கப்பட்ட வகுப்பினர் தீண்டத்தகாதவர்களா இல்லையா என்பது குறித்து தர்ம சூத்திரங்களும் ஸ்மிருதிகளும் நமக்கு உதவவில்லையா? இந்த முடிவை எடுக்க வேறு வழி உள்ளதா

எனவே, இந்த வகுப்பினரில் ஏதேனும் ஒன்று 'தீண்டத்தகாதவர்' அல்லது தீண்டத்தகாதவர் என்ற பிரிவின் கீழ் வருகிறதா இல்லையா? இந்த வகைகளில் ஒவ்வொன்றைப் பற்றிய தகவல்களையும் நாம் சேகரித்தால் நன்றாக இருக்கும். 'இடதை மட்டும் எடுத்துக் கொள்ளுங்கள். அவர்கள் யார்? அவர்கள் தீண்டத்தகாதவர்களா? மனு அவர்கள் குறிப்பிட்டுள்ளார். அவர்களின் நிலையைப் புரிந்து கொள்ள, மனுவின் சமூக வகைப்பாடு திட்டத்தைக் குறிப்பிடுவது அவசியம். மனு மக்களைப் பல பிரிவுகளாகப் பிரிக்கிறது. முதலாவதாக, அவர் (1) வேதங்கள் மற்றும் (2) தஸ்யுக்களின் தோராயமான வகைப்பாட்டைக் கொடுக்கிறார். மேலும், அவர் வேத நூல்களை நான்கு உட்பிரிவுகளாகப் பிரிக்கிறார். (1) சதுர்வர்ணத்திற்குள் இருப்பவர்கள், (2) சதுர்வர்ணத்திற்கு வெளியே உள்ளவர்கள், (3) பிராத்யா, (4) பதிதா அல்லது சாதி விலக்கப்பட்டவர்கள்.

ஒரு நபர் சதுர்வர்ணத்தில் கணக்கிடப்பட்டாரா இல்லையா என்பது அவரது பெற்றோரின் வர்ணத்தைப் பொறுத்தது. அவர் அதே

வர்ணத்தின் பெற்றோரின் குழந்தையாக இருந்தால், அவர் இந்த சதுர்வர்ணத்தில் கணக்கிடப்பட்டார். கலப்புத் திருமணத்தின் விளைவாகவோ அல்லது மனு வர்ண கலப்பினமாகவோ அழைக்கப்படும் வெவ்வேறு வர்ணங்களின் பெற்றோரின் குழந்தையாக இருந்தால், அவர் சதுர்வர்ணத்திற்கு வெளியே கருதப்பட்டார். சதுர்வர்ணத்திற்கு வெளியே கருதப்படுபவர்கள், மனு மீண்டும் இரண்டு வகைகளை உருவாக்கியுள்ளார் - (1) அனுலோமா (2) பிரதிலோமா. அனுலோமா என்பது தந்தை உயர்ந்த சாதி, ஆனால் தாய் தாழ்ந்த சாதி மற்றும் பிரதிலோமா தலைகீழ், அதாவது தாய் உயர்ந்த சாதி மற்றும் தந்தை தாழ்ந்த சாதி. சதுர்வர்ணத்திற்கு வெளியே இருப்பதால் அனுலோம், பிரதிலோமா இருவரும் ஒரே மாதிரியாக இருந்தாலும், மனு இரண்டையும் வேறுபடுத்திக் காட்டியுள்ளார். அவர் எழுத்துக்களின் தலைகீழ்களை வெளிப்புறமாகவோ அல்லது வெளிப்புறமாகவோ அழைக்கிறார் மற்றும் தலைகீழ்களை தாழ்ந்தவர் என்று அழைக்கிறார். 'தாழ்ந்தவர்கள்' வெளியாட்களை விட தாழ்ந்த நிலையில் உள்ளனர். ஆனால் மனுவின் பார்வையில் 'வெளியாட்கள்' 'தீண்டத்தகாதவர்கள்' அல்ல, 'தாழ்ந்தவர்கள்' மட்டும் அல்ல.

'அன்டியோஸ்' ஒரு வகுப்பாக மனுவால் விவரிக்கப்பட்டுள்ளது (4,79 இல்). ஆம், மனு அவர்களை எண்ணவில்லை. மேகதித்தி தனது வர்ணனையில் 'அந்தியா என்றால் மௌச்ச, மேதா போன்றவை. புஹ்லர் 'அந்தியா' என்பதை 'தாழ்ந்த சாதி மக்கள்' என்று மொழிபெயர்த்துள்ளார். மனுவின் வசனம் இதுதான்:-

அவன் வீழ்ந்த மனிதர்களோடும், சண்டாளர்களோடும், புல்காக்களோடும் பழகக் கூடாது

முட்டாள்களாலும், கம்புகளாலும், முனைகளாலும், அம்புகளாலும் நாம் தோற்கடிக்கப்பட மாட்டோம். 4-71

இந்த வழியில், முனைகளின் தீண்டாமை எந்த வகையிலும் ஆதரிக்கப்படவில்லை. இந்த பெயர் கிராமத்தின் முடிவில் வாழ்ந்த மக்களுக்கு வழங்கப்பட்டிருக்கலாம். அவர்கள் 'தாழ்ந்த சாதி' என்று எண்ணப்படுவதற்கான காரணம் ஸ்ரீ கேன் குறிப்பிட்டுள்ள பிருஹதாரண்யக உபநிஷத்தின் (1,3) கதையில் வருகிறது. கதை வருமாறு:-

"தேவர்களுக்கும் அசுரர்களுக்கும் போர் நடந்தது. அவன் மூலம் அசுரர்களை வெல்லலாம் என்று தேவர்கள் நினைத்தார்கள். இந்த கடவுள் (பிராணன்) செய்த பாவங்கள் (பேச்சு போன்றவை) அதில் ஒரு பகுதி உள்ளது

அவர்களைப் பொறுத்தவரை, மரணம் ஒரு வடிவம், அதைத் தூக்கி எறிந்து அவர்களை தெய்வங்களின் முடிவில் கொண்டு

வந்தது. எனவே ஆரியர்களின் எல்லைக்கு அப்பால் செல்லக்கூடாது, திசைகளின் முடிவில் செல்லக்கூடாது. அப்படிச் செய்வதன் மூலம் அவன் பாம்பன் கையில் அதாவது மரணம் அடையலாம் என்று எண்ண வேண்டும்."

இந்த பத்தியில் வரும் 'திஷாம் எறும்பு' என்பதன் பொருளைப் பொறுத்தே 'அன்த்யா' என்ற வார்த்தையின் பொருள் அமையும். 'திஷாம் எறும்பு' என்பதன் பொருள் 'கிராம எல்லையின் முடிவில்' என்று எடுத்துக் கொண்டால், அதை நீட்டிய பொருளாகப் புரிந்து கொள்ளக்கூடாது என்றால், அந்திய மக்கள் 'தீண்டத்தகாதவர்கள்'. அவர்கள் கிராமத்தின் புறநகரில் வாழ்ந்தார்கள் என்பது மிகவும் அர்த்தமுள்ளதாக இருக்கிறது.

'அந்தியர்'களைப் பொறுத்த வரை, அவர்கள் 'தீண்டத்தகாதவர்கள்' என்ற எண்ணத்தை மறுப்பதற்கு அவர்களைப் பற்றி நாம் அறிந்தவையே போதுமானது. அந்த சில விஷயங்களில் கவனம் செலுத்தலாம்:-

மகாபாரதத்தின் சாந்தி பர்வாவில் (109,9,11), அந்தியஜஸ் வீரர்கள் என்று குறிப்பிடப்பட்டுள்ளது. சரஸ்வதி விலாஸின் கூற்றுப்படி, 'இயற்கையின் வடிவங்களில்' கணக்கிடப்பட்ட ஏழு ஜாதி மன்னர்களைப் பற்றி பிதாமா பேசியுள்ளார். பிரகிருதி என்பது சலவை செய்பவர் போன்ற தொழில் வகைகளைக் குறிக்கிறது. இது ஷக் சம்வத் 622 இன் பில்லாஸ் II இன் சங்கம்னெர் (செப்புத் தகடு) மூலம் தெளிவாகிறது. இது (செப்புத் தகடு) 18 இயல்புகளுக்கு ஒரு கிராமத்தை தானம் செய்வதைக் குறிப்பிடுகிறது. வீர் மித்ரோதயா பிரிவு என்பது ரஜக் போன்ற பதினெட்டு சாதிகள் என்று கூறுகிறது, அவை கூட்டாக அந்தியஜ் என்று அழைக்கப்படுகின்றன. இந்த விஷயங்களைக் கருத்தில் கொண்டு, அந்தியாஜ் மக்கள் 'தீண்டத்தகாதவர்களாக' கருதப்பட்டனர் என்று எப்படிச் சொல்ல முடியும்.

இப்போது அந்தியவாசிகளை எடுத்துக் கொள்ளுங்கள். அவர்கள் யார்? அவர்கள் தீண்டத்தகாதவர்களா? அந்தியவாசி என்ற சொல் இரண்டு அர்த்தங்களில் பயன்படுத்தப்பட்டுள்ளது. குருவுடன் தன் வீட்டில் வாழும் பிரம்மச்சாரி என்பது அதன் ஒரு பொருள். பிரம்மச்சாரிக்கு அந்தியவாசி என்ற வார்த்தை வந்துள்ளது. கடைசியில் உணவு உண்பவர் என்பதால், அந்தியவாசினு என்று அழைக்கப்படுகிறார். எது எப்படியிருந்தாலும், இந்தச் சூழலில் இந்த வார்த்தைக்கு 'தீண்டத்தகாதவர்' என்று பொருள் கொள்ள முடியாது என்பது மறுக்க முடியாதது. பிராமணர்களும், க்ஷத்திரியர்களும், வைசியர்களும் மட்டுமே பிரம்மச்சாரிகளாக ஆக முடியும் என்ற நிலையில் இது எப்படி நிகழும்? மற்றொரு அர்த்தத்தில் இது ஒரு 'நாட்டுப்புறக் குழு' என்பதைக் குறிக்கிறது, ஆனால் இந்த வார்த்தை

'தீண்டத்தகாதவர்' என்பதற்கு ஒத்ததாக இருந்ததா என்பதில் சந்தேகம் உள்ளது.

'வசிஷ்ட தர்ம-சூத்திரம்' (18, 3) படி, அவர்கள் சூத்திர தந்தை மற்றும் வைஷ்ய தாய்க்கு குழந்தைகள், ஆனால் மனுவின் கருத்து (15, 89) அவர்கள் சண்டல் தந்தை மற்றும் நிஷாத் தாயின் குழந்தைகள். அவர்களின் வகுப்பைப் பற்றி மிதாக்ஷரா கூறுகிறார், 'அந்தியஜாக்களைப் பற்றி எது உண்மையோ, அந்தியவாசிகளைப் பற்றியும் உண்மையாகக் கருதலாம்.

இங்கு இடைநிறுத்தி, நமது பழங்கால இலக்கியங்களில் உள்ள 'அந்தியாவாசி', 'அந்தியா மற்றும் அந்தியாஜ்' போன்றவர்களின் சமூக அந்தஸ்து பற்றிய தகவல்களைக் கணக்கிட்டால், 'தீண்டத்தகாதவர்கள்' 'நவீனமானது' என்று சொல்ல நமக்கு சுதந்திரம் இல்லை என்பது தெளிவாகிறது. வார்த்தைகள்'

இந்த அர்த்தத்தில் அவர்கள் 'தீண்டத்தகாதவர்கள்'. ஆனால் இன்னும் சந்தேகம் உள்ளவர்களை திருப்திப்படுத்த, இந்த சோதனையை மற்றொரு பார்வையில் செய்யலாம். 'தீண்டாமை' என்ற சொல்லுக்கு அவர் எதைக் குறிப்பிட்டார் என்பதைக் கருத்தில் கொண்டு.

இந்த நோக்கத்தை நிறைவேற்ற, சமய நூல்களில் கூறப்பட்டுள்ள 'பரிகாரம்' விதிகளை எடுத்துக் கொள்வோம். இவற்றைப் படிப்பதன் மூலம், இன்று எடுத்துக் கொள்ளப்படும் சமயச் சூதர்களின் காலத்திலும் தீண்டத்தகாதவர் என்ற சொல்லில் இருந்து அதே பொருள் எடுக்கப்பட்டதா என்பதைப் பார்க்க முடியும்?

உதாரணமாக, 'சண்டாலா', 'தீண்டத்தகாதவர்' எனப்படும் சாதியை எடுத்துக் கொள்வோம். முதலில், 'சந்தல்' என்ற சொல் குறிப்பிட்ட சாதியைக் குறிக்கவில்லை என்பதை மனதில் கொள்ள வேண்டும். இது பல்வேறு வகையான மக்களைக் குறிக்கும் சொல். மொத்தம் ஐந்து வகையான 'சண்டாளங்கள்' வேதங்களில் விவரிக்கப்பட்டுள்ளன. அவர்கள் (1) ஒரு சூத்திர தந்தை மற்றும் ஒரு பிராமண தாயின் குழந்தைகள், (2) ஒரு கன்னிப் பெண்ணின் குழந்தைகள், (3) தொடர்புடைய பெண்ணின் குழந்தைகள், (4) துறவியாகி திரும்பும் ஒருவரின் குழந்தைகள். ஒரு வீட்டுக்காரர், (5) ஒரு முடிதிருத்தும் தந்தை மற்றும் ஒரு பிராமண தாயின் குழந்தைகள். எந்த சண்டல் 'தூய்மை'யாக இருக்க வேண்டும் என்று சொல்வது கடினம். என்று கருதுகிறோம்

எல்லா சண்டலர்களும் 'தூய்மையாக' இருப்பது முக்கியம் என்கிறார்கள். புனித நூல்களால் என்ன சுத்திகரிப்பு விதிகள் பரிந்துரைக்கப்பட்டுள்ளன? கௌதம தர்ம சூத்திரம் (16, 3) என்று கட்டளையிடுகிறது

'சூதக்' காரணமாக 'தூய்மையற்ற' பெண், மாதவிடாய் உள்ள பெண், இறந்த உடல் அல்லது அவளைத் தொடும் நபர்களுடன்

யாராவது 'புறம்போக்கு' சாண்டல் தொடர்பு கொண்டால், அந்த நபர் (உடைகளுடன்) முடியும். குளித்தால் தூய்மையாகிவிடும்.

வசிஷ்ட தர்ம-சூத்திரன் (4, 37) கட்டளை பின்வருமாறு:-

"பலித் தூணையோ, கலசத்தையோ, மயானத்தையோ, மாதவிலக்கு பெற்ற பெண்ணையோ, புதிதாகப் பெற்றெடுத்த பெண்ணையோ, அசுத்தமானவர்களோ, சண்டாளரையோ தொடுபவர்கள் நீராடி நீராட வேண்டும்.

அவரது தர்ம சூத்திரம் (கேள்வி 1, அத்தியாயம் 5, பிரிவு 6, வசனம் 5) மேலும் கூறுவது போல், பௌதாயனன் வசிஷ்டருடன் உடன்படுகிறார்.

"ஒரு பிராமணன் புனிதமற்ற இடத்தில் நடப்பட்ட மரத்தையோ, பைரொன்றையோ, யாகத் தூணையோ, சண்டாளரையோ, வேத விற்பன்னரையோ தொட்டால், அவன் புனித நீராட வேண்டும்." மனு ஸ்மிருதியின் விதிகள் பின்வருமாறு:-

திவாகீர்த்தியும் சுத்திகாவும் தண்ணீரில் விழுந்தனர்
பிணத்தை ஸ்நானம் செய்து சுத்தம் செய்தால் துறவு ஆசை. 15.85

பொருள்: ஒரு பிராமணன் சண்டாளனையோ, மாதவிடாய் உள்ள பெண்ணையோ, வீழ்ந்தவனையோ, கர்ப்பிணிப் பெண்ணையோ, இறந்த உடலையோ அல்லது இறந்த உடலைத் தொட்டவனையோ தொட்டால், அவன் நீராடி தூய்மை அடைகிறான்.

நாய்களால் கொல்லப்படும் ஒருவரின் இறைச்சி சுத்தமானது என்று மனு கூறினார்.

மற்றும் சண்டாளன் போன்ற அவனுடைய மற்ற திருடர்களால்
சதையைக் கொல்வது.15,1311

பொருள்: நாய்களால் கொல்லப்படும் விலங்கின் இறைச்சியோ, வேறு எந்த மாமிச விலங்குகளால் கொல்லப்பட்ட விலங்கின் இறைச்சியோ, சண்டால் கொன்ற விலங்கின் இறைச்சியோ தூய்மையற்றது.

ஆனால் மிச்சம் இருந்த பொருளின் கையை எப்படி தொடாமல்
இருக்கும் பொருளின் நிச்சயமற்ற தன்மையால் உடலின் உள் பகுதி
சுத்தப்படுத்தப்படுகிறது. 5, 143

பொருள்: எந்தப் பொருளையும் எந்த விதத்தில் சுமந்து செல்லும் போது, அது எந்த ஒரு 'அசுத்தமான' நபரையோ அல்லது பொருளையோ தொட்டால், அந்த பொருளை வைத்திருக்காமல், அது ஆச்சர்யத்தால் தூய்மைப்படுத்தப்படும்.

'தர்ம-சூத்திரங்கள்' மற்றும் 'மனு-ஸ்மிருதி' ஆகியவற்றிலிருந்து மேற்கோள் காட்டப்பட்ட இந்த நூல்களிலிருந்து பின்வரும் விஷயங்கள் தெளிவாகின்றன.

(1) பிராமணர்கள் மட்டுமே சண்டாளின் தீண்டலால் தூய்மையற்றவர்கள் ஆனார்கள்.

(2) அநேகமாக, தூய்மையான மற்றும் தூய்மையற்றது என்ற கருத்தில் சிறப்பு சந்தர்ப்பங்களில் மட்டுமே எடுக்கப்பட்டது.

இந்தக் கண்டுபிடிப்புகள் சரியாக இருந்தால், அது தீண்டாமை அல்ல, தூய்மையற்றது. தூய்மையற்றது என்பதற்கும் தீண்டத்தகாதவர்கள் என்பதற்கும் உள்ள வேறுபாடு மிகத் தெளிவாக உள்ளது. 'தீண்டத்தகாதவர்' அனைவரையும் 'தூய்மையற்றவர்' ஆக்குகிறது. ஆனால் தூய்மையற்றது பிராமணனை மட்டுமே தீட்டுப்படுத்துகிறது. அசுத்தத்தின் தொடுதல் சடங்குகளின் போது மட்டுமே தூய்மையற்ற தன்மையை ஏற்படுத்துகிறது. எப்போதும் தீண்டத்தகாதவர்களின் தொடுதல்.

இன்னும் குறிப்பிடப்படாத மற்றொரு வாதம் உள்ளது. இந்த யோசனை எப்போதும்

மத ஆதாரங்களில் பெயர் குறிப்பிடப்பட்டுள்ள சாதிகள் 'தீண்டத்தகாதவை' என்பது நிரூபணமாகிறது. இதுவரை

இரண்டாம் அத்தியாயத்தில் உள்ள 'கவுன்சில் ஆணை' என்ற சாதிப் பட்டியலையும், இந்த அத்தியாயத்தில் நினைவுகளின் அடிப்படையில் உருவாக்கப்பட்ட பட்டியலையும் ஒப்பிட்டுப் பார்த்ததில் இருந்து எழுகிறது. இந்த ஒப்பீடு என்ன வெளிப்படுத்துகிறது? யார் வேண்டுமானாலும் பார்க்கலாம், இது காட்டுகிறது.

(1) ஸ்மிருதிகளில் கொடுக்கப்பட்டுள்ள சாதிகளின் அதிகபட்ச எண்ணிக்கை 12 மட்டுமே, ஆனால் 'கவுன்சில் ஆணை'யில் உள்ள பெயர்கள் 429ஐ எட்டும்.

(2) அத்தகைய சாதிகள் உள்ளன, அவற்றின் பெயர்கள் 'கவுன்சில் ஆர்டர்களில்' உள்ளன, ஆனால் ஸ்மிருதிகளில் இல்லை. 421 இல், 429 சாதிகள் உள்ளன, அவற்றின் பெயர்கள் நினைவுகளில் கூட இல்லை.

(3) அத்தகைய சாதிகள் உள்ளன, அவற்றின் பெயர்கள் நினைவுகளில் உள்ளன, ஆனால் 'கவுன்சில் ஆணை' பட்டியலில் இல்லை. (4) இரண்டு பட்டியலிலும் ஒரே ஒரு ஜாதியின் பெயர்கள் உள்ளன. ஆனால், 'கவுன்சில் ஆணை'யின்படி, நாட்டின் சில பகுதிகளில் மட்டும் தீண்டத்தகாதவர்களாகக் கருதப்படுகின்றனர். சாமர் இந்தியா முழுவதும் தீண்டத்தகாதவராகக் கருதப்படுகிறார்.

'தூய்மையற்றது', 'தீண்டத்தகாதவர்கள்' என்பது வேறு வேறு என்று நம்பாதவர்கள், மேற்கண்ட விஷயங்களை

அறியாதவர்களாகத் தெரிகிறார்கள். ஆனால் அவர்கள் கவனம் செலுத்த வேண்டும். இந்த விஷயங்கள் மிகவும் சிறப்பு வாய்ந்தவை மற்றும் மிகவும் தாக்கத்தை ஏற்படுத்தக்கூடியவை, 'தூய்மையற்றவை' என்பதை நாம் ஏற்றுக்கொள்ள வேண்டும்

தீண்டத்தகாதவர்கள்' என்பது வேறு. முதல் புள்ளியை மட்டும் எடுத்துக் கொள்ளுங்கள். இது ஒரு முக்கியமான கேள்வியை எழுப்புகிறது.

இரண்டு பட்டியல்களும் ஒரே மாதிரியான நபர்களாக இருந்தால், இரண்டுக்கும் இடையில் ஏன் இந்த வேறுபாடு மற்றும் இவ்வளவு வித்தியாசம்? சாஸ்திரங்களில் பெயர்கள் இடம் பெற்றுள்ள ஜாதிகள் 'கவுன்சில்-ஆர்டர்' பட்டியலில் இல்லாதது எப்படி? மறுபுறம், 'கவுன்சில் ஆணை' பட்டியலில் இடம் பெற்றுள்ள சாதிகள் வேதப் பட்டியலில் இல்லாதது எப்படி? இதுதான் நாம் சந்திக்கும் முதல் சிரமம்.

ஒரே ஒரு வகை மக்கள் என்று வைத்துக் கொண்டால், அது ஒரு வகை மக்களை மட்டுமே குறிக்கிறது என்றால், முதலில் பன்னிரெண்டு சாதிகளுக்கு மட்டுமே இருந்த 'தீண்டாமை' எப்படி இருந்தது என்பது தெளிவாகிறது இது 429 சாதிகளுக்குள் பரவியதா? இந்த 'தீண்டாமை' என்ற மாபெரும் சாம்ராஜ்யம் விரிவடையக் காரணம் என்ன? இந்த 429 ஜாதிகளும் வேதத்தில் குறிப்பிடப்பட்டுள்ள பன்னிரண்டு ஜாதிகளின் வகையைச் சேர்ந்தவை என்றால், இந்த நானூற்று முப்பத்தொன்பது சாதிகள் ஏன் எந்த வேதத்திலும் பெயரிடப்படவில்லை? வேதம் எழுதப்பட்ட காலத்தில் இந்த நானூற்று இருபத்தி ஒன்பது சாதிகளில் ஒரு ஜாதி கூட இருந்திருக்க முடியாது. அனைவரும் இல்லை என்றால், சிலர் இருந்திருக்க வேண்டும். பிறகு; அவர்களின் பெயர்கள் ஏன் வேதத்தில் எழுதப்படவில்லை? இரண்டு பட்டியல்களும் ஒரே வகுப்பைச் சேர்ந்தவர்கள் என்று நாம் கருதினால், இந்தக் கேள்விகளுக்கு திருப்திகரமான பதிலைக் கொடுப்பது கடினம், மேலும் இரண்டு பட்டியல்களும் இரண்டு வெவ்வேறு வகுப்புகளைச் சேர்ந்தவை என்பதை ஏற்றுக்கொண்டால், இந்தக் கேள்விகள் அனைத்தும் மறைந்துவிடும். உண்மையில், இந்த பட்டியல்கள் இரண்டு வெவ்வேறு வகை மக்கள், வேதங்களின் பட்டியல் தூய்மையற்ற மக்கள் மற்றும் 'கவுன்சில் உத்தரவு' பட்டியல் 'தீண்டத்தகாத' மக்கள். இரண்டு பட்டியல்களும் வெவ்வேறாக இருப்பதற்கு இவையே காரணம். பட்டியல்களில் உள்ள வேறுபாடு, வேதங்களில் குறிப்பிடப்பட்டுள்ள சாதிகள் தூய்மையற்றவை மட்டுமே என்பதை ஆதரிக்கிறது. அவர்களை இன்றைய தீண்டத்தகாதவர்களுடன் தொடர்புபடுத்துவது தவறு.

இப்போது இரண்டாவது விஷயத்தைக் கவனியுங்கள். தூய்மையற்றவர்களும் தீண்டத்தகாதவர்களும் ஒன்றே எனில், 429 சாதிகளில் 427 சாதிகள் ஸ்மிருதிகளுக்குத் தெரியாதது ஏன்?

ஸ்மிருதி காலத்தில் சாதி வடிவில் இருந்திருக்க வேண்டும். அவர்கள் இப்போது தீண்டத்தகாதவர்கள் என்றால், அவர்கள் அன்றும் தீண்டத்தகாதவர்களாக இருந்திருக்க வேண்டும். பிறகு ஏன் அவர் பெயர் நினைவுகளில் இல்லை?

இப்போது மூன்றாவது புள்ளியை எடுத்துக் கொள்ளுங்கள். 'தூய்மையற்றவர்' மற்றும் தீண்டத்தகாதவர் என்பது ஒன்றுதான் என்றால், நினைவுகளில் வரும் சாதிகளின் பெயர்கள் 'கவுன்சில் உத்தரவு' பட்டியலில் ஏன் வரவில்லை? இந்த கேள்விக்கு இரண்டு பதில்கள் மட்டுமே இருக்க முடியும். ஒன்று, அவர் ஒரு காலத்தில் 'தீண்டத்தகாதவர்' என்றாலும், பின்னர் அவர் 'தீண்டத்தகாதவர்' அல்ல. இரண்டாவதாக, இரண்டு பட்டியல்களிலும் முற்றிலும் வேறுபட்ட வகைகளைச் சேர்ந்த சாதிகளின் பெயர்கள் உள்ளன. தீண்டாமை நிரந்தரமானது என்பதால் முதல் பதில் ஆதாரமற்றது. காலத்தால் அதை அழிக்கவோ எடுக்கவோ முடியாது. சாத்தியமான ஒரே பதில் இரண்டாவது.

இப்போது நான்காவது புள்ளியை எடுத்துக் கொள்ளுங்கள். இந்த இரண்டு பட்டியலிலும் சமருக்கு மட்டும் இடம் கிடைத்தது ஏன்? இரண்டு பட்டியல்களும் ஒரே வகையைச் சேர்ந்தவை என்று பதில் சொல்ல முடியாது. இது சரியான விடையாக இருந்திருந்தால், சாமர்கள் மட்டுமல்ல, ஸ்மிருதி பட்டியலில் கொடுக்கப்பட்டுள்ள மற்ற எல்லா சாதியினரின் பெயர்களும் இரண்டு பட்டியல்களிலும் வந்திருக்கும்; ஆனால் அவர் வரவில்லை. இரண்டு பட்டியல்களும் இரண்டு வெவ்வேறு வகை மக்கள் என்பது சரியான பதில். சில தீண்டத்தகாதவர்களின் பட்டியலில் 'தூய்மையற்ற' பட்டியலும் உள்ளது. இதற்குக் காரணம், ஒரு காலத்தில் தூய்மையற்றவர்களாக இருந்தவர்கள், பின்னர் தீண்டத்தகாதவர்களாக மாறியதுதான். இரண்டு பட்டியல்களிலும் 'சமர்' பெயர் வருவது உண்மைதான். ஆனால், 'தூய்மையற்றவர்', 'தீண்டத்தகாதவர்' என்ற வித்தியாசம் இல்லை என்பதற்கு இது ஒரு சான்றாக இருக்க முடியாது. ஒரு காலத்தில் 'தூய்மையற்றவராக' இருந்த செருப்புத் தொழிலாளி, பின்னர் 'தீண்டத்தகாதவர்' ஆனார் என்பதை இது நிரூபிக்கிறது. அதனால்தான் அவரது பெயர் இரண்டிலும் சேர்க்கப்பட்டுள்ளது.

ஸ்மிருதிகளில் குறிப்பிடப்பட்டுள்ள பன்னிரண்டு சாதிகளில் சாமர்கள் மட்டும் ஏன் தீண்டத்தகாதவர்களாக ஆக்கப்பட்டார்கள்? இதற்கான காரணத்தை புரிந்து கொள்வது கடினம் அல்ல. 'சமர்' மற்றும் பிற 'தூய்மையற்ற' சாதிகளுக்கு இடையே பாகுபாடு என்ற சுவரை உருவாக்கியது அவர்களின் அசைவம். பசுவுக்கு 'புனிதம்' அந்தஸ்து கிடைத்து, அசைவ மாடு உண்பது 'பாவம்' என்ற நிலை ஏற்பட்ட காலத்தில், 'தூய்மையற்ற' மக்களில், அசைவ உணவு உண்பவர்களே 'தீண்டத்தகாதவர்கள்' ஆனார்கள். சமர் மட்டுமே

மாட்டிறைச்சி உண்ணும் சாதி, எனவே இந்த ஒரே சாதியின் பெயர் இரண்டு பட்டியல்களிலும் உள்ளது. சாமர்ஸ் தொடர்பான கேள்விக்கான பதில் இரண்டு விஷயங்கள் தொடர்பாக தீர்க்கமானது. தீண்டத்தகாதவர்களிடமிருந்து 'தூய்மையற்றவர்கள்' வேறுபட்டவர்கள் என்பதும், மாட்டிறைச்சி உண்பதுதான் தீண்டாமைக்கு மூலகாரணம் என்பதும் இது முடிவானது, இது 'தூய்மையற்றவர்களை' 'தீண்டத்தகாதவர்'களிடமிருந்து பிரிக்கிறது.

தீண்டாமையும் தூய்மைக்கேடு என்பதும் ஒன்றல்ல, தீண்டாமைப் பிரச்சினையைத் தீர்மானிப்பதில் இந்த உண்மை பெரும் முக்கியத்துவம் வாய்ந்தது. இது இல்லாமல், தீண்டாமை காலத்தை சரிசெய்ய முயல்வது பாதையை விட்டு விலகுவதாகும்

16.
ஒதுக்கப்பட்டவர் எப்போது தீண்டத்தகாதவராக ஆனார்?

இதுவரை நடந்த விவாதங்களில் இருந்து, இந்தியாவில் ஒவ்வொரு கிராமமும் இரண்டு பகுதிகளாக இருந்த காலம் இருந்தது என்பது நிரூபணமாகியுள்ளது. குடியேறியவர்களில் ஒருவர், பிரிந்தவர்களில் ஒருவர். இருவரும் வெகு தொலைவில் வாழ்ந்தாலும். 'குடியேறிய' மக்கள் கிராமத்திற்குள்ளும், 'பிரிந்த' மக்கள் கிராமத்திற்கு வெளியேயும் இருந்தனர். இருப்பினும், இருவரின் சமூக நடத்தையில் எந்த விதமான தடையும் இல்லை. பசுவுக்கு புனிதம் என்ற அந்தஸ்து கிடைத்தபோதும், மாட்டிறைச்சி உண்பது தடை செய்யப்பட்டபோதும் சமூகம் இரண்டாகப் பிரிந்தது. குடியேறிய சாதிகள் தீண்டத்தகுந்த சாதிகளாகவும், சிதறடிக்கப்பட்ட சாதிகள் தீண்டத்தகாதவர்களாகவும் மாறியது. பிரிக்கப்பட்ட மக்கள் எப்போது தீண்டத்தகாதவர்களாகக் கருதத் தொடங்கினார்கள் என்பதுதான் கடைசியாகப் பரிசீலிக்கப்பட வேண்டிய கேள்வி. தீண்டாமையின் தோற்றத்தின் சரியான தேதியை தீர்மானிப்பதில் உள்ள சிரமங்கள் வெளிப்படையானவை. 'தீண்டாமை' என்பது சமூக உளவியலின் ஒரு அம்சம். இது ஒரு பிரிவினருக்கு எதிராக இன்னொரு பிரிவினரின் சமூக வெறுப்பு. இது சமூக உளவியலின் சிதைந்த மற்றும் அதிகரிக்கும் வடிவமாகும், இது அதன் வடிவத்தை உருவாக்க சிறிது நேரம் எடுத்திருக்க வேண்டும். எனவே, விதை வடிவில் தோன்றி, இரத்த விதையாகி, எங்கும் நிறைந்ததாக மாறிய ஒரு பொருளின் இருப்புக்கான சரியான தேதியை யாரும் தீர்மானிக்க முடியாது. தீண்டாமை விதை எப்பொழுது தழைத்திருக்கும் என்று நினைத்துக்கூட பார்க்க முடியாது. எந்த குறிப்பிட்ட தேதியும் ஒருபுறம் இருக்கட்டும், அதைச் சுற்றி பந்தயம் கட்ட முடியாது.

ஒரு நிலையான தேதி சாத்தியமில்லை. ஆனால் தோராயமான தேதியை கொடுக்கலாம். அதன்

இதற்கு, முதலில் நாம் செய்ய வேண்டியது, 'தீண்டாமை' இல்லாதபோது மேல்நோக்கி வரம்பை முடிவு செய்வதும், 'தீண்டாமை' தொடங்கியபோது கீழ்நோக்கி வரம்பை முடிவு செய்வதும் ஆகும். உச்ச வரம்பை நிர்ணயிப்பதில் முதலில்

கவனிக்க வேண்டிய விஷயம் என்னவென்றால், வேதங்களில் அந்த்யஜஸ் என்று அழைக்கப்படுபவை. ஆனால் அவர்கள் 'தீண்டத்தகாதவர்களாக' கருதப்படவில்லை என்பது மட்டுமல்லாமல், அவர்கள் 'தூய்மையற்றவர்களாக' கருதப்படவில்லை. இந்த முடிவை ஆதரிப்பதற்காக திரு. கேனின் இந்த அறிக்கையை மேற்கோள் காட்டலாம்.

ஆரம்பகால வேத இலக்கியங்களில் இதுபோன்ற பல பெயர்கள் உள்ளன, அவற்றை ஸ்மிருதிகள் 'அந்த்யஜா' என்று அழைத்தனர். சர்மனா ரிக்வேதத்தில் வருகிறது (8, 8, 38). 'சண்டாலா' மற்றும் 'பௌலாக்ஸ்' ஆகியவை வாஜசனேய-சம்ஹிதையில் வருகின்றன.

வேதம் மற்றும் வாப்தா (பார்பர்) ரிக் வேதம், விடலாகர அல்லது வித் லரக் (ஸ்மிருதிகளின் புருட்டின் பிரதிநிதி) ஆகியவற்றிலும் நிகழ்கிறது, வாஜஸனேய-சம்ஹிதை மற்றும் தைத்திரீய பிராமணத்தில் நிகழ்கிறது. வாஜஸனேயி சம்ஹிதையில் வசஹபால்புலி (தோபின் ஸ்மிருதிஸ் அரசர்களின் பிரதிநிதி). ஆனால் மக்கள் 'சாதிகளாக' மாறினாலும், அவர்கள் 'தீண்டத்தகாதவர்கள்' என்று இந்தக் கட்டுரைகளில் எந்தக் குறிப்பும் இல்லை. "(தர்மசாஸ்திரம் தொகுதி 2)

இவ்வாறு வேத காலத்தில் எங்கும் தீண்டாமை இல்லை. 'தர்ம சூத்திரங்கள்' காலத்தைப் பொறுத்த வரையில், அக்காலத்தில் 'அசுத்தம்' இருந்ததைக் கண்டோம், ஆனால் 'தீண்டாமை' இல்லை.

மனு காலத்தில் 'தீண்டாமை' இருந்ததா? இந்த கேள்விக்கு விரைவாக பதிலளிக்க முடியாது. மனுஸ்மிருதியில் ஒரு வசனம் உள்ளது, அதில் நான்கு வர்ணங்கள் மட்டுமே உள்ளன, ஐந்தாவது இல்லை என்று மனு கூறுகிறது. இந்த வசனம் ஒரு புதிர் வடிவில் உள்ளது:

பிராமணர்கள், க்ஷத்திரியர்கள், வைசியர்கள் மற்றும் பிராமணர்கள் மூன்று சாதிகள். நான்காவது ஒரு ஜாதி, ஆனால் சூத்திரர்களுக்கு ஐந்தாவது இல்லை.10,4 இதன் பொருள் என்னவென்று சொல்வது எளிதல்ல. எது என்பது தெளிவாகத் தெரிகிறது

மனுஸ்மிருதியை எழுதியவர் எழுதிய காலத்தில், ஏதோ சர்ச்சைகள் நடந்திருக்க வேண்டும். மனு இங்கே அதே சர்ச்சையை அமைதிப்படுத்த முயற்சித்துள்ளார். 'சதுர்வர்ணத்தைப் பற்றிய சில ஜாதிகள்' தொடர்பாக இந்த சர்ச்சை இருந்திருக்க வேண்டும் என்பது தெளிவாகத் தெரிகிறது. சர்ச்சையின் மையமாக என்ன இருந்திருக்கும் என்பது தெளிவாகத் தெரிகிறது? சுருங்கச் சொன்னால், ஒரு குறிப்பிட்ட சாதியை சதுர்வர்ணத்திற்கு வெளியே ஐந்தாவது 'ஜாதி'யாகக் கருத வேண்டுமா என்பதுதான் சர்ச்சைக்குரிய விஷயமாக இருந்திருக்க வேண்டும்? இது மிகவும்

தெளிவாக உள்ளது. இந்த தகராறு எந்த 'சாதி' பற்றியது என்பது தெரியவில்லை? ஏனென்றால், மனு சர்ச்சைக்குரிய ஜாதியின் பெயரைக் குறிப்பிடவில்லை.

மனுவின் முடிவும் தெளிவில்லாமல் இருப்பதால், இந்த வசனமும் புதிர் வடிவம் பெறுகிறது. ஐந்தாவது வர்ணம் இல்லை என்று மனு விதிக்கிறது. ஒரு பொதுவான கூற்றாக, இது அனைவருக்கும் புரியும் ஒரு பொருளைக் கொண்டுள்ளது. ஆனால் இந்த முடிவு சர்ச்சைக்குரிய ஒரு குறிப்பிட்ட சாதியினருக்குப் பயன்படுத்தப்பட்டால் என்ன அர்த்தம்? இதற்கு இரண்டு அர்த்தங்கள் இருப்பது தெளிவாகிறது. ஐந்தாவது வர்ணம் இல்லாததால், குறிப்பிட்ட சாதி இந்த நான்கு ஆண்டுகளில் ஏதேனும் ஒன்றில் ஏற்றுக்கொள்ளப்பட்டிருக்க வேண்டும் என்பதையும் இது குறிக்கலாம்; அதன் இரண்டாவது பொருள் என்னவென்றால், நான்கு வர்ணங்கள் மட்டுமே இருப்பதால், ஐந்தில் ஒன்று இருக்க முடியாது, எனவே அந்த குறிப்பிட்ட சாதி முற்றிலும் சதுர்வர்ணத்திற்கு வெளியே கருதப்பட்டிருக்கும். மனுஸ்மிருதியின் மேற்கோள் 'தீண்டத்தகாதவர்களுடன்' தொடர்புடையது என்பது சனாதானி இந்துக்களின் பாரம்பரியக் கருத்து. 'தீண்டத்தகாதவர்களின்' நிலைதான் சர்ச்சைக்குரிய விஷயமாக இருந்தது; மேலும் மனுவின் முடிவு தீண்டத்தகாதவர்களின் நிலை மட்டுமே. இந்த அர்த்தம் இந்துக்களிடையே இரு பிரிவினைகளை உருவாக்கும் அளவுக்கு வேரூன்றி விட்டது.

பரிசீலிக்கத் தொடங்கியுள்ளன.

உயர் சாதி இந்து மற்றும் அவர்ண இந்து என்றால் தீண்டத்தகாதவர். இந்தக் கருத்து சரியானதா என்பதுதான் கேள்வி?மனுவின் இந்த வசனத்தின் பொருள் என்ன? 'தீண்டத்தகாதவர்கள்' என்று அர்த்தமா? இந்த தலைப்பில் விவாதம் ஒரு சர்ச்சைக்குரிய கேள்வியிலிருந்து வெகு தொலைவில் இருப்பதாகத் தோன்றலாம், ஆனால் அது அவ்வாறு இல்லை. ஏனெனில் இந்த வசனம் தீண்டத்தகாதவர்களுடன் மட்டுமே தொடர்புடையது என்றால், மனுவின் காலத்தில் தீண்டாமை இருந்தது என்பதை நிரூபிக்க முடியும். இது பரிசீலனையில் உள்ள தலைப்புடன் நேரடியாக தொடர்புடைய முடிவு. எனவே இந்த விவகாரம் குறித்து விவாதிக்க வேண்டும்.

மேற்கூறிய பொருள் தவறு என்பது எனது உறுதியான கருத்து. இந்த வசனத்திற்கும் தீண்டத்தகாதவர்களுக்கும் எந்த சம்பந்தமும் இல்லை என்று நான் நம்புகிறேன். எந்த சாதியின் அந்தஸ்து சர்ச்சைக்குரியது என்பதை மனு எங்கும் சொல்லவில்லை, அது தீண்டத்தகாதவர்களின் சாதியா அல்லது வேறு ஏதாவது சாதியா? இந்த வசனத்திற்கும் தீண்டத்தகாதவர்களுக்கும் எந்த வகையிலும் சம்பந்தம் இல்லை என்ற எனது கருத்துக்கு ஆதரவாக, நான் இரண்டு

விஷயங்களை நம்பியிருக்கிறேன். மனுவின் காலத்தில் 'தீண்டாமை' இல்லை என்பது முதல் விஷயம். அப்போது 'அசுத்தம்' மட்டுமே இருந்தது. சந்தாளிடம் மனுவின் உணர்வு வெறுப்பு மட்டுமே. அந்த சந்தாளும் 'தூய்மையற்றவர்' மட்டுமே. அப்படி இருக்கையில், இந்த வசனத்துக்கும் தீண்டாமைக்கும் எந்த வகையிலும் தொடர்பு இருக்க முடியாது. இரண்டாவதாக, இந்த வசனம் 'தீண்டத்தகாதவர்கள்' தொடர்பானது அல்ல, 'அடிமைகள்' தொடர்பானது என்பதற்கு ஆதாரம் எங்களிடம் உள்ளது. இந்நூலின் ஏழாவது அத்தியாயத்தில் மேற்கோள் காட்டப்பட்டுள்ள 'நாரத்-ஸ்மிருதி' வசனத்தின் மொழியே இக்கருத்தின் அடிப்படையாகும். இதில் 'தொழில்களே தீண்டாமையின் அடிப்படையாகப் பேசப்படுகின்றன'. நாரத-ஸ்மிருதி தாசர்களை ஐந்தாவது வர்ணமாகக் கருதி குறிப்பிடுவது கவனிக்கத்தக்கது. நாரத-ஸ்மிருதியில் ஐந்தாவது வர்ணம் அடிமை என்று பொருள் கொள்ள முடியும் என்றால், மனுஸ்மிருதியில் உள்ள ஐந்தாவது வர்ணம் அடிமை என்று அர்த்தப்படக் கூடாது என்பதற்கு எந்தக் காரணமும் இல்லை. இந்த வாதம் சரியானது என்றால், மனுவின் காலத்தில் 'தீண்டாமை' இருந்தது என்றும், 'தீண்டத்தகாதவர்களை' சாதி அமைப்பின் கீழ் சேர்க்க மனு தயாராக இல்லை என்ற கூற்றின் வேரையே இது வெட்டுகிறது. இந்தக் காரணங்களுக்காக, மனுஸ்மிருதியின் இந்த வசனம் தீண்டாமையுடன் தொடர்புடையது அல்ல, எனவே அதை நம்புவதற்கு எந்த காரணமும் இல்லை. மனுவுடன் தீண்டாமை இருந்தது என்று. இதன் மூலம் 'தீண்டாமை'யின் தோற்றத்தின் வரம்புகளை நாம் நிச்சயமாக தீர்மானிக்க முடியும். மனுஸ்மிருதி தீண்டாமையைக் கட்டளையிடவில்லை என்று நாம் உறுதியாகச் சொல்லலாம், இன்னும் ஒரு முக்கியமான கேள்வி உள்ளது. மனுஸ்மிருதியின் காலம் என்ன? இந்தக் கேள்விக்குப் பதில் இல்லாமல், ஒரு குறிப்பிட்ட காலகட்டத்தில் 'தீண்டாமை' இருந்ததா இல்லையா என்பதைப் பற்றி ஒரு சாமானியனுக்குச் சொல்வது கடினம். மனுஸ்மிருதியின் காலம் குறித்து பண்டிதர்களிடையே ஒருமித்த கருத்து இல்லை. சிலர் மிகவும் பழமையானதாகவும், சிலர் மிகவும் நவீனமாகவும் கருதுகின்றனர். எல்லாவற்றையும் கருத்தில் கொண்டு, பேராசிரியர். கடப்பாரை

மனுஸ்மிருதிக்கு ஒரு நேரத்தை நிர்ணயித்துள்ளது, அது உண்மையாகவே தெரிகிறது.

திரு. புஹ்லரின் கூற்றுப்படி, இன்று நாம் அறிந்த மனு ஸ்மிருதி கி.பி இரண்டாம் நூற்றாண்டில் தோன்றியது. பேராசிரியர் மட்டுமே. மனு ஸ்மிருதிக்கு இவ்வளவு துல்லியமான நேரத்தை நிர்ணயித்தவர் புஹ்லர்

செய்யவில்லை. திரு. டஃப்தாரியும் அதே முடிவுக்கு வந்துள்ளார். கி.பி.185க்குப் பிறகு மனுஸ்மிருதி உருவானது என்பது அவரது கருத்து. இதற்கு முன் இல்லை. மௌரிய வம்சத்தின் பௌத்த

மன்னன் விருத்ரபிரதாவின் கொலைக்கும், அவனது பிராமண தளபதி புஷ்யமித்திரன் செய்த கொலைக்கும் நேரடித் தொடர்பு இருப்பதாக திரு. டஃப்தாரி வாதிடுகிறார். இந்த விபத்து கி.மு.185ல் நடந்ததால், மனுஸ்மிருதி கி.மு.185க்குப் பிறகே எழுதப்பட்டிருக்க வேண்டும். அத்தகைய முடிவை ஆதரிக்க, புஷ்யமித்ரனால் பிருஹத்ரத மௌரியர் கொல்லப்பட்டதற்கும் மனுஸ்மிருதி எழுதுவதற்கும் உள்ள தொடர்பை வலுவான மற்றும் மறுக்க முடியாத ஆதாரங்களுடன் நிரூபிக்க வேண்டும். துரதிர்ஷ்டவசமாக திரு. டஃப்தாரி அவ்வாறு செய்யவில்லை. எனவே, அவற்றின் முடிவுகள் ஆதாரமற்றவையாகத் தோன்றுகின்றன மற்றும் இந்த வகையான உறவை நிறுவுவது அவசியம். அதிர்ஷ்டவசமாக, இந்த விஷயத்தில் சாட்சிகளுக்கு பஞ்சமில்லை.

துரதிர்ஷ்டவசமாக, புஷ்யமித்ரனால் விருஹத்ர மௌரியரின் கொலை கவனிக்கப்படாமல் போனது அல்லது அது இருக்க வேண்டிய அளவுக்கு கவனத்தை ஈர்க்கவில்லை. வரலாற்றாசிரியர்கள் இது ஒரு சாதாரண நிகழ்வு என்று கருதுகின்றனர், அதன் விளைவுகளை நாம் கவனித்தால், இது ஒரு சகாப்தத்தை உருவாக்கும் நிகழ்வு. இந்த நிகழ்வின் முக்கியத்துவத்தை இது இரண்டு வம்சங்களின் மாற்றம் என்பதன் மூலம் அளவிட முடியாது, அதாவது மௌரியர்களால் சிருங்கர்களை மாற்றியது. இது பிரெஞ்சுப் புரட்சியை விட பெரிய அரசியல் புரட்சியாக இருந்தது. இது ஒரு புரட்சி - 'சிவப்பு புரட்சி'. பௌத்த அரசர்களை வீழ்த்துவதே இதன் நோக்கமாக இருந்தது. அதன் நிறுவனர்களும் இயக்குநர்களும் பிராமணர்கள். புஷ்யமித்ரனால் பிருஹத்ரதன் கொல்லப்பட்டது இதையே குறிக்கிறது.

வெற்றி பெற்ற பிராமணியத்திற்கு பல விஷயங்கள் தேவைப்பட்டன. இயற்கையாகவே அதன்எனவே, அது சாதுர்வர்ணத்தை நாட்டின் சட்டமாக மாற்றுவது அவசியம். பௌத்தர்கள் இதை மறுக்கின்றனர் மட்டுமே இருந்தன. பௌத்தர்கள் தடை செய்த மிருக பலியையும் அதற்குத் தேவைப்பட்டது. அதற்கு சட்ட வடிவம் கொடுக்க வேண்டும். ஆனால் அதற்கு இதைவிட வேறொன்று தேவைப்பட்டது. பௌத்த -

மன்னர்களுக்கு எதிராக இந்தப் புரட்சியைக் கொண்டு வந்ததன் மூலம், பிராமணியம் நாட்டின் இரண்டு நடைமுறை விதிகளை மீறியது. அனைவரும் புனிதமானதாகவும் மீற முடியாததாகவும் கருதினர். முதல் விதி இதுதான் ஒரு பிராமணனுக்கு ஆயுதத்தைத் தொடுவது பாவம். இரண்டாவது விதியின்படி அரசனின் உடல் புனிதமானது மேலும் அவரைக் கொல்வது பாவம். வெற்றி பெற்ற பிராமணியத்தை அதன் பாவங்களில் ஆதரிக்க ஏ

அனைவருக்கும் ஒரு சான்றாக இருக்கும் ஒரு புனித புத்தகத்தின் தேவை இருந்தது. 'மனுஸ்மிருதி'யிலிருந்து ஒரு தியானம்

கவர்ச்சிகரமான அம்சம் என்னவென்றால், இது சதுர்வர்ணத்தை நாட்டின் சட்டமாக மாற்றுவது மட்டுமல்ல மேலும் இது விலங்கு பலியை சட்டப்பூர்வமாக நியாயப்படுத்துவது மட்டுமல்லாமல், அது கூறுகிறது

ஒரு பிராமணன் எப்போது ஆயுதம் எடுக்க வேண்டும், ஒரு அரசனைக் கொன்ற பிறகும் அவன் எப்போது அவலமானவனாக மாற வேண்டும்? தாங்காது. இந்த விஷயத்தில் இதுவரை எந்த ஸ்மிருதியும் செய்யாததை 'மனுஸ்மிருதி' செய்துள்ளது. செய்தார். இது முற்றிலும் புதிய பாதை, இது முற்றிலும் புதிய கொள்கை. இதைச் செய்ய 'மனுஸ்மிருதிஎன்ன தேவை இருந்தது? புஷ்யமித்ரன் செய்த அரசப் புரட்சிக்கு தத்துவார்த்த ஆதரவை வழங்குவது என்பது இதற்கு ஒரே ஒரு பதில். புஷ்யமித்ரனுக்கும், மனுஸ்மிருதியின் இந்தப் புதிய கோட்பாட்டிற்கும் இடையே உள்ள தொடர்பு, 'மனுஸ்மிருதி' கிமு 185க்குப் பிறகு தோன்றியது என்பதைக் காட்டுகிறது. இது பேராசிரியர். புஹ்லரின் தேதியிலிருந்து வெகு தொலைவில் இல்லை. 'மனுஸ்மிருதி'யின் காலம் முடிவு செய்யப்பட்டவுடன், இரண்டாம் நூற்றாண்டில் 'தீண்டாமை' இல்லை என்று சொல்லலாம்.

இப்போது 'தீண்டாமை'யின் தோற்றத்தின் கீழ் வரம்பு பற்றிய முடிவின் மீது கவனம் செலுத்துவோம். இதற்கு நாம் இந்தியாவிற்கு வந்த சீனப் பயணிகளிடம் செல்ல வேண்டும் மற்றும் அவர்கள் கால இந்தியர்களின் பழக்கவழக்கங்கள் மற்றும் மரபுகளைக் குறிப்பிட்டுள்ளனர். இதில், ஃபாஹியன் என்ற சீனப் பயணியின் கூற்று சிறப்பு வாய்ந்தது. கி.பி 400 இல் இந்தியா வந்தார். அவர் எதைப் பார்த்தாலும் எழுதினாலும், பின்வரும் பத்தி தோன்றும்: -

"இதன் (மதுரா) தெற்கே மத்தியப் பிரதேசம் என்று அழைக்கப்படுபவை. இங்கு வெப்பமான மிதமான தட்பவெப்பம், உறைபனியோ பனியோ இல்லை. மக்கள் வளமானவர்கள். அவர்கள் மீது தனிப்பட்ட வரி ஏதும் இல்லை, மேலும் அரசாங்கத்தின் பிற கட்டுப்பாடுகளிலிருந்தும் விடுபட்டுள்ளனர். .அரசு நிலத்தை உழுபவர்கள் தங்கள் லாபத்தில் ஒரு பகுதியை அரசாங்கத்திற்கு கொடுக்க வேண்டும், அவர்கள் தொடர்ந்து உழவு செய்தால், அவர்கள் மீண்டும் மீண்டும் கிளர்ச்சி செய்யும் பட்சத்தில், அவர்கள் அதை உழுவதை நிறுத்தலாம் அரசன் துண்டிக்கப்படுகிறான், சண்டாளர்கள் எந்த உயிரினத்தையும் கொல்ல மாட்டார்கள், அல்லது அவர்கள் மற்றவர்களிடமிருந்து தனித்தனியாக கருதப்படுகிறார்கள், அவர்கள் ஒரு மரத்துண்டு. இதனால் மக்கள் இந்த பகுதியில் பன்றிகளையோ கோழிகளையோ வளர்ப்பதில்லை. அவர்கள் விலங்குகளை வாங்கி விற்க மாட்டார்கள். இங்குள்ள வெளிச்சந்தைகளில் இறைச்சிக்கடைகள் இல்லை. மேலும் மதுக்கடைகள் இல்லை. அவர்கள் வாங்குவதற்கும் விற்பதற்கும்

மாடுகளைப் பயன்படுத்துகிறார்கள். சண்டாளனின் வேலை மீன்களை வேட்டையாடுவதும் விற்பதும் மட்டுமே.

ஃபாஹியன் காலத்தில் 'தீண்டாமை' இருந்ததற்கான ஆதாரமாக இந்தக் கூற்றை ஏற்க முடியுமா? சண்டாளர்கள் எவ்வாறு நடத்தப்பட்டனர் என்ற விளக்கத்தின் ஒரு பகுதியிலிருந்து, பாஹியன் காலத்தில் 'தீண்டாமை' இருந்ததாக முடிவு செய்யலாம்.

ஆனால் இந்த முடிவை ஏற்பதில் சிரமம் உள்ளது. சண்டாளர்களைப் பற்றிச் சொல்லியிருப்பதால் சிரமம் ஏற்படுகிறது. 'தீண்டாமை' உள்ளது அல்லது இல்லை என்பதை நிரூபிக்க, 'சண்டாளர்' உதாரணம் சிறந்த உதாரணம் அல்ல. பிராமணர்

அவர்கள் 'சண்டாளங்களை' தங்கள் பாரம்பரிய எதிரிகளாகக் கருதுகின்றனர். அவர்கள் அவர்களை கேவலமான நடத்தை என்று குற்றம் சாட்டுவதும், அவர்களை இழிவான வார்த்தைகளைப் பயன்படுத்துவதும், வெறுப்பைத் தீர்த்து வைப்பதும் இயற்கையானது, அவர்கள் அவர்களிடம் முற்றிலும் செயற்கையாக நடந்து கொள்கிறார்கள். எனவே, சண்டாளர்களைப் பற்றி எதைச் சொன்னாலும், மிகக் கவனமாகச் சிந்தித்த பிறகே நம்ப வேண்டும்.

இந்த வாதம் வெறும் ஊகமல்ல. இந்த வாதத்தை பலவீனமாகக் கருதுபவர்கள், 'காதம்பரி'யில் சண்டாளர்களிடம் பானின் மாறுபட்ட நடத்தையை ஆதாரமாகக் கொள்ளலாம். காதம்பரியின் கதை மிகவும் சிக்கலானது. சொல்லப்போனால், அவருடன் எங்களுக்கு ஒரு சிறப்பு உறவும் இல்லை. நமது நோக்கத்திற்கு, இந்தக் கதை சண்டாளப் பெண்ணால் வளர்க்கப்பட்ட வைசம்பாயன் என்ற கிளியால் மன்னன் சூத்ரகனுக்குக் கூறப்பட்டது என்பதற்கு இவ்வளவு தகவல் போதுமானது. காதம்பரியின் பின்வரும் மேற்கோள் நமக்கு முக்கியமானது. பான் சண்டால் குடியேற்றத்தை விவரித்தார்,

அதிலிருந்து தொடங்குவது சிறப்பாக இருக்கும். என்று செல்கிறது

"நான் காட்டுமிராண்டிகளின் காலனியைப் பார்த்தேன் - சிறுவர்கள் சுற்றிலும் வேட்டையாடுகிறார்கள், தங்கள் பருந்துகளுக்குப் பயிற்சி செய்கிறார்கள், அவர்களின் வலைகளைச் சரிசெய்கிறார்கள், ஆயுதங்களை ஏந்திக்கொண்டு, மீன்பிடிக்கிறார்கள். அடர்ந்த மூங்கில் காடுகளால் சூழப்பட்ட அவர்களின் குடியிருப்புகளின் கதவுகளை ஆங்காங்கே வீடுகளில் இருந்து எழும் புகையால் யூகிக்க முடிந்தது. சுற்றிலும் மண்டை ஓடுகள், சாலையில் குப்பை மேட்டில் கிடந்த எலும்புகள், குடிசைகளின் முற்றங்களில் ரத்தச் சேறு, கொழுப்பு, சதைத் துண்டுகள். அவர்களின் வாழ்க்கை வேட்டையாடப்பட்டது,

அவர்களின் உணவு இறைச்சி, எண்ணெய் மற்றும் கொழுப்பு மற்றும் அவர்களின் ஆடைகள் அடர்த்தியானவை. கரடுமுரடான பட்டு, காய்ந்த தோல் இருக்கைகள், வீடுகளை காக்கும் நாய்கள், விலங்குகள் மற்றும் பசுக்கள் சவாரி செய்ய, மக்களுக்கு வேலை, பெண்கள் மற்றும் மது, தெய்வங்களுக்கு இரத்த பலி, விலங்கு படுகொலை. அந்த இடம் நரகத்தின் உருவகமாக இருந்தது.

இந்த வகை காலனியைச் சேர்ந்த சண்டல் பெண் தனது கிளியுடன் மன்னர் சூத்ரகாவின் அரண்மனைக்கு செல்கிறாள். அரசர் ஷூத்ராக் தனது அரசவையில் அமர்ந்திருக்கிறார். வாயிற்காவலர் உள்ளே வந்து பின்வரும் தகவலைத் தருகிறார். "அரசே, தெற்கிலிருந்து வந்த ஒரு சண்டாளப் பெண் வாசலில் நிற்கிறாள், அவள் வானத்தில் ஏறிச் சென்றாலும், கோபமடைந்த இந்திரனின் இடியால் தரையில் விழுந்த திரிசங்கு வஞ்சியின் அழகு. அவளுக்கு ஒரு கிளி உள்ளது. ஒரு கூண்டில் அவள் என் மூலம் இறைவனிடம் இந்த வேண்டுகோளை வைக்கிறாள் - மகாராஜா, கடல் போன்ற உலகின் அனைத்து ரத்தினங்களையும் பெற உங்களுக்கு உரிமை உண்டு, இந்த கிளி உலகின் அற்புதமான மற்றும் விலைமதிப்பற்ற ரத்தினம் என்று புரிந்துகொண்டு, நான் கொண்டு வந்தேன் அதை உமக்கு அர்ப்பணிக்க வேண்டும், அரசே, நீங்கள் என்ன கட்டளையிட்டாலும் நான் உங்களைப் பார்க்க விரும்புகிறேன்.

இவ்வாறு அவர் உரை நிகழ்த்தினார். ஆர்வத்தைத் தூண்டிய அரசன், அரசவையினரைப் பார்த்து, 'ஏன், வரட்டும்' என்று அனுமதி அளித்தான். பிறகு அரச ஆணை கிடைத்தவுடன்

அந்த சாண்டாள் பெண்ணை உள்ளே வர அனுமதித்தார் கேட் கீப்பர். அவள் வந்து அரண்மனைக்காரர்கள் அவரை முதலில் கவனிக்கவில்லை. ராஜாவின் கவனத்தை ஈர்க்க வர்ணம் பூசப்பட்ட தரையை மூங்கிலால் அடித்தார். மேலும் பான் அழகை விவரிக்கிறார்:- "பின்னர் அங்கே பார்' என்று சொல்லிவிட்டு, வாயிற்காவலர் சொன்னபடி, சண்டாள் பெண்ணின் உடையை மாற்றினான் அரசன். மிகக் கவனமாகப் பார்த்தார். அவருக்கு முன்னால் ஒரு மனிதர் நடந்து வந்தார், அவருடைய தலைமுடி இருந்தது

தாமரை போன்ற சிவந்த கண்களை உடைய அவனது நீண்ட ஆயுள் அவனை வெண்மையாக்கியது; யாருடையஅவயவங்கள், இளமைக் காலத்தைக் கடந்திருந்தாலும், இடைவிடாத கடின உழைப்பால் வலுவாக இருந்தன; அவரது தோற்றம் அவள் மாதங்கத்தைச் சேர்ந்தவளாக இருந்தாலும், அவள் புறக்கணிக்கப்படாமல், நீதிமன்றத்திற்குத் தகுந்த வெள்ளை ஆடைகளை அணிந்திருந்தாள்.செய்திருந்தார். அவருக்குப்

பின்னால் ஒரு சந்தால் பையன், இரு தோள்களிலும் முடி தொங்கினான்.

நடந்திருந்தது. அவன் கையில் ஒரு கூண்டு இருந்தது. கூண்டின் குச்சிகளின் நிறம் தங்கமாக இருந்தாலும், அவை கிளியின் இறகுகள் படர்ந்த நிழலால் அவை நீலமணி போல மின்னியது. அவள் (சண்டலா - கன்னி) அவரது கருமையான நிறத்தின் காரணமாக, அவர் ஒருமுறை அசுரர்களிடமிருந்து அமிர்தத்தைப் பெற்ற கிருஷ்ணரைப் போலவே இருந்தார்.

அதை பறிக்க, பெண் வேடம் அணிந்திருந்தார். நீலமணி சிலை போல் இருந்தாள் நீங்கள் வருகிறீர்கள். குதிகால் வரை தொங்கிய நீல நிற ஆடையில் சிவப்பு பட்டு இருந்தது.

நீல தாமரையின் மீது மாலை சூரியன் பிரகாசிப்பது போல் ஒரு தாள் கிடந்தது. அவர்களின் காதுகளில் இருந்து தொங்கும் காதணியால், அவள் கன்னங்களின் நிறம், உதயமான சந்திரனைப் போல வெண்மையாக மாறியது.கதிர்களின் காரணமாக இரவின் முகம். அவரது நெற்றியில் கோரோச்சனின் சிறிய திலகம் இருந்தது இது மூன்றாவது கண்ணாக இருக்க வேண்டும். அவள் சிவபெருமானின் உடலில் மலையேறும் பார்வதியைப் போல் காட்சியளித்தாள்."

"நாராயணனின் நீல நிற நிழலை உடைய ஸ்ரீ (லக்ஷ்மி) போன்ற அழகுடன் இருந்தாள். அழகுடன் அலங்கரிக்கப்பட்டன; அல்லது கோபம் கொண்ட சிவனால் காமதேவனால் எரிக்கப்பட்ட ரதியைப் போல.

நெருப்பின் புகை அதை கருமையாக்கியது; அல்லது யமுனாவைப் போல, இது கலப்பையால் இழுக்கப்படுமோ, அல்லது தாமரை போல தன்னை மூழ்கடித்த ஆழமான ஏரியிலிருந்து அவள் பயந்து ஓடிக்கொண்டிருந்தாள்.

மகிஷாசுரனை அழித்த துர்க்கையின் இரத்தம் தோய்ந்த பாதங்களைப் போல, காலில் இருந்து தளிர்கள் அகற்றப்பட்டன.

அடக்கி விட்டேன்.""அவளுடைய விரல்களின் ஆழமான சிவப்பினால் அவளது நகங்கள் இளஞ்சிவப்பு நிறத்தில் இருந்தன, வர்ணம் பூசப்பட்ட தளம் அவளது மென்மையான தொடுதலுக்கு மிகவும் கரடுமுரடானது. அவள் முன்னோக்கிச் சென்று இரண்டு தாமரை கிளைகளைப் போல தரையில் கால்களை வைத்தாள்." "அவள் கால்களில் இருந்து வெளிப்பட்ட நெருப்புக் கதிர்கள் அவளைச் சூழ்ந்தன, அவள் அக்னியின் (கடவுள்) கரங்களால் சூழப்பட்டதைப் போல, அவளுடைய அழகில் மயங்கி, அவள் பிறப்பின் மாசுகளை நீக்கி, பிரம்மாவின் 'கிருத்' செய்ய முயன்றான். (கிருத்) 'கிருத் (கிருத்)' வேண்டும். "அவளுடைய இடுப்பு நெற்றியில்

அன்பின் கைகளால் நட்சத்திரங்களின் வரிசையைப் பதித்தது போல் இருந்தது; அவளுடைய கழுத்தணியானது கங்கையின் நீரோடை இப்போது கழுவப்பட்டது போல, பெரிய பளபளப்பான முத்துக்களின் சரமாக இருந்தது.யமுனா நிறம் கொடுத்தாள்."இலையுதிர் காலம் போல, தாமரை போன்ற கண்களைத் திறந்தாள், அவள் கருமையான கூந்தலை உடையவள், மலாய் மலைத்தொடரைப் போல, சந்தனம் பூசப்பட்டவள், சரஸ்வதியைப் போல முத்துக்கள் பதித்தாள் தாமரையைப் போல, அவள் ஒரு தெய்வத்தைப் போல, கண்களின் மீது சக்தி பெற்றாள், தாமரைக்குளம் யானைகளால் சூழப்பட்டதைப் போல; அதன் பிறப்பு, அது ஒரு கருவியைப் போல, அவள் கண்களுக்கு மகிழ்ச்சியாக இருந்தது, அவளுடைய இடுப்பு ஒரு கையால் நீட்டப்பட்டது, அவளுடைய தங்க முடி அல்காபுரியின் ராஜாவைப் போல இருந்தது மிகவும் அழகானது."

"அரசர் ஆச்சரியப்பட்டார். 'படைப்பாளி இந்த அழகை தவறான இடத்தில் படைத்திருக்கிறான். ஏனென்றால் அவள் சண்டாள வடிவத்தை கேலி செய்ய பிறந்திருந்தால், உலகம் முழுவதிலும் உள்ள அழகு செல்வம் அவளால் பறிக்கப்பட்டது. அது கேலிக்குரியது, அப்படியானால், யாரும் பயன்படுத்த முடியாத சாதியில் ஏன் பிறந்தார்? கையால் செய்யப்பட்ட பாகங்களில் காண முடியாத அழகு, அவளது உருவம் அழகாக இருந்தாலும், அவளது பிறப்பின் தாழ்வு காரணமாக, அவள் தெய்வீக உலகத்தின் லட்சுமியைப் போலவே தொடர்ந்து விமர்சிக்கப்படுகிறாள் என்பதும், தன் அழகின் காரணமாக, இப்படி ஒரு விசித்திரமான படைப்பைப் படைத்த பிரம்மாவின் மனதில் பயத்தை உண்டாக்குகிறாள். அவன் காதுகள் வரை பூக்களை சுமந்தபடி, அவள் வர்ணம் பூசப்பட்ட தரையில் குனிந்து முன்னோக்கி நகர்ந்தபோது, அவனுடைய வேலைக்காரன் கூண்டுக்குள் நுழைந்த கிளியை எடுத்து, இரண்டு அடிகள் முன்னோக்கி எடுத்து, அதை மன்னனிடம் காட்டினான்

"ஐயா! இந்தக் கிளியின் பெயர் வைசம்பாயன். எல்லா சாஸ்திரங்களின் அர்த்தமும் அறிந்தவன். அரசியலைக் கையாள்வதில் வல்லவன். கதை, வரலாறு, புராணங்களில் வல்லவன். இசை தாளத்தில் பரிச்சயமானவன். இந்த அழகு. தனித்துவமான நவீன காதல்- அவர் கதைகள் மற்றும் கவிதைகளை இயற்றுவார், அவர் புல்லாங்குழல் வாசிப்பதில் திறமையானவர், அவர் ஓவியத்தில் திறமையானவர், அவர் முழு பூமியின் அடையாளங்களையும் அறிந்தவர், என் இறைவா.

கடலில் முத்துக்கள் இடம் பெறுவது போல் நீ பூமியின் செல்வம் என்று எண்ணி மகளே. உங்களுக்கு அர்ப்பணிப்பதற்காக கொண்டு வந்துள்ளேன்.ராஜன் ஏற்க வேண்டும்.சந்தாள்-கன்யா பற்றிய இந்த

விளக்கத்தைப் படிக்கும்போது, பல கேள்விகள் எழுகின்றன. முதலில் அது

ஃபா-ஹியனின் விளக்கத்திலிருந்து இந்த விளக்கம் எவ்வளவு வித்தியாசமானது? இரண்டாவது அம்பு ஒரு வாத்ஸ்யாயன பிராமணர். இந்த வாத்ஸ்யாயன பிராமணர் சண்டல்-பஸ்தியை இப்படி விவரித்த பிறகு, சண்டல்-பெண் அத்தகைய பிரம்மாண்டத்தை விவரிக்க தயங்கவில்லை. இந்த விளக்கம் 'தீண்டாமை'யுடன் தொடர்புடைய முதல்தர வெறுப்பு உணர்வுடன் பொருந்துமா? சண்டாளர்கள் தீண்டத்தகாதவர்கள் என்றால், தீண்டத்தகாத பெண் எப்படி அரசனின் அரண்மனைக்கு செல்ல முடியும்? தீண்டத்தகாதவருக்கு பான் எப்படி இத்தகைய மொழியைப் பயன்படுத்த முடியும்? சீரழிந்ததை மறந்து விடுங்கள், பான் காலத்தில் சண்டாளர்களிடையே வம்சங்களும் இருந்தன. பான் தானே சண்டலகன்யாவை சண்டல் - ராஜ் குமாரி என்று அழைக்கிறார். பிராமணர் காதம்பரியை கி.பி 600 வாக்கில் எழுதினார். அதாவது கி.பி 600 வரை சண்டல்கள் தீண்டத்தகாதவர்களாக கருதப்படவில்லை. இதிலிருந்து ஃபா-ஹியன் விவரித்த நிலைமை ஏற்படுவது மிகவும் சாத்தியமாகத் தெரிகிறது. அது தீண்டாமையின் எல்லையைத் தொட்டாலும் தீண்டத்தகாததாக இருக்கலாம். இது அசுத்தத்தின் எல்லையாக இருக்கலாம். பிராமணர்களிடம் இந்த மாதிரியான 'தூய்மை'யை மிகைப்படுத்திக் கொள்ளும் கெட்ட பழக்கம் உள்ளது. ஃபா ஹியன் இந்தியாவுக்கு வந்தபோது, அது குப்த மன்னர்களின் ஆட்சியின் கீழ் இருந்தது என்பதை நினைவில் கொண்டால் இது இன்னும் சாத்தியமாகத் தோன்றுகிறது. குப்த நரேஷ் பிராமணியத்தை ஆதரிப்பவர். பிராமணியம் புத்துயிர் பெற்று வெற்றி பெற்ற காலம் இது. ஃபா ஹியன் விவரிப்பது 'தீண்டாமை' அல்ல, ஆனால் பிராமணர்கள் இந்த சடங்கு அசுத்தத்தை நீட்டிக்க விரும்பிய வரம்பு. இந்த சடங்கு அசுத்தமானது சில சாதிகளுடன், குறிப்பாக சண்டாளர்களுடன் தொடர்புடையது. இந்தியா வந்த இரண்டாவது சீனப் பயணி யுவான் சுவாங். கி.பி.629ல் இந்தியா வந்தார். அவர் 16 ஆண்டுகள் இந்தியாவில் தங்கி, மக்களின் பழக்கவழக்கங்கள் மற்றும் சடங்குகள் மற்றும் நாட்டின் ஒரு முனையிலிருந்து மறுமுனைக்கு அவர் மேற்கொண்ட பயணங்கள் பற்றிய உண்மையான கணக்கை அவருக்குப் பின்னால் விட்டுச் சென்றுள்ளார். இந்தியாவின் வீடுகள் மற்றும் நகரங்களின் பொதுவான நிலையை விவரிக்கிறார்

"குடியேற்றங்கள் மற்றும் நகரங்கள் அல்லது அவர்கள் வசிக்கும் பகுதிகளின் சுவர்கள் உயரமாகவும் அகலமாகவும் உள்ளன, ஆனால் சாலைகள் குறுகியதாகவும், வளைந்ததாகவும் உள்ளன. கடைகள்

சாலைகளிலும், விடுதிகள் சாலையோரங்களிலும் உள்ளன. கசாப்புக் கடைக்காரர்கள், துவைப்பவர்கள், அக்ரோபாட்கள், நடனக் கலைஞர்கள், கசாப்புக் கடைக்காரர்கள் மற்றும் விபச்சாரிகளின் பெண்கள் ஒரு குறிப்பிட்ட அடையாளத்தால் பிரிக்கப்பட்டுள்ளனர். அவர்கள் நகரத்திற்கு வெளியே வாழ வேண்டிய கட்டாயத்தில் உள்ளனர், மேலும் அவர்கள் ஒரு வீட்டைக் கடக்க வேண்டியிருக்கும் போதெல்லாம், அவர்கள் இடதுபுறமாகவும் மிகவும் அமைதியாகவும் கடந்து செல்கிறார்கள்.

மேலே உள்ள எடுத்துக்காட்டு மிகவும் சிறியது, அதிலிருந்து எந்த திட்டவட்டமான முடிவையும் எடுக்க முடியாது. ஆனால் இதில் ஒரு விஷயம் முக்கியமானது, அது ஃபா-ஹியன் அளித்த விளக்கம் சண்டாளர்களுடன் மட்டுமே தொடர்புடையது, மேலும் யுவான்-சாங்கின் விளக்கம் சண்டாளர்களைத் தவிர மற்ற சாதிகளுக்கும் பொருந்தும். இது மிகவும் முக்கியத்துவம் வாய்ந்த விஷயம். அத்தகைய விளக்கத்திற்கு எதிராக அத்தகைய வாதத்தை எடுக்க முடியாது, ஏனெனில் இது சாண்டாலயர்கள் தவிர மற்ற சாதிகளுக்கும் பொருந்தும், எனவே யுவன்-சாங் இந்தியாவுக்கு வந்தபோது தீண்டாமை தோன்றியிருக்கலாம்.

மேலே கூறப்பட்டதன் அடிப்படையில், நாம் இதைச் சொல்லலாம். அந்த தீண்டாமை கி.பி 200 இல் இல்லை, ஆனால் கி.பி 600 வாக்கில் அது நடைமுறைக்கு வந்தது.

தீண்டாமையின் தோற்றத்தைத் தீர்மானிப்பதற்கான இரண்டு மேல் மற்றும் கீழ் வரம்புகள் இவை. ஏறக்குறைய சரியான 'தீண்டாமை' தோன்றிய தேதியை நிர்ணயிக்க முடியுமா? மாட்டிறைச்சி உண்பதில் இருந்து தொடங்கினால், மாட்டிறைச்சி உண்பது தீண்டாமையின் வேரில் உள்ளது என்று சொல்லலாம் என்று நினைக்கிறேன். மாட்டிறைச்சி உண்பதைத் தடை செய்வதை நமது சிந்தனையின் அடிக்கல்லாக ஆக்கினால், தீண்டாமையின் தோற்றம் பசுவதைத் தடைக்கும் மாட்டிறைச்சி உண்பதற்கும் நேரடித் தொடர்பு இருக்க வேண்டும் என்று அர்த்தம். பசுவைக் கொல்வது எப்போது குற்றமானது, மாட்டிறைச்சி உண்பது எப்போது பாவம் எனச் சொல்ல முடிந்தால், தீண்டாமையின் தொடக்க தேதியை நிர்ணயம் செய்யலாம்.

பசு வதை குற்றமாக அறிவிக்கப்பட்டதா? மனு மாட்டிறைச்சி உண்பதைத் தடை செய்யவில்லை, பசுவைக் கொல்வதைக் குற்றமாகக் கருதவில்லை என்பது நமக்குத் தெரியும். இது எப்போது குற்றமாக மாறியது? என டாக்டர் டி.ஆர். கி.பி நான்காம் நூற்றாண்டில் குப்த மன்னர்களால் பசுக்கொலை தண்டனைக்குரிய குற்றமாக அறிவிக்கப்பட்டது என்று பண்டார்கர் தெளிவுபடுத்தியுள்ளார்.

அதனால்தான் தீண்டாமை என்பது கி.பி 400 வாக்கில் உருவானது என்று ஓரளவு நம்பிக்கையுடன் கூறலாம். இது பௌத்தத்திற்கும் பிராமண மதத்திற்கும் இடையிலான மோதலின் விளைவாக உருவானது. இந்த மோதல் இந்தியாவின் வரலாற்றை முற்றிலும் மாற்றிவிட்டது. இந்திய வரலாற்று மாணவர்கள் அதன் படிப்பை புறக்கணித்தது வருத்தமளிக்கிறது.